Wavuvi

Samuel Mwenda

Nsemia

First Edition: September 2014
Published by Nsemia Inc. Publishers (www.nsemia.com)

Edited By: Job Mokaya
Cover Concept Illustration: Beatrice Kerubo Nyanyuki
Cover Design: Danielle Pitt
Layout Design: Kemunto Matunda
Production Consultant: Matunda Nyanchama

Note for Librarians:
A cataloguing record for this book is available from Library and Archives Canada.

ISBN: 978-1-926906-40-9 Paperback

Nawatabarukia
wanangu Eva, Betty, Nana na mke wangu Esther.

Wavuvi

Licha ya Pasta Fadhila kukumbana na madhila mengi anaitikia mwito wa kuwa mvuvi. Inspekta Macho naye anagundua kuwa si rahisi kuvua samaki wakubwa. Atawavua wakora wanaovua sehemu nyeti za binadamu? Tamara ang'amua kuwa majuto ni mjukuu. Atafaidi maisha ya mapuuza au atavuliwa na wavu wa malimwengu? Wavuvi wanapokutana Mwambani kuparurana na kutagusana kwao kunazua msisimko mkubwa.

Maoni ya Waliosoma Riwaya Hii

"Wavuvi hawakufa moyo baada ya kupitia masaibu katika uvuvi wao sembuse sisi... Hii ni riwaya iliyosukwa kwa umbuji wa hali ya juu."
- *Stephen Kaimenyi Kirera – Mwalimu wa Kiswahili*

"Hii ni hadithi motomoto, inapendeza! Ni taswira sahihi ya hali ya jamii yetu kwa njia inayostaajabisha mno!"
- *Beatrice Nyanyuki - Mbunifu wa Vitabu*

"Hadithi ya kusisimua iliyosimuliwa kwa njia ya kipekee! Kichemsha bongo!"
– *Dr. Matunda Nyanchama - Mchapishaji wa Vitabu*

Kuhusu Mwandishi

Samuel Mwenda alizaliwa mwaka wa 1970 katika wilaya ya Buuri kaunti ya Meru. Alisomea shule za msingi za Tutua na Kithuene na baadaye kujiunga na shule ya upili ya Gikumene. Ana cheti cha ualimu kutoka Chuo cha Walimu cha Migori na shahada ya *BEd* kutoka chuo Kikuu cha Nairobi. Aidha, anasomea uzamili (*MA- Kiswahili*) katika Chuo Kikuu cha Chuka. Pamoja na kuandika riwaya, tamthilia na hadithi fupi, Mwenda ni malenga aliyekomaa. Alianza kuchangia mashairi katika gazeti la Taifa Leo mwaka wa 1989. Tangu 1997 amekuwa mwalimu katika shule kadhaa za msingi na za upili nchini Kenya.

Akawaambia, "nifuateni, nami nitawafanya kuwa wavuvi wa watu." (Mathayo 4:19)

Sura ya Kwanza

Inspekta Macho alitikisa kichwa, akatoa miwani yake na kuifuta vumbi kwa kitambaa chake cha bafta. Badala ya kuirudisha mahali pake machoni, aliitua mezani na kutazama mbali. Madirisha makubwa kwenye ofisi yake yalipitisha mwangaza wa kutosha kumwezesha kutazama yote aliyotaka. Mapazia yake ya rangi ya buluu yalikuwa yamekunjwa ili kuuruhusu mwangaza uingie. Yalikuwa majira ya kipupwe yapata mwezi wa Julai hivi. Ukungu ulisheheni na kuyafanya macho yasiweze kuona mbali.

Alitamani mwangaza huo mdogo uyaangazie masuala kadha wa kadha yaliyogubikwa kwa kiza totoro. Akili yake ilikosa umakini. Ikakosa kutulia. Akawaza. Kijasho chembamba kikamtonatona kipajini kama umande nyasini nyakati za alfajiri mbichi. Alijaribu kufuta kijasho hicho kwa kitambaa. Kikalowa chepechepe. Akapenga kamasi lililomziba puani na kukohoa ili kulainisha koo lake. Alipotosheka, alikitua kitambaa chake pale mezani.

Hali haikuwa nzuri kwake. Alikuwa mwingi wa mawazo. Aliutia mkono mfukoni na kutoa pakiti ya sigara. Akaitoboa sehemu ndogo upande wa juu. Akaigongagonga upande ule mwingine kwa kidole chake cha shahada; cha mkono wa kulia. Sigara kadhaa zikaibuka kutoka pakitini. Akachomoa moja, akaitia midomoni, kisha akairudisha pakiti mfukoni. Akatoa kiberiti na kuchagua ujiti. Akauwasha ujiti ule kwa kuukwaruzisha kwenye sehemu maalumu ya pakiti ya kiberiti. Aliutazama ulimi wa moto uliowaka kwenye ujiti ule na kuubusisha na mtutu wa sigara akaiwasha. Aliishika sigara ile kwa mkono wake wa

1

kushoto. Akaupuliza pumzi ujiti aliowasha nao na kuuzima. Inspekta aliwaza jinsi angekuwa na uwezo wa kuzima shida zake jinsi hiyo. Aliutia ujiti kwenye ungo wa jivu na kuirudisha sigara midomoni. Aliuvuta moshi kwa nguvu na kuuachilia upae polepole. Wingu la moshi lilipaa kwa mwendo wa maringo huku likiyeyuka na kutokomea mbali. Alitamani dhiki imwondokẹe na kutokomea pasipojulikana kama moshi huo.

Inspekta alitazama pale kwenye ungo. Aliuona ujiti ule aliouzima. Ulikuwa sasa umelala fofofo bila uhai wowote. Risasi yake ilikuwa imeteketea. Alishangazwa na jambo hilo. Kitu kinachoonekana duni chaweza kuwa na nguvu kama bomu la atomiki. Alivuta taswira vile alivyokwaruzisha ujiti ule kwenye ubavu wa kiberiti ndivyo watu hukwaruzana, kisha pakatokea moto mkubwa ajabu wakashindwa kuuzima. Moto ule ukawachoma hadi ukawaunguza na wakateketea wasionekane tena duniani. 'Watu wataerevuka lini?' Alijiuliza.

Inspekta Macho, futi sita nukta mbili, kitambi kidogo, masharubu yaliyojaa yakakolea weusi. Macho ya kutisha, meno meupe pe, mwendo wa mzofafa, tabasamu ya hiari, ushupavu kazini, ujasiri wa moyoni na akili kichwani ni sifa muhimu zilizomwelezea.

Sare ya askari ilimchukua barabara. Aliyemwita Macho alitabiri yakini kuwa angekuwa daima kavaa miwani yake. Wengine walizoea kumuita Inspekta Macho *Inne* na walipokosa muda wa kulitaja jina hilo, Inspekta Macho tu lilitosha.

Akiwa mwingi wa mawazo, Inspekta Macho hakuchelea kuvuta sigara kwa mkururo. Yamkini moshi wa sigara ulichochea homoni muhimu za kutatua matatizo au hakuwa na jingine la kufanya.

Kiti chake cha bembea kilichotengenezwa kwa ngozi nyeusi na laini kilimliwaza kwa kumyumbisha kwa starehe ya pekee. Hata hivyo, hakuifurahia. Mawazo yake yalikuwa mbali.

Inspekta Macho alikinyanyua kifaa cha simu na kubonyeza nambari fulani. Akakitia kipaza sauti sikioni. Akatega sikio ili kusikiliza. Aliposikia sauti ikiitika upande ule wa pili, alianza kuongea.

"Halo! June, niletee mafaili ya yale mauaji ya kinyama yaliyofanyika hapo juzi. ... ndio ... Niletee mara moja ... ndio ... sawa," akaitia simu chini.

Mara Mlango wa ofisi ya Inspekta ulibishwa. Mwanamwali mrembo aliyevaa sare ya askari aliingia huku kabeba mafaili. Macho yake kayalegeza na kutia tabasamu adimu katika nyakati zile za kazi kama ile. Inspekta Macho alifikiri kwamba June hakutofautisha kati ya wakati wa mchezo na kazi. Alileta mchezo kazini na vilevile kazi mchezoni. Hakutofautisha pia mkubwa na mdogo wake. Itifaki ya kazini haikupata nafasi kubwa kwenye mawazo yake. Kuna wakati alibisha mlangoni na mara nyingine akapita mzima mzima bila kutarajiwa. Hata hivyo, Inspekta hakutatizwa na tabia hiyo. Sijui ni kwa nini. Labda Inspekta hakuwa mkali kama wakuu wengine wa askari. Au pengine urembo wake June ulilegeza moyo wake au utendakazi wake kufidia upungufu wake. Wengine walisema kuwa hizo ni tabia za askari aliye na kipaji nadra.

"Mafaili ndiyo haya *Sir*. Wale watatu wa Chawe na wawili wa Ghubani," June alisema kwa sauti nyororo.Aliyatua mafaili yale pale mezani naye Inspekta wake akayapokea.

"Sawa Koplo June, nilitaka hivyo tu, nikikuhitaji nitakujulisha," Inspekta alijibu.

3

"Ndio *sir, at your service sir,*" alijibu Koplo June huku akipiga saluti kwa tabasamu.

Koplo June alikuwa gashi mrefu mwenye wembamba wa wastani na ngozi laini ya rangi ya maji ya kunde. Meno yake meupe ya kuvutia yalijitokeza barabara. Wengine walisema kuwa macho yake yalikuwa ya kudadisi nao waliompenda wakasema kuwa yalikuwa ya kutamanisha. Pua ya kitara, nywele za singa ya mbega, shingo ya upanga na kifua chenye maziwa ya wastani yaliyosimama tisti kwa uimara wa mwiba wa mkonge. Alikuwa msichana mrembo. Hata hivyo, kazi kwanza na baadaye kizuri kitajiuza .

Alipotimiza wajibu alioitiwa, Koplo June aligeuka na kuelekea mlangoni. Inspekta Macho hakujizuia kumfuata kwa macho yake. Yeye ni Macho na alikuwa macho. Wengine husema hayana pazia ati! Alistaajabu ni vipi mdogo wake alivyobarikiwa kuwa mrembo kiasi hicho na vilevile kuimudu kazi ya uaskari bila kiwewe.

Inspekta aliichukua miwani yake pale mezani na kuivaa. Akayapekuapekua mafaili yale huku akitafuta mambo muhimu.

"Pauline Thirindi miaka 40, Simon Ntoruru miaka 28, Elias Kirunya miaka 52, walipatikana wameuawa kwenye msitu wa Chawe. Rose Mukiri miaka 22 na Rachel Kabuli miaka 42," faili lilisema.

Inspekta alitikisa kichwa chake, akashikilia utaya wake kwa mkono wa kushoto huku macho yake yakizipitiapitia taarifa fulani kwenye mafaili yale.

Krrrrrrrrr ... krrrrrr .. Simu ililia kwa sauti ya kukera na kukereketa maini. Inspekta Macho aliikodolea macho, mikono isiweze kuichukua. Ikaganda pale kwenye mafaili. Akaitazama

4

kana kwamba ilikuwa ikiwaka moto na aliogopa isimchome. Ikalia tena na tena. Ghafla akanyanyua mkono wa simu na kuuweka sikioni.

"*Halo!* Inspekta Macho, Kituo cha Askari cha Kati, nikufanyie nini?" Inspekta aliuliza kwa hasira.

"Ndio ... ndio, mwanamume ... wapi? ... Ghubani? ... wewe waitwa nani? Nani? Nani? Hallo? Haloo! Haloooo!" simu ilikuwa imekatika kitambo.

Inspekta Macho alikuwa amezoea hayo. Baada ya simu kukatika, alikigongesha kifaa kile mahali pake kwa hasira. Akatulia tuli kama maji mtungini.

Matukio chungu nzima ya hapo awali yalikuwa yamemwatua moyo Inspekta huyu. Miili mitatu ya wanaume wawili na mwanamke mmoja ilikuwa imepatikana juzi kwenye msitu wa Chawe. Yote ilikuwa na majeraha ya zana butu. Jana, wanawake wawili walipatikana wameuawa na kutupwa kwenye msitu wa Ghubani. Kilichomduwaza na kumtia wasiwasi mwingi ni kuwa miili hiyo yote ilikuwa imetolewa viungo vyake vya uzazi. Miaka nenda miaka rudi kumekuwa na visa vya uhalifu kwenye misitu hii lakini mfululizo wake wakati huu ulitisha. Kutia msumari moto kwenye donda ndugu, simu aliyoipokea Inspekta Macho ilieleza kugunduliwa kwa mwili wa mwanamume wa makamo kwenye msitu wa Ghubani.

Lakini ... Ee! ... ni nani anayefanya hivi? Ana azma gani? Ana kisasi gani mtu huyu? Cha mashamba? Cha mapenzi? Cha siasa? Cha kibiashara? Ni dharau aliyo nayo kwa wanadamu? Au ni nini? Kwa nini akawaacha uchi watu aliowaua? Au hili ni genge zima la wakora wanaojishaua? Au ni wenye kichaa, waliokosa kazi ya kufanya? Au hawa ni waumini wa dhehebu fulani la *cult*? Au kuna mtu anayetaka kudhalilisha kazi ya askari hivi? Au hawa watu ni

5

washirikina? Wanapeleka wapi viungo hivi muhimu vya mwili wa binadamu? Na huyu aliyepiga simu ni nani? Kwa nini simu yenyewe ikakatika? Au yeye mwenyewe kaikata? Kwa nini hakutoa maelezo zaidi? Yawezekana alihusika? Anaweza kupatikana wapi mtu huyu? Mkururo wa mawazo ulipishana akilini mwa Inspekta Macho.

Inspekta alikichukua kitambaa chake na kukitia mfukoni. Akasimama na kuelekea mlangoni, akaufungua na kuufunga nyuma yake na kumuaga June kwa saluti. Alimwita dereva na mlinzi wake na kuufungua mlango wa gari lake rasmi. Punde si punde dereva akapiga bismillahi. Gari likang'oa nanga.

Gari lilitafuna lami kwelikweli. Magurudumu yake yakizunguka kwa kasi kama pia. Lilishika njia ya Matukano, kuacha duka kuu, likaacha njia ya Mau na muda si muda walikuwa wamekiacha Chuo cha Ufundi cha Mikokoni kwa mbali.

Tangu Inspekta Macho alipomchagua Sajini Murima kuwa dereva wake, kelele zake zilipungua kwa kiasi kikubwa. Huyu alikuwa dereva asiyekuwa na maswali mengi. Mioyo yao ilioana wakawa wanawasiliana kwa hisia na kuelewana kwa mawazo. Maelezo mafupi tu yalimfaa dereva huyu kufahamu yote aliyotaka Inspekta.

Kwenye msitu wa Ghubani karibu na jalala la takataka watu walijaa sisisi. Ulikuwa kama mkutano wa mwanasiasa maarufu. Aliposimamisha karandinga, Murima alitoka na kuwawinga watu waliozingira mahali pale ili wawapishe askari kufanya kazi iliyowakabili. Waliutazama mwili ule wa mwanamume wa makamo. Ulikuwa na majeraha yaliyoonekana kama ya mapanga na mashoka. Walichunguza na kutazama kila mahali. Hawakupata silaha yoyote. Kandokando walipata nguo walizoamini kuwa za marehemu. Walizirusha kwenye gari lao aina ya *landkrusa.*

"Inspekta!" Murima aliita huku akionesha mkondo fulani pale nyasini.

"Tazama huu mkondo, yaonekana huyu mtu hakuuliwa hapa. Alikuwa katupwa baada ya kuuliwa pengine *sir,*" Murima aliendelea.

"*I see*! damu yake haionekani wala alama za makabiliano," Inspekta Macho alijibu huku akiiwasha sigara yake na kuivuta kwa wasiwasi.

"Huu ni mkondo wa gari! Hili gari laonekana si ndogo vile. Magurudumu yaonekana kuwa ya *landrova,*" Mlinzi alidakia.

"Hawa watu wana nini lakini? Wakosefu wa ubinadamu. Mioyo yao migumu kama jiwe. Hawatuachi tukae kwa amani?" Murima aliuliza.

"Hii ni hali ya kazi Sajini," Macho alijibu huku akishikilia sigara kwa mkono wa kulia.

"Tulipoomba kazi tulifahamu kuwa tutakutana na haya. Bila mambo kama haya kazi yetu haingekuwa. Lazima tujikakamue kuwapa ulinzi raia wa nchi yetu wanaolipa ushuru na kutuwezesha kufanya kazi," Inspekta Macho alishauri.

"Ni wale wale *sir*!" Sajini Murima alisema bado akiwa na mshangao.

"Tazama *sir*! Hana ulimi na sehemu zake za siri pia hazipo. Ibra iliyoje!" Sajini Murima alimaka.

"*I see*!" Inspekta Macho alijibu kwa sauti kavu. Baada ya kuwahoji watu kadhaa, maiti iliwekwa kwenye gari na kusafirishwa hadi kwenye mochari ya hospitali ya wilaya ya Pango.

***

Wakiwa barabarani, Inspekta Macho aliwaza na kuwazua. Alitafuta uteguzi wa kitendawili kilichokuwa mbele yake bila mafanikio. Alivuta sigara moja baada ya nyingine lakini moshi wake uliitatiza akili yake zaidi ya ulivyoitatua. Alitamani kuwa liwalo na liwe ndipo akatanabahi kuwa ameajiriwa na serikali kutatua shida kama hizi na iwapo hataweza nani angeweza?

Kilichomshangaza zaidi Inspekta Macho ni uhusiano mkubwa kati ya kisa alichokuwa anakishuhudia sasa na kisa cha wakataji miti haramu alichokisikia hapo awali alipokuwa kwenye shule ya msingi.

Kwenye kisa hicho, ilisemekana kwamba karibu na uwanja wa taka kulikuwa na nyani ndume ambaye alipoteza viungo vyake nyeti. Wasimulizi walisema kuwa wapasuaji vigingi waliofanya kazi mahali hapo walikuwa wamechoshwa na kazi yao na kuamua kupata kopo la maji na sahani ya chamchana kwenye kivuli cha mti.

Walipokuwa wakiufanyia mlo haki yake, ibura ilitokea. Nyani watano walipitia hapo karibu. Walianza kuchezeachezea vifaa vya kupasulia vigingi. Nyani ndume alikalia gogo huku akiangua kicheko kwakwakwa. Hakupata wa kumfahamisha kuwa mzaha mzaha hutumbua usaha. Ucheshi wake ulipozidi, alijaribu kuondoa tindo iliyoachwa kwenye ufa na mpasuaji mmoja. Alipokuwa aking'ang'ana sehemu zake nyeti zilipenya kwenye ufa. Bila kujua aliendelea kufurahia mchezo wake. Ghafla bin vuu, kifaa kile kilichomoka na ufa wa gogo lile kuzibana vikali sehemu zile na kumfanya nyani kulia kwa uchungu. Aliomba msaada kwa sauti lakini hakuna aliyemsaidia. Sauti yake ya kite iliwafikia watu wale waliokimbilia mahali pale na kujaribu kumuokoa. Kioja ni kwamba, aliyeomba msaada alipowaona watu wanamkimbilia, alijawa na woga mithili ya kunguru. Akajivuta kwa nguvu na akaacha bidhaa kwenye ufa wa gogo. Nyani yule alikimbilia maisha yake huku damu ikichuruzika kama maji kwenye bilula na kupotelea msituni.

Kisa hiki kilimtatiza akili Inspekta. Yeye angekuwa mshirikina angeamini kuwa nyani huyu alilaani msitu ule au alikuwa ziraili aliyekuja kuwaonesha wanadamu mbinu mpya ya kufa. Lakini Inspekta alipokuwa chuoni alifunzwa kutoamini hadi ithibati ya kutosha itakapojitokeza. Ushahidi unaoshikika, unaosikika, unaohisika, unaoonjeka au unaojitenga na mambo ya kidhahania ambayo mpelelezi mwingine hangeweza kuibuka nayo. Naam, wahenga hawakukosea kuwa ukweli ukidhihiri uongo hujitenga. Nani angemdhihirishia ukweli huu? Alijiuliza moyoni.

***

Inspekta Macho, mbali na kuwa *OCS* wa Kituo cha Askari cha Kati, alikuwa amezaliwa katika wilaya ya Pango. Alipokuwa akisomea katika shule ya msingi ya Kalamana, alikuwa amekatazwa na mamake kwenda kutafuta kuni kwenye msitu wa Mikokoni kwa madai kuwa ulikuwa na majini. Kwenye mpaka wa msitu huu kulikuwa na majumba ya zamani yaliyotumiwa na walowezi Wazungu. Wazungu walipohama, majumba haya yaliachwa mahame na kuwa magofu matupu yaliyodhaniwa kuishi majini.

Ilisemekana kwamba watoto kadha wa kadha waliokuwa wakiwachunga ng'ombe au kutema kuni na kuzurura ovyoovyo katika nyakati mbalimbali walipotelea kwenye msitu huu wasionekane tena. Ilidhaniwa walitekwa nyara na kuliwa na mazimwi au majini.

Haieleweki vizuri kama ni majini yaliyowaua, kuwachukua na kuwageuza majini au kuwafanya wafanyakazi wao. Yumkini kulikuwa na chatu mkubwa aliyekuwa akionekana kwenye msitu huo. Mkondo wa chatu ulikuwa ukionekana wazi. Labda chatu huyu aliwaua na kuwala.

Msitu huu ulikuwa na miti ya zamani ambayo ilijimelea. Iliyozeeka na kuzidiwa na hali ya maisha ilikufa na kuozea mbali. Uozo huo uliibuka kuwa mbolea kwa miti michanga iliyostawia mauti ya mienziye.

Jambo hili pia lilimfanya Inspekta kuzama kwenye lindi la fikra. 'Mti unaula mti, mnyama anamla mnyama, mtu anamla mtu. Si ajabu kusikia lolote siku hizi,' Inspekta aliwaza.

Alikumbuka somo la sayansi alilolisoma katika shule ya msingi kuwa kila kiumbe hutegemea kiumbe kingine. Alikumbuka ya wahenga kuwa Ibilisi wa mtu ni mtu. Kwa hivyo Macho alidhani kuwa Ibilisi wa mti ni mti na Ibilisi wa mnyama ni mnyama. Tazama vile wanyama wanatafunana kule mbugani. Hata simba wenyewe wana falsafa ya mwenye nguvu mpishe. Simba aliye na nguvu kushinda wote ndiye humiliki himaya kubwa na simba jike wote kwenye himaya yake ni wakeze. Anayekosa nguvu hutembea kwa upweke na hapati hata shibli. Mwishowe hukata tamaa na kujifia huku akiwaacha wenye nguvu kufurahia uhondo. 'Lakini hao ni wanyama. Mtu hana tofauti na hayawani?' Macho alijiuliza.

Wakati mwingine watuhushangaza. Kwa nini hudanganywa na wengine na kuamini? Wao hawana akili au nini? Macho alijiuliza alipokumbuka hadithi aliyosimuliwa kuhusu madhehebu ya *cult* yanayoibuka. Mhubiri fulani alikuwa ametabiri kuisha kwa dunia. Akawaambia waumini wake wajiandae kunyakuliwa kwenda mbinguni. Wote wakajiweka tayari. Wakauza mali yao yote. Askofu wao alikuwa amewaandalia pasaka ya mwisho ya mkate na divai. Aliwaambia kuwa divai watainywa pamoja atakapowaambia wanywe. Wakafunga mlango na kutupa funguo. Walipokunywa wote waliaga dunia kwa kuwa alikuwa ameitia sumu.

Mhubiri mwingine naye alitabiri mwisho wa dunia. Akawafungia waumini ndani ya kanisa na kulichoma. Wote wakateketea. Macho, ingawa hakuwa mtu wa dini, hakudhani kama watu hawa wangeenda mbinguni. Walijiua bila kukumbuka kwamba kuua ni kufanya dhambi. Alicheka moyoni alipokumbuka mhubiri mwingine aliyetabiri kuwa angenyakuliwa na Mungu siku fulani. Akaandaliwa sherehe kubwa ya kumuaga. Ilipofika saa fulani bila kutumiwa gari la farasi alilokuwa akingoja, alipatwa na kiwewe. Akapanda juu ya mti. Akaongea kwa sauti kubwa akiwaambia watu wake kuwa wakati umefika wa kunyakuliwa. Wote wakasema amina. Jambo la kushangaza ni kwamba aliruka juu akidhani Mungu angemtumia mabawa. Badala ya kupaa alianguka kwa kishindo. Hakunyakuliwa wala hakufa. Alilazwa hospitalini kwa miezi kadhaa. Baadaye, akapona lakini hakuweza kutumia viungo mbalimbali vya mwili wake tena. Uti wake wa mgongo ulikuwa umeathiriwa vibaya. Akawa mlemavu. Pesa alizokuwa nazo alikuwa ametumia na shamba lake akauza. Akawa ombaomba. 'Nini kinaendelea duniani siku hizi au kweli mwisho wa dunia umefika?' Macho alijiuliza.

Baada ya muda usiokuwa mrefu, walikuwa kwenye hospitali kuu ya wilaya ya Pango. Inspekta aliongea na mlinzi na wakafunguliwa lango na kuingia kwenye mochari.

Sura ya Pili

Fadhila Kiambi alikuwa mtoto wa kwanza wa Daudi Fakari. Alizaliwa katika familia fukara. Wazazi wake walikuwa wakulima wenye shamba dogo. Walikuwa wakifanya kazi za kijungu jiko tu. Walichopata shambani mwao na katika kusaidia wengine kulima kiliishia vinywani. Kuzaliwa wa kwanza kulimfanya Fadhila kuwa kipenzi cha wazazi wake. Hata hivyo, hakupata kuengwaengwa na kudekezwa. Alipitia njia za chochoro. Akabanwa na kuta za ulitima usiokadirika. Akabanika.

Alipofikisha umri wa miaka sita hivi, alipelekwa kusomea shule ya msingi ya Kalamana. Siku hiyo Fadhila anaikumbuka kama jana. Ulikuwa mwezi wa Januari wakati shule husajili wanafunzi wapya. Babake alikuwa amemfahamisha kwamba ifikapo Januari angempeleka shuleni. Alikuwa ameweka akiba ya kiasi fulani cha pesa ili kumsajilisha na kumnunulia sare. Fadhila alingoja siku hiyo kwa hamu na ghamu. Hata baba yake alikuwa na furaha isiyomithilika kumpeleka mtoto wake wa kwanza shuleni.

Jioni ya Alhamisi moja, Fadhila aliambiwa na babake ajitayarishe kwa kuwa siku iliyofuata wangeenda mjini kununua sare ya shule. Ijumaa ilikuwa siku ya soko. Ilikuwa desturi kwa watu wengi kwenda mjini siku hiyo. Mkesha wa siku hiyo, Fadhila hakupata hata lepe la usingizi. Alikuwa akizinduka kila baada ya dakika kadhaa na kwenda dirishani kutazama kama kulikuwa na mwangaza. Usiku huo ulikuwa mrefu zaidi ya usiku mwingine wowote aliowahi kuupitia.

Hatimaye, asubuhi aliyoingoja kwa hamu na hamumu iliwadia. Ndio mwanzo Fadhila alikuwa

amechukuliwa na usingizi wa pono kulipokucha.
Alipozinduka na kuuona mwangaza, alishtuka huku
akifikiria babake alikosa kumwamsha na kwenda
zake mjini. Alikurupuka na kutimua mbio hadi
sebuleni. Hakumpata babake. Aliangua kilio kikali.
Mamake hakuwa na habari kuhusu kilichokuwa
kikimliza mwanawe. Fadhila alipomwambia
mamake sababu iliyomliza, mamake aliangua
kicheko kikubwa. Kuona hivyo, Fadhila alizidisha
kilio. Alishtuka alipomuona babake akitoka
hamamuni huku amejifunga taulo. Alijipanguza
machozi kwa viganja vya mikono yake.

Matayarisho hayakuchukua muda. Mtoto na
babake walitembea kwa dakika kumi hivi na kufika
kwenye barabara kuu hadi mahali pa kuabiri
matwana. Mara gari aina ya *nisani* liliwasili na
wote wakajitoma ndani. Babake alichagua kiti
cha nyuma. Akaketi na kumpa nafasi Fadhila
ambaye utingo alipaza sauti akisema kuwa
alipaswa kushikwa. Fakari alikataa na kusema
kuwa angemlipia. Utingo hakuwasumbua tena.
Waliendelea na safari.

Fadhila alishangazwa na wingi wa nyumba,
magari na watu kwenye mji wa Pango.
Waliposhushwa kwenye stani ya soko, walitembea
hadi kwenye duka la sare lililoitwa 'Duka la
Nguo'. Nguo kule dukani zilikuwa ghali mno hivyo
wakaondoka. Walizunguka hapa na pale na kuulizia
kwenye maduka mengine bila kufanikiwa kupata
zile za bei waliyoimudu. Walizunguka hadi nguvu
zikawaisha. Fakari alipoona kuwa hangeweza
kununua nguo za dukani, aliamua kwenda
Cheteni aliposikia kulikuwa na nguo za bei rahisi.
Kule Cheteni kulikuwa na mabanda ya mitumba.
Milima ya nguo kuukuu ilisimama na wanunuzi

waliikoroga wakitafuta mavazi yaliyowafaa. Fakari
aliungana nao. Akavyoga tita moja baada ya jingine
mradi apate nguo iliyokaribia sare ya Fadhila.
Kwenye tita la mwisho, alifaulu kupata shati jeupe.
Fadhila alipolijaribu halikumkaa vizuri; lilimpwaya.
Hata hivyo, Fakiri alisema kuwa haidhuru. Shati
lilikuwa kubwa lakini mwanawe angeendelea
kukua. Akalipa shilingi hamsini, akafungiwa shati
kwa gazeti kuukuu.

Waliondoka hapo na kuanza kutafuta kaptura.
Kaptura ya kijani haikupatikana kwenye matita
ya mitumba. Fakari alipokaribia kukata tamaa,
alipata kibanda kilichokuwa na sare za shule
zilizotandazwa kwenye hema kubwa. Akazikagua
kwa macho yake. Akapata kaptura ya chanikiwiti
iliyomtosha mwanawe. Hata hivyo, bei haikuwa ile
ya mtumba. Alitoa shilingi mia moja na hamsini.
Pesa alizokuwa nazo Fakari hazingetosha kununua
viatu soksi na sweta. Alitosheka na kile alichopata.
Fadhila alipata shati na kaptura. Alinunuliwa
mkoba mdogo ulionakshiwa picha za vibonzo.

Siku hiyo Fadhila alipata nafasi ya kuingia
kwenye hoteli nzuri ajabu. Hoteli ya Kirungi
ilikuwa ya kupendeza sana. Ukutani palikuwa na
vioo vilivyoonesha vile watu walivyokuwa wakila
na kunywa. Babake Fadhila aliagizia ugali kwa
kitoweo cha nyama ya ng'ombe na sahani tupu.
Kisha akagawana chakula hicho mara mbili.
Kitoweo kilikuwa cha kabichi zenye vipande
kama vitano hivi vya nyama. Fakari aliziweka
kwenye sahani ya Fadhila. Fadhila alifurahi sana.
Alikuwa amebahatika kula nyama. Kule nyumbani
alizoea mahindi yaliyochanganywa na maharagwe
yaliyovamiwa na dumuzi. Yalipoiva, yalitiwa
chumvi nao wakayachota kwa viganja vyao vya
mkono. Walizoea kuakia punje chache kinywani.

15

Wakimaliza kutafuna na kumeza wanarusha nyingine. Walipomaliza chakula, Fadhila aliona kiu. Akamtazama mtoto aliyekuwa mkabala naye. Alikuwa akinywa sharubati. Machozi yakamlengalenga kwani naye alitaka anunuliwe kinywaji hiki. Licha ya babake kutokuwa na pesa za kutosha, aliagiza sharubati glasi moja. Fadhila aliinywa polepole. Baada ya muda usiokuwa mrefu, Fakari alipatiwa bili na mhudumu wa pale hotelini. Alinyanyukana kwenda kulipa. Aliichukua mikoba yao na wakatoka huku Fadhila akiwa na furaha kuu.

Jumatatu ilipofika, Fadhila aliamka mapema kama alivyoambiwa. Akaogeshwa na kutayarishwa barabara kuelekea shuleni. Licha ya shati lake kumpwaya, alikuwa nadhifu. Walistaftahi na hatimaye kuelekea shuleni akiandamana na babake. Kila mtoto mvulana alivaa sweta ya kijani, kaptula ya kijani, shati nyeupe, viatu vyeusi na soksi za kijivu. Fadhila hakuwa na sweta, viatu wala soksi. Hakujua ni kwa nini hadi alipokuwa mkubwa.

Walipofika shuleni, walienda moja kwa moja hadi ofisi ya mwalimu mkuu kujiandikisha. Baada ya kujiandikisha, Fadhila alipokelewa na mwalimu wa chekechea na kupelekwa kwenye darasa lake. Alikuwa mkubwa akilinganishwa na watoto wengine. Wanafunzi waliokuwa wadogo sana walikuwa wakilia kwa kuachwa na wazazi wao. Tofauti na hao watoto wengine, Fadhila alikuwa mkakamavu. Alivumilia hadi walipoenda nyumbani.

Masomo ya Fadhila kwenye shule ya msingi hayakuwa bila matatizo. Baba yake alianza kuugua. Kila mara alikuwa kiguu na njia kwenda hospitalini. Fadhila hakuathiriwa sana na uwele wa baba yake. Alikuwa mtoto mtiifu na mwenye nidhamu.

Hakuongoza kwenye darasa lao lakini matokeo yake hayakuwa mabaya. Hakurudia darasa hata moja. Alipata maki za kumwezesha kupandishwa hadi darasa jingine mwaka ulipoisha.

Alipohitimu darasa la nane, hakupata alama za kutosha kupata mwaliko kutoka shule za taifa wala zile za mkoa. Babake alimtafutia nafasi kwenye shule ya wilaya iliyokuwa karibu na nyumbani kwao. Hii ilikuwa shule ya mseto ya Someni. Alisoma kwa bidii akifahamu kuwa mchumia juani hulia kivulini.

Maisha kwa kawaida huwa na mengi yanayoridhisha nayasiyoridhisha. Matatizo hayakungojea Fadhila akamilishae masomo yake ya shule ya upili. Babake aliaga dunia. Wakati huo Fadhila alikuwa kwenye kidato cha kwanza. Ingawa baba yake alikuwa ameugua kwa muda mrefu, hakuna aliyetarajia kuwa angeaga dunia haraka hivyo. Kifo chake kilikuwa cha ghafla bin vuu.

Fakari alikuwa maskini hohehahe. Kwenye shamba lake la ekari moja, alikuwa amepanda maharagwe na mahindi ambayo alitarajia yangemsaidia kumlipia karo mwanawe. Mkewe Sabera hakuwa amezeeka sana. Alikuwa na watoto wengine wanne.

Fadhila alikuwa mtoto mtiifu. Hakuwahi kugombana na wazazi wake isipokuwa tu kwa ugomvi wa kawaida wa mtoto anayekua. Hata hivyo, wajomba wake walilalamika kila wakati kuwa alikuwa mtoto mtukutu.

Kulingana na mila na desturi za ukoo wao, Mzee Fakari alipozikwa, siku za kuomboleza zilitengwa. Zilipomalizika, kaka za marehemu wawili waligombania kumrithi mjane, mamake Fadhila. Kwa kuwa mzee, Fakari alikuwa wa pili kuzaliwa,

nduguye Kibe aliyekuwa kifunguamimba alimrithi
Sabera ambaye hangepinga lolote.

Fadhila alikuwa kizingiti. Alipinga vikali mamaye
kurithiwa. Lakini kwa kuwa alikuwa shuleni kwa
muda mrefu, hakuweza kufahamishwa yaliyokuwa
yakiendelea. Shule zilipofungwa, mamaye
alimwonesha babake mpya. Alipinga kwa moyo
wake wote. Alijaribu kuzua vurugu na kuwaalika
wazee kwenye mjadala huo lakini hakufua dafu.
Aliambiwa mwacha mila ni mtumwa. Vilevile,
alifahamishwa kuwa si jukumu la mtoto kuamua
atakayemwoa mamake. Alitulia alipoambiwa kuwa
kukataa kwake kungemwathiri vibaya kwa kuwa
hangepata wa kumlipia karo. Pesa za masurufu
pia zilihitajika. Aliambiwa kuwa babake mpya
angekidhi mahitaji yake yote zaidi ya alivyofanya
marehemu baba yake.

Fadhila alipenda masomo kama mboni ya
jicho lake. Alifahamu kuwa ndiyo yangemfungulia
maisha mema. Alielewa fika, yangekuwa msaada
katika mustakabali wake. Babake hakuwamo tena.
Naye mamake hakuyaelewa maisha kwa mawanda
makubwa. Alitamani kumaliza masomo ya shule ya
upili ili aweze kupambana na maisha alivyotaka.

Fadhila aliporudi shuleni, alipata tabasamu ya
ajabu. Alipatiwa karo, masurufu na mavazi mapya.
Maisha yake yalianza kuchukua mkondo mpya.
Babake mpya alikuwa na kipato na fedha kwake
hazikuwa hoja.

Furaha ya Fadhila haikumaliza mihula miwili.
Alipoingia katika kidato cha pili, hakupata wa
kumlipia karo. Mamake alimpa shilingi mia
mbili za masurufu alizopata kwa kuuza ndizi.
Alipomwendea babake wa kambo, alimwelezea
bayana kuwa masomo ya sekondari hayakuwa ya

lazima katika maisha ya mja. Alimwambia iwapo alipinga jambo hilo angeenda kaburini na kumfufua babake ambaye angekimbilia kumsomesha. Jambo hili lilimfanya apandwe na kiruu kama mwehu. Lilimkera si kidogo. Alikuwa anachungulia kutoweka ghafla kwa kile alichodhani kuwa kilikuwa aushi yake. Alijaribu alivyoweza kutulia bila mafanikio. Alijaribu kumbembeleza lakini yote yalianguka kwenye masikio yaliyotiwa nta.

Siku moja, ukweli ulitokeza dhahiri shahiri. Ukweli huu ulikuwa umemkwepa Fadhila kwa muda mrefu. Babake wa kambo kwa msaada wa mamaye alikuwa ametangazwa kuwa mrithi wa pekee wa marehemu. Alipoendelea kudadisi, aligundua kwamba cheti cha kumiliki ardhi kilikuwa kimebadilishwa jina. Alipigwa na butwaa si haba. Alilia kilio cha kukata tamaa. Alimaliza mwezi wa kwanza kule nyumbani akijihurumia. Hata hivyo, wazo likamjia alipokuwa kwenye biwi la simanzi. Maji yakimwagika hayazoleki. Aliamini kuwa mchota maji mtoni hafanyi hesabu ya vitoma viliyowahi kusombwa na maji. Aliinuka ghafla na kuelekea mahali ambapo miguu yake ingempeleka.

Alirudi shuleni na moja kwa moja kwenda katika ofisi ya mwalimu mkuu. Aligota kwenye mlango na karani akamkaribisha. Aliomba kumuona mwalimu mkuu. Hakuwa na mtu mwingine kwenye ofisi ya mwalimu mkuu na Fadhila alikaribishwa. Alimsimulia mwalimu mkuu masaibu yake kinagaubaga huku akizidiwa na kilio cha kwikwi. Aliyafuta machozi kwa kitambaa huku akimsimulia mwalimu mkuu kuhusu shida zake.

Mwalimu mkuu alinata kama gundi kwenye kiti chake. Akitega masikio yake ndi! Hakutaka kupitwa hata na kilio kilichotawala masimulizi. Alifahamu fika kuwa kilio ni dawa. Alipomaliza kumwanikia madhila yake mwalimu, Fadhila alitulia. Mwalimu mkuu alikuwa mtu mwenye huruma. Alimuahidi kufanya juu chini kuhakikisha ameendelea kuwa shuleni.

Baada ya siku chache, habari njema zilimfikia Fadhila. Mwalimu mkuu alimuita kwenye ofisi yake na kumfahamisha kuwa alikuwa amemtafutia mhisani. Angelipiwa karo yote naye angeshughulika na masurufu na pesa za kujiandikisha mtihani tu. Fadhila alifurahia si haba.

'Baba wa kambo si baba,' Fadhila aliamini hivyo. Kibe alipopata alichokuwa na haja nacho alimtesa Sabera, mamake Fadhila, kwa mateso yasiyomithilika. Sabera alikonda na kukondeana kama unyasi. Hakupata chakula cha kuwalisha watoto wake. Alibaki kulima vishamba vidogovidogo ili kukidhi mahitaji ya familia yake. Baadaye, Kibe aliviuza vishamba hivi kwa mnunuzi mmoja aliyeitwa Kioni na mnunuzi huyo kumfukuzilia Fadhila mbali.

Fadhila alikuwa ameungoja mtihani wa kidato cha nne kwa matumaini makubwa. Aliusomea kwa bidii huku akifahamu kuwa matokeo mema yangeufungua ukurasa mpya katika maisha yake. Alikuwa wa kwanza kuamka na wa mwisho kulala kwenye darasa lao. Hata hivyo, mikosi ilimwandama kokote alikoenda. Mamake aliaga dunia wiki mbili kabla ya mtihani wa kidato cha nne kuanza!

***

Mazishi ya Sabera yalikuwa kizungumkuti kwa Fadhila. Kibe na ndugu zake walikataa kata kata azikwe kwenye shamba lao. Walielewa kuwa angefanya hivyo, watoto wake wangedai sehemu ya ardhi alimozikwa. Wazee wa kijiji waliingilia bila mafanikio. Aliyenunua shamba lao aliona huruma na kuwapatia sehemu ya kuchimba kaburi la mama yao. Hapakuwa na nafasi ya kujenga hata kibanda kidogo.

***

Alipomaliza masomo yake ya shule ya sekondari, Fadhila alishika kiguu na njia hadi kwa mjombaye aliyeishi mjini Pango. Aliishi hapo kwa mwezi mmoja tu. Katika kipindi hiki cha mwezi mmoja, Fadhila hakupata matatizo yoyote. Alipata chakula na mahali pa kulala. Hata hivyo, aliona si vyema aendelee kuishi raha mustarehe huku ndugu zake wakiteseka pale nyumbani. Alirejea nyumbani kuwatafuta. Alipotazama kila mahali hakuona chochote. Kibanda chao walichojenga kando ya barabara kilikuwa kimebomolewa na mbao zilizokijenga kufanywa kuni. Hata maua ya kaburi la mamake hakuyaona wala kuweza kujua kaburi hilo lilikuwa wapi. Alipouliza kwa mwenye shamba aliambiwa kuwa Kibe, babake wa Kambo alikuwa amebomoa kibanda hicho. Masomo ya nduguze yalikuwa yamefika kikomo. Dadake aliajiriwa mjini Pango kuwa mhudumu wa nyumbani nao ndugu zake wawili walikuwa wamejiunga na vijana wa mitaani mjini Pango.

Fadhila alirudi Pango kuwatafuta nduguze. Alifaulu kuwapata wakiwa salama salimini. Alijaribu kuwashawishi kurudi nyumbani nao wakakataa. Walimwambia kuwa walitoroka baba yao wa kambo kwa kuwa walikuwa watumwa. Chakula kilipatikana kwa shida. Walisema kuwa ni heri kuishi barabarani kwa kuwa walikuwa wakipata chakula bila shida ingawa walikipata kwenye mapipa ya taka.

Aliposhindwa kuwashawishi, Fadhila alisita kurudi kwa mjomba. Alimtembelea kijana mmoja aliyekuwa akisoma naye katika shule ya upili, aliitwa Mose. Alimpata kwenye duka lao la jumla mjini Pango.

Mose alipomuona alijawa na furaha kuu. Alimkaribisha kwa mikono miwili na kumshawishi aishi naye kwa siku kadhaa. Fadhila alikubali. Kuishi kwenye nyumba ya kina Mose kulileta baraka kwake.

Kibori, babake Mose alikuwa mfanyabiashara maarufu mjini Pango. Alikuwa na maduka kadhaa ya bidhaa mseto na magari ya daladala. Mose alikuwa mmoja wa mameneja wa kazi za babake. Licha ya kuzaliwa kwenye familia tajiri, alikuwa kijana mwadilifu na mwenye unyenyekevu wa hali ya juu. Alijiepusha na mambo ya anasa za dunia. Alizoeana na Fadhila na kuwa sahibu wake dhati. Mose hakufurahia shida za Fadhila. Alimhurumia kama ndugu yake na kumwelezea babake. Kibori alikubali kumwajiri Fadhila kuwa mhudumu kwenye duka moja lililoitwa *Travellers Wholesalers*. Kazi ya kuuza dukani haikuwa ngumu kwake Fadhila. Alihitajika kupima sukari, mchele, kupakia na kupakua mizigo kwenye magari ya kusafirisha. Alifanya kazi kwa uaminifu mkubwa. Aliwapenda wote waliofanya naye kazi. Kibori alipendezwa sana na kazi ya Fadhila na kumfanya msimamizi wa wafanyakazi wengine.

Fadhila alifanya kazi kwenye duka la *Travellers* kwa takriban miezi mitano. Wakati huo wote alikuwa mshirika wa Kanisa la Maji. Pasta wa kanisa hilo alitambua vipawa adimu vya kijana yule. Alikuwa stadi wa kuimba, kucheza vyombo vya muziki kama vile *kiibodi* na gitaa. Alifahamu mambo ya kuunganisha vyombo vya kielektroniki.

Mambo haya hakufunzwa na mtu yeyote. Alipokuwa shuleni, alikuwa fundi wa saa na redio. Alikuwa akijipatia hela za masurufu kwa kukarabati saa za wanafunzi wenzake. Alipojiunga na Kanisa la Maji, aligundua kwamba hakukuwa na fundi wa kuunganisha vyombo vya sauti na muziki. Alijitolea kufanya kazi hiyo bila malipo. Aidha, alichaguliwa kuwa mwalimu wa kwaya kuu ya kanisa.

Mchungaji wa Kanisa la Maji Pasta Muthee alimwomba Kibori kumruhusu Fadhila kufanya kazi kwenye kanisa hilo. Walizungumza kwa mapana na marefu juu ya shida za kanisa hilo. Kibori alikubali bila pingamizi. Alimkubalia Fadhila kuwa mratibu wa mipango ya kanisa na mhifadhi vyombo vya muziki.

Baada ya muda wa mwaka mmoja, jambo la ajabu lilitendeka. Askofu kutoka ng'ambo, Tito Kanani, alialikwa kwenye mikutano ya Injili na Pasta Muthee. Askofu Tito alifurahishwa sana na mipango na utendakazi wa Fadhila. Alimuomba Askofu Muthee kumruhusu Fadhila kusafiri hadi ng'ambo ili kupokea masomo ya juu. Hakukataa. Muthee alimheshimu na kumwamini sana Fadhila. Alimlipia tikiti ya ndege kwenda ng'ambo naye Askofu Tito Kanani akajitolea kugharamia masomo yake ya upasta.

Siku ya kuondoka kwa Fadhila ilipowadia, Kanisa la Maji lilimchangia pesa za masurufu. Viongozi walimsindikiza hadi kwenye uwanja wa ndege mjini Bandarini.

***

Fadhila alisoma kwa bidii huko ng'ambo na kuhitimu kwa maki za juu zaidi.

Sura ya Tatu

Fadhila alipowasili kutoka ng'ambo alilakiwa kwa taadhima kubwa. Askofu Muthee wa Kanisa la Maji alikuwa kwenye uwanja wa ndege pamoja na Kibori ambaye alitoa gari la usafiri. Ndege ya shirika la Paa aliyounganishia Dubai ilitua kwenye uwanja wa ndege saa mbili unusu usiku. Upepo ulikuwa umetulia tuli na mawingu kutanda. Mvua ya rasharasha ilikuwa ikinyesha.

Askofu na wafuasi wake walisimama mahali rasmi pa kuwangojea wasafiri. Mahali penyewe palikuwa pameezekwa kwa mabati magumu. Taa za umeme zilimetameta na kumulikia watu. Mara msafara wa watu waliotoka kwenye ndege ya *Paa 599* ulipita mahali askofu na waumini walipokuwa. Weusi kwa weupe, warefu kwa wafupi, watoto kwa wazima, na wanaume kwa wanawake. Watu walisema ndege ya *Paa* ingeweza kubeba abiria zaidi ya mia sita.

Fadhila alikuwa mwangalifu kabisa kuwatafuta waliokuwa wakimngoja. Walikuwa wamewasiliana na askofu kwa simu na alimtarajia. Hata hivyo, hakuweza kuwasiliana na mtu yeyote kule nyumbani. Hakuwa akimtarajia yeyote kutoka nyumbani kuja kumlaki. Alipoangaza macho hapa na pale, alimuona Askofu Muthee. Akamkimbilia.

"Lo! Pasta Yesu asifiwe!" alipaaza sauti.

"Asifiwe sana!" Muthee alijibu huku akimkumbatia.

"Ng'ambo kulikufaa kweli. Angalia vile umebadilika. Hukutatizwa na masomo, yaonekana," Askofu alitania.

"Ni neema ya Mungu Pasta," Fadhila alijibu huku akitabasamu.

"Karibu nyumbani ndugu yangu," Askofu alimkaribisha.

"Asante sana kwa kuja. Nilikuwa na wasiwasi. Nilikuwa nikijiuliza ningefanyaje ningekosa watu wa nyumbani," Fadhila alisema huku akimkumbatia Kibori.

"Usiwe na wasiwasi. Sisi ndio watu. Hatuwezi kukuacha peke yako. Asiye na wake ana Mungu. Mungu naye hamtupi mja wake!" wote walicheka.

"Kukoje huko ng'ambo?" Muthee aliuliza.

"Kwema. Angaa nikupokeze salamu za Pasta Tito Kanani. Alisema akipata nafasi atatembelea," Fadhila alijibu.

Wote walipanda kwenye gari la Kibori na kuelekea kwenye hoteli ili kujipatia kilalio. Saa tatu hivi, walikuwa tayari kuelekea mjini Pango.

Saa kumi na mbili asubuhi, Toyota ya Kiburi iliwasili mjini Pango. Ilisimama nyumbani kwa Kibori ili waliokuwemo waweze kulala angaa kwa saa moja. Iliwapasa pia kuoga ili kuwa tayari kuhudhuria sherehe ya kumkaribisha na kumtawaza Fadhila.

Katika Kanisa la Maji, mambo mengi yalikuwa yamebadilika tangu Fadhila aende ng'ambo. Pasta Muthee ambaye alikuwa mchungaji wa kanisa hilo alikuwa amepandishwa cheo na kuwa askofu. Alihamishwa hadi makao makuu ya kanisa naye Pasta Minala akachukua nafasi yake.

Askofu Muthee alikuwa amemwandalia Fadhila dhifa ya tembo kumla mwanawe. Alifahamu kuwa hawakuhudhuria mahafali yake kule ng'ambo. Kwa hivyo lingekuwa jambo la busara kumfanyia sherehe ambayo ingekuwa ya kumlaki na pia kufurahia kufuzu kwake kwa shahada ya Elimu ya Dini kutoka ng'ambo. Kwa hivyo, walimuomba kuvaa gauni lake la chuo kikuu.

Saa nane vyombo vya muziki na spika vilikuwa vimewekwa tayari nje ya kanisa. Waimbaji walianza kukusanyika na kujaribu miondoko yao polepole. Waumini walianza kumiminika uwanjani wakijitafutia mahali pa kukaa.

Minala, Pasta mpya wa Kanisa la Maji, ndiye aliyekuwa mwalishi wa sherehe hiyo. Wengi walimfahamu Minala kama mhubiri wa kisasa. Alikuwa mrefu kiasi yapata futi tano nukta kumi. Alikuwa na weusi usiokolea na misuli iliyotutumka kama ya mnyanyua vyuma. Aidha, alikuwa na kifua kipana. Minala alikata nywele kwa staili ya denge. Nywele zikaundwa zikawa za mche mraba. Akanyoa sharafa na ndevu na kuacha mstari uliozunguka na kushikana na masharubu ukafanya ruwaza iliyoonekana kama miwani ya mdomo. Alipokuwa mapumzikoni, ungemkuta kaungana na vijana mitaani. Amevaa *fulana* na dangirizi lililompwaya. Miguuni alivaa viatu vyeupe vya spoti na kutembea kwa mwendo wa mzofafa huku mikufu imejaa shingoni na pete vidoleni. Vijana kule mitaani walimwita *Pasta Bling Bling*. Usidhani kwamba alikuwa kijana vile. Alikuwa na umri wa miaka arubaini na kitu hivi.

Minala alikuwa kinyonga. Usidhani alivyovaa mitaani ndivyo alivyovaa mimbarini. La hasha! Wakati huo alikuwa shababi nadhifu. Alivaa suti nyeupe, shati nyeusi na tai nyekundu. Si wakati wote alivaa shati na tai. Wakati mwingine alivaa fulana nyeusi ya *full-neck*. Miguuni akavaa *shapu-shuta* nyeupe kama pamba. Shingoni palikuwa na ushanga wa dhahabu wenye msalaba. Vidoleni hapakukosa pete tatu au nne, zote za dhahabu. Mikononi alizoea kushika kitambaa cheupe ambacho angetumia kujifuta jasho. Watu walisema weupe ni uongofu. Ukosefu wa dhambi. Pamwe na kuwa na madoido na hanja nyingi mimbarini alikuwa akihubiri kwa Kiingereza na alihitaji mkalimani wa Kiswahili. Kiingereza chake hakikuwa cha huko Pango, kilikuwa na lafudhi nzito ya Kimarekani. Alichukua maikrofoni na mkutano ukaanza kwa sala. Waimbaji walipanda jukwaani na vibao motomoto vikahanikiza hewa.

Saa tisa kamili, shangingi la *Prado* ya buluu iliyokolea likaingia uwanjani kwa mwendo wa polepole na kusimama karibu na jukwaa. Dereva akatoka na kuufungua mlango wa nyuma upande wa kushoto. Kijana mrefu mweusi akatoka polepole. Upara wake ulioanza kuonesha ukaakisi mwangaza wa jua na kumetameta metumetu. Alikuwa amevaa gauni lake jeusi la mahafali. Kitambaa chekundu cha shingoni na viatu vyeusi. Umati ulisimama na kumshangilia kwa vifijo na nderemo. Alisindikizwa jukwaani na Pasta Minala. Kwenye upande ule mwingine wa jukwaa Askofu Muthee alipanda huku ameshikilia Biblia yenye jalada jeusi na kofia ya mahafali kwenye mkono mwingine. Alipofika kwenye jukwaa, Fadhila alipiga magoti na umati ukatulia tuli kama maji kwenye mtungi. Askofu Muthee alisoma kifungu fulani cha Bibilia, akachukua kofia ile na kumvisha Fadhila. Umati ulishangilia kwa furaha. Askofu alimwekelea mkono kichwani na kumwombea. Alisomewa kiapo cha kumtumikia Mungu. Akaitikia alivyoambiwa.

Fadhila aliketi kwenye jukwaa na mahubiri kuanza. Askofu Muthee ndiye aliyehubiri. Baada ya mahubiri, sadaka zilitolewa na baadaye ukafika wakati wa kumbariki mtumishi mpya wa Mungu - Fadhila Fakari.

Wacha zawadi zitolewe! Wapo watu waliokuwa na mabahasha yenye pesa. Wengine wakampatia vitanda, blanketi, godoro, kabati, mitungi ya gesi na vifaa vingine vya jikoni. Zawadi alizopatiwa zingemwezesha kuanza maisha ya kujitegemea mara moja. Kabla ya siku hiyo, Fadhila hakuwa na chochote ila vitabu kadhaa, Bibilia na cheti chake cha shahada ya maswala ya dini kutoka chuo kikuu kule ng'ambo. Sasa amepigwa jeki na kuwa mtu anayeweza kujitegemea.

Siku hiyo, Fadhila alitangazwa kuwa pasta msaidizi wa Kanisa la Maji mjini Pango. Alipatiwa nafasi kutoa shukrani zake kwa yote ambayo Mungu alikuwa amemtendea. Hakika, alikuwa na shukrani sufufu. Kwanza alijaribisha gitaa la solo na kuhakikisha sauti yake ilikuwa sawa. Alianza kwa wimbo, "Hapo nimefika ni Ebeneza," huku akipiga gitaa la solo na bendi ya kanisa kuitikia kwa midundo na midundiko.

***

Maisha yake ya utotoni yaligubikwa kwenye giza totoro. Baba yake hakuwa mzima wa afya. Senene za magonjwa zilimsumbua kwa muda mrefu. Fadhila hakuweza kuhesabu ni mara ngapi baba yake alikuwa amelazwa hospitalini. Si kisukari, si shinikizo la damu, si malaria na magonjwa mengine ambayo Fadhila hakuyajua. Kipato chake cha ulitima hakikumwezesha kuikimu aila yake barabara. Aliachwa kuwa ombaomba ili kulipa adaza hospitali. Nyumba yao ya udongo iliyoezekwa kwa mabati ya mikebe ilikuwa ikibomoka kila mara. Wakati mwingine vifusi vilimwangukia Fadhila kitandani na kumwacha ameumia. Vumbi la vifusi vile halikuyahurumia macho yake.

Funza walikuwa wamejenga vibanda kwenye miguu yake na wakati mwingine chini ya kucha za mikono yake. Athari iliyoachwa ni kucha ngumu kama jiwe. Vidole vyenyewe vilivimba kuchani na kuonekana kama virungu. Kibarua alichopata ni kuzikata zilipokua na kuzidi kiasi. Hakuna wembe ulioweza kuzikata. Kisu nacho hakikuweza. Alizikata kwa nchani ili kupunguza urefu wake. Alitumia tupa kuondoa maganda yake na kuzifanya kuwa laini. Walimu wake katika shule ya msingi walimuhurumia sana. Hata hivyo, hawakuwa na la kufanya.

Mwalimu Jefa alikuwa mkali sana. Alikuwa akifuatilia sana usafi wa wanafunzi. Huenda alifanya hivyo kwa hiari yake au ilikuwa ni kulingana na cheo chake cha naibu wa mwalimu mkuu. Aliwakalisha chini wanafunzi wenye funza na kuwapanga kwa mlolongo. Aliwalazimisha kuzitoa wakitumia miiba au pini. Baada ya kuhakikisha wamezitoa, aliwaambia watumbuzike miguu yao kwenye maji yaliyotiwa dawa. Maji haya yalitiwa maji ya tunda fulani. Wanafunzi walihisi uchungu usiomithilika. Wakati mwingine aliamuru kuoshwa hadharani kwa wanafunzi waliokuwa wachafu. Si mara moja Fadhila kujipata kafedheheshwa mbele ya wanafunzi wenzake. Yalikuwa mazoea hadi akawa haogopi tena kuchekwa.

Fadhila alikuwa mfadhili wa dhati. Aliwafadhili viroboto, chawa na kunguni. Akawahifadhi kwenye mavazi yake. Mara nyingi, hangeweza kuwa makini darasani. Mawazo na macho yake ya ndani yalitekwa na utamu wa mwasho wa mirija ya wadudu hawa. Akakonda kama ng'onda. Wadudu hawakutambua ukarimu wake. Hawakusaza damu yake. Waliifyonza kwa hasira. Akajikuna kila mahali kwenye mwili wake.

Wanafunzi ni wabunifu wa ajabu. Walifanyia stihizai maumbile ya fadhila na tabia yake ya kujikunakuna. Wakampachika lakabu *Marungu Mpiga Gitaa*. Mara kwa mara, wavulana wa darasa lao walipokuwa wakicheza kandanda, yeye hakuweza kuungana nao.Aliogopa kukanyagwa. Alikuwa akiwashabikia tu. Mara utamuona amesahau kuwa alikuwa akiutazama mchezo. Akasimama na kupenyezea mkono wake kwenye kaptula yake. Akafunga macho na kuupinda mdomo. Akajikuna kwa nguvu. Wanafunzi waliokuwa wakimwangalia wakaangua kicheko hadi kulia machozi. Wanafunzi wengine wenye kimbelembele walimwendea na kumtania, "Marungu, tupigie gitaa!"

Aliwakimbiza kwa hasira huku akichechemea. Nyayo zake zikiandika herufi "v" kwa vile alivyopinda miguu asikanyage palipomuuma. Hakuwa na kasi. Lakini angekuzaba makofi ungenuka harufu ya funza siku nzima. Alipofika darasa la nane alianza kujinadhifisha. Wadudu wakatoweka na nguo zake kuwa safi.

Kifo huwa hakina huruma. Kifo cha Fakari hakikumhurumia Fadhila hata kidogo. Kilimhuzunisha sana. Alikuwa akimpenda baba yake kwa dhati. Alikuwa mtu mwema na mwenye roho ya utu. Hata wakati walipokosana naye, Fadhila alikuja kugundua kuwa ni yeye aliyemkosea. Fadhila aligundua kuwa babake alikuwa akijali maslahi yake kila wakati. Alikuja kufahamu kuwa watoto huwa hawaelewi kilicho muhimu kwao. Wao hufanya jambo tu bila kufahamu madhara yake. Majuto nayo ni mjukuu huja kinyume.

Fadhila aliona kuwa hata Mungu hushangazwa na maamuzi ya watu. Kuna mtu atachagua kujitoa uhai. Mwingine akachagua kula kitu kinachoidhuru afya yake. Mwishowe aliyechagua maangamizi akajipata taabani na aliyechagua njia ya uongofu akafurahia matunda yake. Fadhila aliduwaa kuwa kuna dhambi za kutenda na nyingine za kutotenda. Hizo zote alikuwa akimfanyia baba yake. Kuna wakati alitumwa kufanya jambo na kukosa kufanya. Wakati mwingine alijipata ameiba asali ya baba yake na kuilamba. Baadaye, aligunduliwa bila kutarajia. Haya yote hayakuwa madhambi makubwa. Ilikuwa kawaida ya mtoto anayekua.

Fakari alikuwa akiugua kwa muda mrefu. Hata hivyo, akiwa amelazwa kwenye hospitali ya Pango, alijihisi kuuzoea ugonjwa akaonekana kuwa mzima. Hata hivyo, alifahamu kuwa alikuwa amezidiwa kabisa na ugonjwa. Akaona akichungulia kaburi. Fadhila alipomtembelea aliketi kwenye kitanda chake. Akamuita kwa sauti hafifu. Akamshika mkono. Akauleta karibu na mdomo wake. Akatema mate kwenye kiganja chake. Akamwambia hakuwa na mali ya kumwachia. Aliutia mkono wake chini ya mto. Akatoa Bibilia ndogo ya Agano Jipya akaitemea mate. Akaiinua juu ya macho yake. Akaitazama. Akaitemea mate mara ya pili.

"Chukua hii mwanangu. Chukua. Sina kingine cha kukupatia. Mungu akulinde na kukuongoza popote utakapoenda. Sitakuwapo tena kukulinda. Naenda zangu kupumzika. Bibilia iwe ngao yako," Fakari alinena huku akimkabidhi Fadhila Bibilia. Fadhila akaichukua machozi yakimtoka kama maji mferejini.

Fadhila anaikumbuka siku hiyo hadi wa leo. Haijawahi kufutika kwenye mawazo yake. Aliamini kila neno aliloambiwa. Alikuwa mtu wa imani. Aliamini kuwa imani ni kuwa kipofu. Ukayafumba macho ya mwili. Macho yanayoona mambo yanayowezekana na yale yasiyowezekana. Ukayafumbua macho ya kiroho. Ukafahamu kuwa yote yanawezekana.

Daima, wajibu mkuu wa mwanadamu huwa ni kuzumbua riziki. Walisema kuwa riziki haivutwi na kamba. Licha ya usemi kuwa watu wasijisumbue watakachokula na kunywa, waja huwa hawakosi kujisumbua. Wengine wanapokosa watakacho, hujipata wakitumia njia za mkato ili kutia chakula mdomoni. Ufisadi, wizi, uzinzi ni maovu yanayosababishwa na mja kutumia njia ya mkato. Si jambo rahisi kupata riziki. Binadamu hujitahidi na wakati mwingine jitihada isiweze kuondoa kudura. Fadhila hakuwa mzembe. Ingawa aliachwa na mzazi wake wakati alipokuwa akimhitaji zaidi, hakufa moyo. Alifahamu fika kuwa akifa moyo maisha hayatasazwa. Alipokuwa angali katika shule ya upili, hakujua afanyeje ili aweze kukamilisha masomo yake. Alihuzunika si haba.

Alikumbuka kuwa alitaka kuwa rubani tangu utotoni mwake. Hiyo ndiyo iliyokuwa ndoto yake. Hakudhani kama ndoto za utotoni hutimia.

Katika shule ya msingi na ya upili walimu walijikaza kuwadadisi wanafunzi wangetaka kuwa nini katika aushi yao. Fadhila alikumbuka vile walikuwa wakiimba kama wimbo. Hata hivyo, siku zilivyozidi kusonga, wanafunzi walizidi kukaidi mkondo wa ndoto zao. Kila mwaka mwanafunzi fulani alishindwa kuendelea na masomo. Jambo hili lilisababishwa na mwanafunzi mwenyewe au mazingira alimokuwa. Wanafunzi wengine pamoja na walimu walimngoja wasimpate tena. Daktari alikuwa ameaga ndoto yake. Kufikia mtihani wa darasa la nane, wanafunzi wengi walishindwa kutimiza alama za kuwawezesha kujiunga na shule za upili.

Katika shule ya upili, darasa la akina Fadhila halikuwa na mwanafunzi aliyefuzu kujiunga na chuo kikuu. Ndoto za wengi zikaambulia patupu.

Fadhila aliamini kuwa vijana hupanga mikakati isiyofaa ya mstakabali wao. Kwa nini mwanafunzi asijidadisi vya kutosha na kupata ushauri kutoka kwa walimu na wataalamu mbalimbali? Kwa nini aachiwe jukumu la kujiamulia mambo bila ushauri? Kwa nini mustakabali wa mtu usifungamanishwe na vipawa vyake? Kwa nini wanafunzi wasijue mapema wana uwezo wa kufanya nini? Haya ndiyo maswali ambayo Fadhila alikuwa akijiuliza. Hata hivyo, aliona kuwa maisha yalikuwa yameweka wavu katika kila hatua. Wavu ambao si wengi wangeweza kuupenya. Yule mwenye mwili mwembamba na mwenye ujuzi angepita na kuwaacha wengine. Wajanja nao wakatafuta mbinu za kutoboa mashimo. Wanaoshindwa kijitoa kwenye wavu, hiyo ikawa hatima ya safari zao. 'Kumbe wavu wa maisha ni chungio?' Fadhila alishangaa.

Mara kwa mara Fadhila aliota ndoto za ajabu. Siku moja alijiona akiwa kwenye mtumbwi. Mtumbwi wenyewe uliendeshwa polepole. Ndani mlikuwa na abiria wanne. Wote walikuwa vijana wavulana. Fadhila, Mose, Mandi na Fafa. Wote walikuwa wakipiga makasia. Ulikuwa usiku wa manane na usingizi ulikuwa umeanza kuwanyemelea. Walikuwa wamechoka wakitafuta samaki baharini. Hawakupata chochote. Walikuwa wamekata tamaa na kuanza kurudi kwenye ufuo wa bahari.

Ghafla, mwangaza wa kurunzi ukang'aa mbele ya macho yao. Fakari, baba yake Fadhila, akatokea.

Wote walipigwa na butwaa. Fakari alikuwa ameaga dunia kitambo anatokea vipi? Wote walijawa na woga usiomithilika. Fadhila karibu ajitose majini.

"Tulieni vijana. Msiwe na hofu. Hata kama mimi ni marehemu, siku itafika wakati wafu watafufuliwa. Mimi huwa naona vile mnavyofanya na hushangaa ni kwa nini nyinyi hamtumii akili. Mungu amenituma ili niwaeleze kuwa mstahimilivu hula mbivu. Msife moyo. Tupeni wavu wenu kwa mara ya mwisho na mtapata samaki. Tupeni upande wenu wa kulia," Fakari alishauri.

Fadhila na wenzake walifanya vile walivyoagizwa, japo kwa woga mkuu. Wakavuta wavu wao kwa nguvu bila mafanikio kwani ulikuwa mzito ajabu kana kwamba ulikuwa umebeba mwamba. Mwangaza uliowamulikia ulipotea ghafla. Babake Fadhila hawakumuona tena. Alikuwa ametoweka. Baada ya dakika kadhaa, walifaulu kuvuta wavu na kuubwaga ndani ya mtumbwi. Walishangilia kwa vifijo na nderemo kuvua samaki mkubwa ajabu. Wakaondoa wavu. Hawakuamini walichokiona. Lilikuwa sanduku kuukuu wala samaki hakuwa. Waliendelea na kukata tamaa. "Tunajitahidi hivi na badala ya kupata samaki tunapata sanduku kuukuu?" Mose aliwauliza wenzake kwa mshangao. Sanduku lenyewe lilikuwa zito kama nanga. Ingawa lilikuwa limeshika kutu kufuli lake lilikuwa imara mahali pake.

"Tuvunje tuone ni nini kiko ndani," Fadhila aliwaambia wenzake.

"Tutose baharini. Hii ni siku ya mkosi," Mose akasema.

Fadhila alichukua nyundo. Akakigonga kitasa kwa nguvu zake zote. Akakigonga tena na tena. Mara ya nne kufuli liliachilia na sanduku likafunguka. Amini usiamini kilichokuwa ndani. Wote waliangema. Vilikuwa vito vya dhahabu tupu. Walipoona ni dhahabu, kila mmoja alikuwa na mapendekezo kuhusu watakavyoifanyia. Kila mmoja alitaka kujiwekea yake. Mapigano yakazuka. Wakang'ang'ania vile vito vya dhahabu huku kila mmoja akitaka kuzoa vingi zaidi. Fadhila alichukua sanduku nzima akasimama nalo. Wengine kuona hivyo, walimpiga mweleka. Fadhila na sanduku lake ndiye huyo. Akatumbukia baharini chubwi! Alijikaza kuogelea huku amelishika sanduku. Akaita hadi sauti ikamkauka. Hakutaka kuliachilia sanduku. Akaendelea kuogelea. Akaogelea. Ghafla Fadhila akazinduka usingizini na kugundua ilikuwa ni ndoto.

Sura ya Nne

Hatimaye, hayawihayawi yakawa. Fadhila alifanikiwa kuwa na kazi. Aliteuliwa na Mungu kuwa mchungaji wa Kanisa la Miujiza. Kanisa hili lilikuwa na makao makuu mjini Pango. Lilikuwa lake yeye mwenyewe. Alilianzisha yeye. Mahasidi walingojea lifilisike bila mafanikio. Alikuwa mchungaji mwadilifu aliyetumia pesa ipasavyo. Vilevile, alikuwa akipata masomo ya dini na fedha ili asiachwe nyuma dunia inapopiga hatua mbele. Masomo ya fedha na sayansi ya tarakilishi huitajika na mwanabiashara yeyote.

Fadhila alikuwa muumini wa Kanisa la Maji kabla ya kwenda ng'ambo kwa masomo ya juu. Akiwa ng'ambo, alikutana na wahubiri wengi wanaosifika duniani. Mmoja wa wahubiri hawa alikuwa Tito Kanani aliyekuwa na kanisa kubwa kwenye mji wa Pato. Watu wa ng'ambo walikuwa wakarimu kwake na alitamani kuwa angekaa huko miaka mingi. Hata hivyo, kibali chake kilikuwa cha miaka mitatu. Kwa hivyo ilimbidi arudi nchini baada ya kumaliza masomo yake.

Vipawa alivyokuwa navyo Fadhila ni vingi. Aliweza kuongoza katika uimbaji, kuhubiri na kupiga gitaa na kucheza kiibodi.

Ingawa hakuwa na kimbelembele, Fadhila alimvutia sana Tito Kanani na usuhuba ukazuka. Kanani alikuwa mtu mkarimu na mwenye utajiri mkubwa. Kanisa lake huko ng'ambo lilikuwa na washirika zaidi ya elfu tatu. Alikuwa na vipindi vya redio, runinga za kimataifa na tovuti iliyopendwa sana.

Kanisa lake liliitwa Kanisa la Ulimwengu, mjini Pato. Lilikuwa jengo kubwa sana lililonakshiwa kifahari. Kulikuwa na kamera za video kila sehemu ya jengo hilo. Video zilizopigwa za matukio mbalimbali na mahubiri kwenye ibada zilikuwa tayari kwa aliyetaka kununua mwishoni mwa ibada. Kulikuwa na studio ya waunganishaji picha na wahariri wa video waliofanya kazi hiyo. Pamoja na kuwa na vipindi kwenye idhaa za taifa, Mchungaji Kanani alikuwa na kituo cha redio ya kibinafsi kilichokuwa kikipeperusha matangazo na mahubiri katika masafa ya kilomita elfu mia moja mraba. Fadhila alipokuwa katika mwaka wake wa mwisho kwenye chuo cha Bibilia cha Pato, alipelekwa kwenye kanisa hilo kupata tajiriba ya maswala mbalimbali na maongozi ya kanisa. Miongoni mwa mambo aliyojifunza ni uhariri wa video na mahubiri kupitia redioni. Alihusika katika kupanga vyombo vya muziki na mahubiri na vilevile kucheza baadhi ya ala za muziki.

Alipowasili Pango, alikuwa na malengo mahususi ya kuwa na kanisa lililo na mpangilio kama hilo la Kanani. Hata hivyo, alifahamu kuwa uhaba wa fedha haungemwezesha kufikia hali hiyo. Alijifunza chochote alichoona kuwa muhimu kwake. Alikuwa mwenye bidii ya mchwa wanaojenga kingulima kwa mate. Aliamini kuwa talanta hufanyishwa kazi ili kuizalisha.

Alipokelewa kwa taadhima kuu na Kanisa la Maji ambalo ndilo lililomdhamini kwa nauli kwenda masomoni huko ng'ambo.

Kabla ya kwenda ng'ambo alikuwa kiongozi wa vijana katika wilaya ya Pango. Iliwabidi wasimamizi wa kanisa hilo kumpatia majukumu mapya baada ya yale aliyokuwa nayo kukabidhiwa wengine. Alikuwa na kisomo cha juu zaidi kati ya wasimamizi wote wa kanisa hilo. Alikuwa ametunukiwa shahada ya *Thiolojia*.

Alitumwa kuwa naibu wa Mchungaji wa Kanisa la Maji mjini Pango. Alihudumu chini ya Mchungaji Minala. Alikuwa anahusika na mipango ya semina, kesha, mikutano ya krusedi, mikutano ya chamcha na *kampu* za vijana, wanawake na wanaume.

Fadhila alipendwa sana na washirika wa kanisa la Pango. Aliwaongoza vijana kuunda kwaya kuu ya kanisa ambayo ilipata umaarufu kwa kurekodi nyimbo motomoto za Injili. Mmoja wa waimbaji maarufu alikuwa Haiba, msichana mwenye sauti ya ninga na miondoko ya tausi, nywele za singa na uzuri wa wajihi.

Unapoona kuwa mambo yote unayoyajaribu yanafaulu bila pingamizi, jua kuwa vipingamizi vimelundikwa ghalani. Vitakapoachiliwa, mshindo wa vyo haustahimiliki. Licha ya kupendwa na kila mtu, Fadhila alifahamu kuwa hakupendwa na Mchungaji wake mkuu. Alikuwa amesikia uvumi kuwa aliwaomba wasimamizi wakuu wa taifa kumhamisha. Hili lilitokea baada ya mkutano mkuu wa mwaka kusema wangetaka apewe nafasi zaidi ya kuwahubiria. Walionelea kuwa kisomo chake hakikuwa kinatumika vizuri akiwa naibu wa Mchungaji.

Jambo jingine ambalo lilizua mtafaruku ni shilingi elfu hamsini ambazo Fadhila alitumiwa na Mchungaji Tito Kanani kutoka ng'ambo ili kuimarisha uimbaji wa kwaya aliyoanzisha. Minala alipendekeza kuwa kwaya ilipaswa kutoa fungu la kumi kabla ya kutumia pesa hizo kwenye mradi wowote. Mapato yoyote ya mtu yalipaswa kuhesabiwa na fungu la kumi kupelekewa mchungaji. Kaizari alipasa kupatiwa kilicho chake naye Mungu kupatiwa haki yake. Jambo hili halikumfurahisha

39

Fadhila. Alikuwa amekusudia kununua gitaa la umeme na mikrofoni tatu zisizotumia nyaya katika utoaji wa sauti. Mchungaji mkuu alipoamrisha kupatiwa pesa zile, Fadhila alikaidi amri hiyo. Alimtuma Mose Vijiweni na kesho yake kwaya ilikuwa na gitaa la solo na mikrofoni tatu za kiunga mbali. Fadhila aliwaonesha waumini vifaa vile, pamoja na gharama yake na vilevile, aliwaeleza mahali pesa zilipotoka. Kanisa lilijawa na vifijo na nderemo kutoka kwa waumini.

Jambo jingine ambalo hakufurahia ni ile harambee ya vijana ambayo Meya Mhila alikuwa mgeni wa heshima. Zilichangwa shilingi nusu milioni. Mhila alitoa shilingi laki moja ingawa ilisemekana kuwa hawala yake haikuwa na pesa.

Fadhila alitaka vijana kufungua akaunti yao na kuzihifadhi pesa zao kabla ya kupanga jinsi ya kuzitumia. Naye Mchungaji Minala alipenda zihifadhiwe kwenye akaunti kuu ya kanisa. Kwa kuwa mwenye nguvu hupishwa, fungu la kumi alipatiwa Minala na pesa zilizobaki zikahifadhiwa kwenye akaunti kuu ya kanisa. Katika kudadisi, Fadhila alifahamishwa kuwa kulikuwa na mkutano usio wa kawaida wa wazee wa kanisa. Katika mkutano huo kila mzee alikuwa na matatizo yake yaliyohitaji utatuzi wa kifedha. Mmoja alisema mke wake alikuwa hospitalini na hakuwa na pesa. Akakopa shilingi elfu ishirini. Mwingine alisema kuwa mwanawe amepokea mwaliko wa kujiunga na chuo kikuu. Naye akakopa shilingi laki moja. Nikwambie nini? Wazee walikopa wakakopa. Hakuna senti iliyobaki na sidhani kama walilipa.

Alipopokea fununu hizo, Fadhila alihuzunika sana. Alitaka watosheleze mahitaji ya vijana kwanza. Hata hivyo, aliambiwa kuwa hakukuwa na tashwishi kwa kuwa pesa zilikuwa kwenye benki. Hata sasa waumini wanaamini kuwa pesa zao ziko kwenye benki.

Kulikuwa na mpango wa kuwatembelea washirika siku mbili kwa wiki. Siku ya Jumatano na Alhamisi. Jumatano moja Fadhila alipanga kutembea kwenye kitongoji duni cha Mjini. Jioni waliungana na Mose ili waende pamoja. Pindi walipofika Mjini, Mose alipigiwa simu na Pasta Minala. Akaambiwa arejee kanisani mara moja. Kulikuwa na jambo la dharura.

Fadhila alikuwa na tabia ya kusisitiza kufanya alivyopanga. Licha ya kuwa peke yake, hakuahirisha matembezi. Alipiga hodi kwa mwanamke mmoja ambaye alikuwa ameokoka majuzi. Alikuwa shangingi na aliuza pombe haramu hapo awali. Alikaribishwa vizuri na kuletewa chai. Walikunywa huku wakiongea. Tamara hakuwa msichana. Alikuwa wa umri wa makamo na hakuwa na mtoto. Hakuwa ameolewa na kama alikuwa kaolewa hakufahamu hivyo. Alifanya kazi mbalimbali ambazo alizijua yeye mwenyewe.

Fadhila alishtuka wakati alipoona mtazamo wa Tamara haukuwa ule wa kawaida. Alikuwa akitabasamu kila wakati na mtazamo wake ulikuwa wa pembeni. Alimkaribia Fadhila na kumtomasatomasa mapajani walipokuwa wakiongea. Ghafla, Tamara alimzungushia mkono mgongoni na kumwambia kuwa alikuwa akimpenda na angependa waoane. Fadhila alijitetea hadi mate yakamwisha kinywani. Alinukuu vifungu vya Bibilia bila mafanikio. Ndipo akakumbuka kifungu kimoja kilichosema, alipasa kutoroka dhambi. Alisimama na kuelekea mlangoni. Tamara aliruka na kukiziba kia cha mlango. Aliupiga unyende kama mtu aliyeumwa na siafu. Alirarua blauzi yake na kumkumbatia kasisi aliyekuwa akitetemeka kwa woga.

Kabla ya kuku kumeza punje ya mtama, watu kadhaa walikuwa wamekusanyika pale nje. Walipoamuru mlango ufunguliwe bila mafanikio, waliuvunja mlango na kuingia ndani. Walipigwa na bumbuazi walipomuona Tamara nusu uchi akigaagaa sakafuni kwa uchungu. Nguo zimeraruliwa. Meza na vitu vingine vilikuwa vimeangushwa na kutapakaa kila mahali. Fadhila alikuwa amejikunyata pembeni huku koti lake na tai vimening'inia baada ya kuraruliwa.

Fadhila alijitetea bila mafanikio. Alimlilia Mungu akachoka. Kifo kilikuwa kimemkodolea macho. Janibu zile zilikuwa zimejaa wakora na alifahamu wengi wa wale waliomzunguka hawakuwa na wema.

"Choma! Eti anasema yeye ni mchungaji. Wameharibu nchi hii kwa uchungaji wao. Mfunze adabu," mtu alisikika akisema. "Wacha aangukiwe na makofi na mateke." akaongeza mwingine. Fadhila alipiga unyende kwa uchungu.

'Mungu hufanya kazi kwa njia za ajabu,' Watu husema. Hivyo ndivyo alivyomwokoa Fadhila. Mtume wa Mungu alitumwa kwa njia ya miujiza. Akawasili huku akihema. Msamaria mwema alikuwa kampigia simu Mchungaji mkuu Minala. Alikuwa amesimama hapo tisti pamoja na wazee wawili wa kanisa. Walikazana kadri ya uwezo wao kuutuliza umati wa watu na wakakubali kumwacha Fadhila na kwenda zao. Hata hivyo, Tamara hakubembelezeka. Alikuwa na ukali kama wa simba. Alisema ni lazima apelekwe kwenye kituo cha askari ili aandikishe taarifa. Alikuwa akilia kwa maumivu. Mchungaji Minala aliomba wabaki chemba, yeye, wale wazee wawili, Tamara na Fadhila. Watu walisalimu amri na kuwaacha wachungaji na kondoo wao kutafuta suluhu.

Walipozungumza kwa kirefu, Tamara alikubali kutomshtaki Fadhila lakini kwa masharti. Alitaka alipwe ridhaa na kununuliwa nguo kwa shilingi elfu mia moja. Baada ya mazungumzo ya akina Minala na wazee wale wa kanisa, walikubali kumlipa shilingi elfu hamsini papo hapo na hizo nyingine angewasamehe. Pesa hizo walisema wangezikata kutoka kwenye mshahara wa Fadhila baadaye.

Fadhila alipinga kwa nguvu zake zote lakini akakumbuka ndimi za wahenga kuwa wengi wape. Walidhani baada ya kufanya hivyo aibu kwenye kanisa lao ingekuwa imefunikwa. Walimwacha Tamara na kurudi kanisani wakiwa wamenyamaza. Labda jitihada zao za kumuokoa Fadhila ziliwaacha hoi bin tiki wasiweze kuongea tena.

Siku iliyofuata, kikao cha dharura cha Halmashauri kilimwita Fadhila na baada ya mazungumzo marefu, Fadhila alikabidhiwa barua ya kusimamishwa kazi.

Baada ya kula kalamu, Fadhila alifurushwa kutoka kwenye nyumba ya kanisa alimokuwa akiishi. Vitu mbalimbali na samani alizokuwa nazo zilitolewa na kutupwa nje na watu waliokodeshwa. Vyote vililowa maji kwa kunyeshewa na mvua usiku huo. Marafiki si kufanana bali kufaana. Tena watu husema mtu akiwa na njaa humkumbuka aliyewahi kumpa chakula. Wazo la kwanza la Fadhila lilimwangukia rafiki yake aliyeitwa Mose. Alimpatia gari ambalo lilisafirisha mali yake hadi kwenye ghala lao kule *Godown*. Kwa kuwa havingetoshea hapo, vilirundikwa nje na kufunikiwa kwa karatasi ya plastiki.

Ilipita miezi miwili akingojea kuitwa na wazee wa Halmashauri. Hakuna hata aliyemwamkua njiani. Wote aliokutana nao walimpita kama watu wasiomjua. Hapo awali, walikuwa wanasalimiana, "Bwana Asifiwe." Lakini sasa walimhepa kama mgonjwa wa ukoma. 'Bwana asifiwe' zao ziliisha. Wakabaki hawana wa kusifiwa. Walijifanya hawakumfahamu hata wakati walitazamana macho kwa macho.

Mtu aliyejitegemea kuanza kumtegemea mwingine huchosha. Fadhila alikuwa na nia ya kutafuta kazi lakini hakuwa amesomea kazi nyingine. Alipenda kuhubiri bila kutilia maanani kuwepo au kutokewepo kwa waumini kanisani. Alikumbuka kuwa wanadamu wawa hawa ndio waliomuua Yesu na pia wakamuua Stefano alipowaambia ukweli. Aliapa kuusema ukweli huu hata anapotishiwa maisha yake. Alikata shauri kuanzisha kanisa lake. Fadhila aliuza mali yake yote. Alipata pesa za kukodisha chumba cha mbao na mkeka wa kulalia palepale. Kilikuwa chumba cha kulala na kanisa pia. Alikusudia kuwawekea watu mikono na kuwaombea. Siku za wiki alisimama kwenye barabara iliyokuwa na watu wengi kuhubiri na kuwaimbia wapita njia. Saa za chamcha alisimama kwenye bustani kuhubiria waliokwenda kupunga hewa. Jumapili ya kwanza alifanikiwa kupata washirika wawili, Haiba na Mose.

Kwa msaada wa Mose aliandikisha kanisa lake kirasmi. Kanisa la Miujiza likazaliwa rasmi naye mchungaji wake akaapa kutorudi nyuma. Alisema kuwa alikuwa amesukumwa kwenye mwamba na maadui zake lakini imani yake ilikuwa imepandwa kwenye mwamba na haingeweza kutikisika. Alitolesha karatasi za kulitangaza kanisa lake akazitundika viambazani na kuwapatia watu kadhaa. Jumapili iliyofuata, alikuwa na watu watano.

Baada ya miezi mitatu, Fadhila alimpigia simu Mchungaji Tito Kanani na kumwelezea masaibu yaliyomsibu. Kanani alimtumia shilingi laki moja. Pesa hizi zilimwezesha kununua viti kadhaa vya plastiki na kulipa kodi ya nyumba.

Dunia haiishi vioja na viroja. Siku moja baada ya miezi minane kupita, Fadhila alipokea barua kutoka kwa Pasta Minala. 'Baraza la halmashauri lilifikia uamuzi wa kukurudisha kwenye kazi ya uchungaji. Vipaji vyako ni nadra kupatikana na vinahitajika kumtukuza Mungu. Umehamishwa hadi kanisa la Uchochoroni mara moja,' Barua ilisema.

Fadhila hakuelewa kwa nini baraza lilingoja kwa muda mrefu bila kufanya uamuzi juu yake. Huenda waliona kuwa kuwepo kwa kanisa lake kulisababisha mashindano ambayo waliona kuwa hawangeyaweza.

Mawazo ya Fadhila yalimwambia kuwa, atakapomtolea upanga adui, hana budi kumpa haki yake. Ikiwa angesita kumpa haki yake, adui angekuwa amemuwahi. Wakati huo huenda dhoruba ambayo angeipata hangeweza kuamka tena. Chambilecho wahenga, maji ukiyavulia nguo yaoge. Fadhila hakuwa tu ameyavulia nguo. Alikuwa akiyaoga.

Sura ya Tano

Fadhila alikuwa amejiimarisha kwelikweli kama Mchungaji mkuu wa Kanisa la Miujiza. Alikuwa amenunua vifaa vya sauti, magitaa matatu ya umeme, kiibodi, na kulikwatua vilivyo kanisa lake kwa vitambaa vya rangi mbalimbali. Alikuwa vilevile amewateua viongozi mbalimbali wa kanisa miongoni mwao mabawabu wa kukaribisha watu mlangoni, waombaji, viongozi wa uimbaji, na wazee wa kanisa.

Walipoteuliwa viongozi hao, walienda mlimani kwa muda wa siku mbili kusali na kufunga ili wakubalike mbele za Mungu kama ilivyokuwa ada. Siku ya tatu ilikuwa ya kuwakaribisha kanisani na kupakwa mafuta na mtumishi wa Mungu. Walipopakwa mafuta, walikubaliwa rasmi kama viongozi wa kanisa. Kama vile wanafunzi wa Yesu walivyotawazwa, Mchungaji Fadhila aliwatawaza kuwa wavuvi wa watu. Walipokelewa rasmi na kuandaliwa dhifa murua. Vinywaji vya soda, maji ya matunda na mapochopocho ya kila aina viliandaliwa. Walikula, wakaimba, wakaomba na kuagana kwaheri kila mmoja akaenda zake nyumbani.

Miongoni mwa viongozi wa uimbaji, alikuwa msichana mrembo aliyekuwa na kipawa cha pekee cha uimbaji. Alikuwa akiwavutia washirika kwa uimbaji wake na tabia yake njema. Alikuwa akiandamana na mchungaji katika mikutano ya nje ili kuongoza pambio. Jina lake aliitwa Haiba.

Jinsi walivyozoeana wakifanya kazi ya kuhubiri Injili, Fadhila na Haiba walikuwa na tabia zinazokaribiana sana. Walikuwa wameokoka na kumpenda Yesu. Kila mmoja alikuwa amejitolea kwa moyo wake wote kuhubiri Injili. Wote walikuwa wamesoma zaidi ya kiwango cha shule ya upili, walikuwa waimbaji, walikuwa wakisaidiana katika kuongoza ibada, nyimbo za sifa na pambio. Hata hivyo, Fadhila alikuwa na vipawa vingine. Alikuwa akicheza vyombo vya muziki kama vile gitaa na kiibodi na kuhubiri Injili.

Fadhila alikuwa akimpenda Haiba kwa dhati. Waumini kanisani walifahamu hilo. Haiba mwenyewe alifahamu lakini hakuelewa yalikuwa mapenzi ya aina gani kwa kuwa Fadhila mwenyewe hakumwambia. Haiba aliogopa kumuuliza. Kila mara, alikuwa akimteua kuongoza nyimbo hata wakati waimbaji wengine wangeweza kufanya hivyo. Alitajataja jina la Haiba mara nyingi na kumsifu hata wakati ambapo hakukuwa na haja ya kufanya hivyo. Washirika walipoona hivyo walijifanya kutoelewa na walipoongea hawakuongea zaidi ya kunong'onezana.

Fadhila alikuwa akimtembelea mara nyingi Haiba kwenye chumba chake cha kukodisha. Walipokuwa pamoja, waliimba, wakasoma Bibilia, wakaomba na kuongea mambo mengi yaliyohusu kanisa lao, siasa na maendeleo. Haiba hakukosa kuona kutoridhika kwa roho ya Fadhila baada ya kumaliza maongezi yao, licha ya yeye kuongoza katika maongezi hayo. Kuna jambo alilotaka kusema lakini hakusema. Lilikuwa likimkwama moyoni. Alijitahidi kulitamka bila mafanikio.

Hali hii iliendelea kwa muda mrefu. Haiba hakuwahi kumwona Fadhila na msichana yeyote ambaye angehusukiwa kuwa mpenziye.. Huenda alikuwa msiri kama usiku wa giza totoro. Labda alikuwa naye huko ng'ambo alikosomea na kumwacha aliporejea nyumbani. Haya ndiyo mawazo aliyokuwa nayo Haiba. Hakuna aliyefahamu lolote kuhusu mahusiano ya Fadhila na wanawake.. Haiba alimjua Fadhila kama mtu mwenye soni na hangeweza kufanya hivyo. Je, Fadhila alisingiziwa na Tamara kwamba alikuwa na nia ya kumbaka? Haiba aliwaza moyoni. Au kiumbe yule alikuwa amebuni njia rahisi ya kujitafutia hela. Au mahasidi fulani walihusika katika njama ya kumharibia sifa. Ni kwa nini watu hawakupoteza imani naye hata baada ya tukio hilo? Ni kwa nini walimfuata alikoenda? Haiba aliwaza moyoni. Yeye pia hakupoteza imani na Fadhila hata baada ya kusimamishwa kazi. Haiba alikuwa mmoja wa washirika waliomfuata Fadhila alipoanzisha kanisa lake. Waama akupendaye kwa dhiki ndiye rafiki.

Haiba alimkumbuka msichana mmoja mwengine aliyeitwa Rose ambaye alijitolea kugharamia dhifa ya kumkaribisha Fadhila alipotoka ng'ambo. Msichana huyo aliaibika sana alipokosa kutambuliwa. Alipomwendea kumbusu, Fadhila alihepa na kumkemea. Mambo haya yote yalimhakikishia Haiba kuwa Fadhila hakuwa amenyakuliwa na yeyote.

Iwapo kuna mapenzi ya dhati, Haiba hakuwa anayafahamu. Aliyohisi moyoni ndiyo aliyofahamu. Lakini ni vipi unavyoweza kumpenda mtu asiye na habari? Alifikiri kuwa kupenda asiyekupenda si kupenda ni kutenda. Kutenda kosa ambalo mtu hujutia maishani. Alikuwa akingoja kwa hamu na ghamu dalili za kupendwa. Lakini dalili pekee hazingeweza kumdhihirishia alilotaka. Alikuwa akijua kuwa anayeeleza kuhusu alivyompenda mtu ni mwanamume wala si mwanamke. Kwa hivyo, aliusubiri mbisho kwenye mlango wake wa moyoni bila siku kufika hadi akakaribia kukata tamaa.

Haiba alikuwa akijiwa na wanaume wengi kutaka urafiki naye akawakataa wote. Akangoja aliyemtarajia. Hata hivyo, ngoja ngoja ina mwisho wake. Wakati matumbo yanapoumia kiasi cha kumpa mtu maradhi, mtu huanza kushughulikia maumivu ya tumboni na kusahau alilokuwa akingoja. Haiba alikuwa mtu mzima sasa. Alihitaji kuolewa na kupiga hatua nyingine za kimaisha. Ubichi wake ulikuwa unamtoka polepole. Alitamani kutupilia mbali azma yake na kumkubali mwanamme mmoja aliyekuwa mcheza gitaa katika kanisa lao. Yeye ndiye aliyekuwa wa mwisho kutaka urafiki naye. Alimdanganya kuwa alikuwa ameposwa tayari. Naye kijana huyo aliyeitwa Mose alimpa muda wa kufikiria ili ampe jibu baadaye. Alikataa jambo hili kwa moyo wake wote. Alitaka jambo kama hilo litoke kwenye kinywa cha Mchungaji Fadhila peke yake.

Jioni moja, Fadhila alimtembelea Haiba kama alivyokuwa akifanya. Waliimba, wakasoma maandiko matakatifu na kuomba. Haiba alipika chai wakanywa huku wakichangia mada mbalimbali na kucheka pamoja. Nyoyo zao watu hawa wawili muda wote huo zilikuwa zinawadundadunda lakini hakuna aliyemwambia mwengine. Wote waliangaliana kwa macho ya kuviziavizia. Fadhila aliomba kuondoka naye Haiba akasimama kumsindikiza hadi langoni.

"Nilikuwa nimesahau jambo moja," Fadhila alisema. "Nilikuwa ninakuletea barua hii," aliongeza huku akimkabidhi barua iliyokuwa kwenye bahasha iliyonakshiwa kwa rangi mbalimbali. Haiba aliipokea na kabla ya kusoma anwani kwenye bahasha, Fadhila alikuwa ametokomea mbali hata bila kumuaga.

Haiba aliingia kwenye chumba chake akaufunga mlango na kujibwagwa kitandani. Aliifungua bahasha na kuisoma barua huku moyo ukituta kama ngoma za msondo.

Barua hiyo ilisoma hivi :

S.L.P 2371,
PANGO.
23-04-2002.

Haiba,

Salamu nyingi katika jina kuu la Yesu. Mimi ni mzima na wala sina neno. Hofu na mashaka ni kwako tu. Hata hivyo, ni matumaini yangu kwamba huna neno.

Dada, mimi ningali katika zizi la aliyeniumba. Nina ushuhuda kuwa kilichofanya chembechembe za mwili wangu kuumbika ndani ya mamangu, ni Mungu anayejua na malengo yake kuhusu maisha yangu aghalabu huwa ni juu yake kujua na kuendeleza. Si mfinyanzi anao uwezo juu ya vyungu anavyoumba? Huwa najiuliza swali hili mara nyingi. Sisi ni wenye dhambi na tumepungukiwa na utukufu wa Mungu. Ni Yesu pekee anayeweza kutulinda ili tusije kuangamia. Mungu mkuu ahimidiwe na kupewa sifa.

Nashukuru sana kwa muda huo wote ambao tumekuwa pamoja tangu nilipokamilisha masomo yangu. Kwa kweli, tabia na mienendo yako imenivutia. Wewe umekuwa chombo muhimu cha kumtukuza Mungu wakati wote. Ni asante kwa kuitikia wito huu niliouwaza na kukutumia barua kuomba ushirika wako. Ushirikiano wetu umekuwa wenye manufaa makubwa na mambo tuliyotekeleza pamoja yamekuwa ya kunijenga na kukujenga pia.

Sijawahi katika maisha yangu kuandika barua kama hii, kwa hivyo sijui nianzeje wala nikamilisheje kwa maana moyo wangu unanidundadunda. Nilikuwa najaribu kuukwepa ukweli wa mambo lakini mwishowe nikagundua kuwa ninajiumiza zaidi.

Huenda lugha yangu isiweze kuelezea azma yenyewe kwa kuwa nimejaribu kuepa utiaji wa chumvi nyingi nisije nikauharibu mchuzi.

Aidha, ukweli ni ukweli na panapo ukweli uwongo hujitenga. Labda siku imefika ambapo imenibidi kuutangaza msimamo wangu kuhusu ukweli huu ili niweze kuuongoaongoa moyo wangu.

Ni kweli kwamba nimeokoka na imani yangu kwa mfalme Yesu ni sugu, lakini kwa kawaida Mungu alimuumba mwanadamu akiwa na upungufu mwingi. Kuumbwa kwa Adamu kungekuwa kukamilifu Hawa hangeumbwa kutokana na ubavu wake. Mungu alinena, "Si vizuri Adamu awe peke yake," upweke aliokuwa nao haukuweza kukadirika. Alikuwa akiwaona wanyama wawili wawili na kuwatazama kwa makini. Aligundua lazima kwake kuwe na dosari.

Jambo hili silielewi hufanyika vipi kwa akili za mwanamume kujiwa na wazo la ni nani ubavu wake. Jambo hili limerithiwa na babu zetu na ni juu yetu kuliendeleza.

Labda ningetaka kulitoboa jambo lenyewe kama vile unavyopenda kutamka. Imekuwa vigumu kwa jambo hili kusitirika. Kadri ninavyojaribu, nimeumiza moyo wangu sio kwa ubaya bali dukuduku la moyo wangu linanitia jeraha. Ninapojaribu kulitupilia mbali nimejipata nimezama ndani zaidi.

Dada ninakupenda. Mapenzi niliyo nayo kwako yamekua bila mimi kujua. Yamefikia upeo wa kutojua mipaka. Labda jambo hili limekuwa dhahiri kwako tangu tulipoonana mara ya kwanza. Kutokana na *jeraha nililojitia nikijaribu kuficha haya nilijihisi laiti nisingelikutana nawe.*

Nimegundua kwamba baadhi ya mambo na vipawa tulivyonavyo vinashabihiana kama tui na maziwa. Katika Bibilia Takatifu, Amosi 3:3 inasema kuwa wawili hawawezi kutembea pamoja bila kushauriana kwanza. Ni afadhali uniondolee kiwi machoni pangu kwa kusema maoni yako juu ya jambo hili nipate kutulia.

Tafadhali usinivunje moyo.

Wako wa maisha katika Kristo,

Fadhila.

● ●

***

Haiba alifurahi ghaya kujibiwa dua yake. Alipopokea barua kutoka kwa Fadhila, aliamini kuwa Mungu huwajibu wanaosali kwa roho na kweli. Alikuwa akimpenda mtu mmoja tu. Alikuwa amengoja kwa miaka mingi bila mafanikio. Kuna wakati alikuwa tayari kukata tamaa. Angekubali ombi la Mose, aliyekuwa rafiki yake Fadhila wa kufa kuzikana. Kwa kawaida, watu walio marafiki wawe wa jinsia moja au la huwa na mambo mengi yaliyofanana. Nia au malengo yao huwa yanakaribiana. Wao husaidiana panapozuka shida na hupenda kuonana mara kwa mara. Mara nyingi watu kama hawa hujipata wanang'ang'ania wapenzi au mmoja anapokimbilia msichana fulani kumchumbia hukuta rafikiye tayari alikuwa amemposa.

Mwanamke ni kiumbe ambaye haeleweki. Watu wengi huamini ni wanawake wachache wanaofahamu vizuri matumizi ya lugha hasa semantiki ya maneno. Inasemekana kuwa wanawake hukubali kupenda shingo upande. Hata hivyo, kuna neno moja la Kiswahili ambalo kwao huwa na maana tata. Wao husema "la" hata wakati wanapomaanisha "ndiyo." Haiba alikuwa msichana aliyekulia kwenye mazingira ya "la" ya bandia. Ukisikia mwanamke anayesimulia wengine vile anavyomchukia fulani, huenda anaeficha ukweli. Anampenda mtu huyo kwa dhati. Si ajabu kumkuta na mtu huyo wakielezana wanavyopendana.

Mose alimpenda sana Haiba. Alijaribu kila mbinu ili kupalilia azma yake ya kumposa. Haiba hakumpenda vile. Aliamini siku moja Fadhila angezungumziwa na Mungu hata kwenye ndoto ili kumdhihirishia mapenzi yasiyokuwa na kifani.

Haiba hakuijibu barua. Fadhila alingoja na kungoja. Hakujua kilichokuwa kikiendelea. Haiba alikuwa akijifichajificha. Alipotaka kumuona, alijifanya kuwa na shughuli nyingi. Hakuhudhuria mikutano kama ilivyokuwa kawaida. Walipokutana alikuwa na papara nyingi. Waliamkiana tu na kuachana bila kuzungumza chochote juu ya ombi la Fadhila. Fadhila alichoka kungoja. Alitumia muda mwingi kutuma dua kwa Maulana juu ya jambo hilo. Alifahamu barabara kuwa Mungu huwa na majibu matatu. Alisoma hayo alipokuwa chuoni, kule ng'ambo. Mtu anapogonga kwenye mlango wa roho ya mtu hungoja majibu matatu. Ingia, ngoja au sikutaki. Alizama kwenye bahari ya mawazo. Ni jibu gani atakalopata. Akiambiwa karibu, amejiandaa vipi kuingia? Akiambiwa angoje, atangoja kwa muda gani? Akiambiwa hatakikani, ataanza vipi kutafuta mwingine?

Ngoja ngoja yasemekana huumiza matumbo. Waliosema walifahamu fika kwamba kungoja ni kazi ngumu. Mtu hungoja aonapo dalili ya jambo analohitaji. Mkulima hangoji mavuno wakati mvua inapokosa. Mawingu ndiyo yanayomwongoza kungoja mvua na inaponyesha inamwongoza kungoja mazao na yanapostawi ni dalili nzuri ya mavuno. Mawingu yanapoadimika kama barafu ya kukaanga kila aliyengoja mvua hubaki na masikitiko. Mawingu yanapotanda imani huwarudia wale waliokuwa wamekata tamaa.

Haiba alikuwa msiri kama usiku wa giza. Hakuna aliyejua yaliyokuwa moyoni mwake. Si hata marafiki zake wa karibu. Hakupenda kumwaga mtama penye kuku wengi. Alingoja hadi wakati alipoona unafaa. Aliepuka mitego mingi kwa kuwa mnyamavu. Wengi walimwogopa kwa kuwa hawakumwelewa vizuri. Hakuwa mtu mwenye mizaha mizaha na kuangua kicheko ovyo ovyo. Alizungumza tu alipozungumziwa na kujibu tu maswali aliyoulizwa. Hakutaka kutilia chumvi maelezo yake.

Baada ya kujificha kwa wiki kadhaa, Haiba alikuwa amejiondolea haya iliyomfanya kuwa kimya. Hakutaka kuonekana rahisi kwa kutangaza kukubali kwake bila kusumbuana. Alikuwa amejidadisi moyoni mwake na kukubali kuwa Fadhila alifaa kuwa mumewe.

Jioni moja, Fadhila alijiambia kuwa liwalo na liwe. Akashika njia kuelekea kwake Haiba. Alibisha kwenye mlango na Haiba akamfungulia na kumkaribisha kitini. Walijuliana hali na kuzungumza kwa kina yasiyowahusu ndewe wala sikio. Mambo ya dini yalipata nafasi kubwa kuliko yale ya siasa na uchumi. Yaliyowahusu waliyahepa kama kuhepa ukoma.

Katika mazungumzo yao, Fadhila alikuwa akidadisidadisi kuumia kwa moyo wa Haiba.

Alikuwa akiitafuta hasira kwenye maongezi yao bila mafanikio. Hata hivyo, mazungumzo yao hayakuwa na ufasaha kama yale waliyokuwa wakifanya hapo awali. Alimtazama machoni pasipo kuona kinyongo. Fadhila alijawa na uhakika kama mauti kuwa atakayoambiwa yangemfaa. Aliamini kuwa chochote kifanyikacho huwa na sababu. Alikuwa amesimuliwa hadithi nyingi zilizodhihirisha ukweli huu.

Alikumbuka kisa cha jamaa fulani aliyekuwa akisafiri kuelekea mjini asubuhi moja. Alilisubiri basi kwa wasiwasi mkubwa. Alikuwa amechelewa sana kufika mahali alikokuwa akienda. Basi lilipowasili, hapakuwa na nafasi. Alisikitika na kusihi akubaliwe kusimama. Utingo alikataa katakata na basi likaondoka. Baadaye, mtu yule alipata gari. na likaelekea alikokuwa akienda. Baada ya hatua chache tu, walifika mahali kulikokuwa na halaiki ya watu. Alipotazama kwa makini, aliona basi lile alilotaka kuabiri likiwa limeanguka na kubingiria mara kadhaa. Watu walikuwa wameaga dunia na wengine kujeruhiwa.

Fadhila alipenda kujituliza kwa kutafuta sababu ya kila jambo lililompata. Yeye hakuchukulia matukio vivihivi. Aliona sababu ya kunyimwa alichonyimwa na kupatiwa alichopatiwa. Alimtazama Haiba machoni kwa mara nyingine. Wakati huu alijaribu kuondoa soni kadri ya uwezo wake.

"Dada ulisemaje kuhusu ombi langu kwenye barua niliyokuandikia?" Fadhila aliliza kwa woga.

"Ndiyo!" Haiba alisema bila kufikiria.

"Umesema ndiyo? *Thank you God!*" Fadhila alipaaza sauti huku amesimama na kurusha mikono hewani.

"Umeuliza nini? sikupata swali lako vizuri?" Haiba alijitia mapuuza.

"Nipe majibu ya barua yangu," Fadhila alisisitiza wakati huu kwa masikitiko. Raha aliyokuwa nayo ikiisha polepole.

"Barua gani hiyo? Siikumbuki!" Haiba alijaribu kutania.

"Hukumbuki barua niliyokukabidhi mimi mwenyewe siku niliyokutembelea? Wee bwana wacha kujitia mwapuza!" Fadhila alikaza mwendo.

"Sikumbuki au labda sikuisoma ... mmm ... sikuisoma. Pengine sikupata kuiona ... aa uu ... yawezekana niliirarua kabla ya kuisoma ... usitie shaka ... aa ... huenda ilipotea," Haiba aliendelea kutapa huku akiangalia darini akijifanya kujaribu kukumbuka.

"Kama hukuisoma basi swali ni hili, unakubali kuwa mpenzi wangu?" Fadhila alijizatiti.

"Salaala! Hata mapasta huwa na wapenzi? Niambie mie sina habari!" Haiba aliendeleza mzaha.

"Sio hivyo Haiba. Nakuuliza kama ungependa kuwa mchumba wangu," alisema Fadhila kwa sauti hafifu. Hasira zikionekana kumpanda. Tabasamu aliyokuwa nayo ikaonekana kutoweka.

"Hilo ni swali gumu. Sikuwa nimejiandaa kulijibu. Tafadhali nitakujibu baadaye. Sitaki kukimbilia jambo hilo. Nahitaji muda wa kutafakari. Niombe Mungu ili anipe jibu," Haiba alidanganya.

Sidhani kwamba Haiba hakuwa na jibu. Alikuwa na jibu sahihi. Jibu hilo hakulipata alipokabidhiwa barua na Fadhila. Alikuwa analo tangu zamani. Alikuwa akilighani mara kwa mara. Akaliandika kwenye moyo yake kwa wino usiofutika.

***

Fadhila alizunguka huku na huku kwenye chumba chake. Aliomba akaomba. Akapiga magoti, akajilaza chali, akajilaza kifudifudi. Machozi yakamtoka. Alimbembeleza Mungu amsamehe dhambi na makosa. Makosa aliyotenda na yale ambayo alisahau kutenda. Alihuzunika moyoni asipate mtu wa kumtuliza.

Matukio ya hivi karibuni katika maisha yake yalikuwa yamemuatua moyo. Kwanza alimwandikia barua Haiba akimtaka kuwa mchumba wake. Haiba alisita kumjibu. Akahuzunika huku akingojea majibu yasiyofika. Haiba alipokubali, alimwandikia hivi:

> *Ndugu, Sitaki unisumbue kwa maswali yasiyokuwa na mwisho. Sijakuwa tayari kupenda wala kupendwa.*
>
> *Haiba.*

Barua hii ilikuwa kinyume cha ile aliyoandika Fadhila. Ilikuwa fupi mno. Ni kama ilikuwa na dharau. Kwa nini Mungu alimpatia penzi ambalo wapendwao hawataki kupendwa? Kwa nini anasema kuwa hayuko tayari? Yeye alikuwa amekomaa na kazi alikuwa nayo, mbona asiwe tayari? Fadhila alikata tamaa kuwa alikuwa hapendeki. Labda sura yake haikuwa nzuri. Alisikitika.

Baadaye jambo la ajabu lilitokea. Siku moja alienda chumbani mwa Haiba kumjulia hali. Akamkuta amejirashia marashi ya kupendeza kana kwamba alikuwa akimngojea mtu. Alikuwa amevaa rinda lililompwaya na kupitisha mwangaza. Mkato wa shingoni ulionesha sehemu kubwa zaidi ya kifua. Haikuwa kawaida ya Haiba. Maswali sufufu yalijaa kwenye akili ya Fadhila. Alishuku uaminifu wa Haiba. Yawezekana kuna mtu mwingine katika maisha ya mwanamwali huyu. Mbona anaonekana kungojea mtu na sikuwa nimemfahamisha kuwa ningemtembelea?" Fadhila alijiuliza.

Kusudi la safari hii lilikuwa ni kumwuliza Haiba kwa nini hakuwa tayari kuwa mchumba wake. Kinyume na mawazo ya Fadhila, waliongea bila kinyongo. Haiba hakuonekana kama aliyeandika barua ile. Alionekana kuwa na uchangamfu wa hali ya juu. Baada ya kusoma Bibilia, kuimba na kuomba walizama katika roho. Fadhila akasahau alikokuwa. Akamkumbatia Haiba kwa nguvu. Vinywa vyao vikakaribiana. Akajipata amembusu.

Wacha ugomvi uzuke. Fadhila alizabwa kofi la pajini macho yakaona vimulimuli. Kwa dakika mbili akaona mauzauza. Chumba kilijaa nyota za kila rangi. Alimtazama Haiba kwa masikitiko bila kumuona. Hakuweza kueleza ni kwa nini alifanya vile. Alibembeleza, akabembeleza lakini wapi!

"Tafadhali nisamehe. Nisamehe dada. Sijui ni shetani gani aliyenijaribu," Fadhila alinyenyekea kwa Haiba karibu kupiga magoti.

"Toka mzandiki wee! Wafikiri ujanja wako utafua dafu! Nenda ukatafute wasichana wasiokuwa na asili wala fasili ukawadanganye," Haiba alijitia kisebusebu na kiyoyo papo. Alijaribu kadri ya uwezo wake kuficha furaha. Alikuwa amegundua siri. Alichotaka kujua kilijitokeza waziwazi. Fadhila ni binadamu. Kumbe ana hisia kama wanaume wengine.

Mwili wa Fadhila ulitetemeka kwa woga. Alikumbuka kisa kile kilichosababisha kufutwa kazi katika Kanisa la Maji. Hakutaka kashfa nyingine kumharibia kanisa lake. Waumini wakijua alitaka kujilazimisha kwa Haiba watasema nini? Alijiuliza maswali yasiyokuwa na hesabu.

Mwishowe akajipurukusha nje ya chumba cha Haiba. Akajiendea zake akiwa na masikitiko makubwa.

***

Kombamwiko walilia kwa sauti. Haijulikani ni kwa nini. Yawezekana walikuwa na njaa. Walikuwa wakimlilia mterehemezi awapatie chakula. Huenda hawakuwa wakilia. Walikuwa wakimwimbia Mola wao au walikuwa wakijifurahisha tu. Labda walikuwa wamekula wakashiba na walifurahia jambo hilo.

Haiba alikibeba chakula kwa dishi. Akaweka mezani na kurudi jikoni. Alichukua sahani kwa sinia na kuzitua pale mezani. Akaleta dishi jingine na kuliweka mezani.

"Leo tuna bahati kuwa nawe," Mama Haiba aliamba. "Kazi hii yote huwa naifanya mimi. Sipati wa kunisaidia na mgongo ndio huo. Uzee unaingia polepole."

"Bado mama, hujazeeka. Ungali na nguvu za kutosha," Haiba alidhukuru huku akitia chakula kwenye sahani. "Watu wa rika lenu bado wana nguvu za kupika na kujipakulia."

"Siku hazirudi nyuma mwanangu, zinasonga mbele. Kila siku uzee unaingia. Natumaini unaelewa jambo hilo. Sisi tukiwa wazazi wako tunakuangalia kwa matumaini makubwa. Mtu anapomaliza shule na kupata kazi hana budi kufanya wafanyavyo wengine," Mama Haiba alisema huku akitazama uso wa Haiba ili aone hisia zake. Haiba alikuwa ametia chakula sahanini. Akasimama na kufuta maji yaliyokuwa kwenye mikono yake kwa ncha ya leso aliyoifunga kiunoni. Aliombea chakula na kuketi.

Huu ulikuwa ukumbi wa Haruni Tukae. Nyumba yenyewe ilikuwa imejengwa kwa mbao na kunakshiwa ndani kwa mbao laini zilizopigwa randa. Dari yake pia ilikuwa ya mbao na sakafu ya saruji. Haiba na mama yake waliketi kwenye makochi ambayo yalikuwa mkabala. Walikuwa wakila huku wakitazamana.

Chakula kilikuwa ugali, sukumawiki na nyama. Kwenye kiambaza juu ya alipokuwa mamake Haiba, palitundikwa picha kubwa ya rangi mbili. Nyeusi na nyeupe. Kwenye picha ile, Tukae na mkewe walioonekana vijana -- walikuwa wameketi huku mama Haiba akishika maua. Tukae alivaa suti nyeusi, shati nyeupe na tai yenye milia. Kando yao palikuwa na kibago kirefu kilichokuwa na maua. Mama Haiba alikuwa amevaa rinda refu jeupe. Bila shaka hii ilikuwa ni arusi yao. Haiba aliitazama na kumtazama mamaye. Kweli siku zimeenda. Wakati huo alikuwa kipusa kweli. Alikuwa mwembamba. Sasa mwangalie. Alikuwa amevamiwa kwelikweli na uzito. Uso ndio huo ulikuwa umeanza kuwa na makunyanzi na nywele kuvamiwa na mvi.

"Wasemaje Haiba. Hujatuambia kama umepata mshikaji. Wasema utatupatia mjukuu tutakapokuwa tumetoka duniani?" Mama alisaili huku akijaribu kuondoa kimya ambacho kilikuwa kimetawala.

"Sio hivyo mama. Punde tu nitawatangazia niliyempata," Haiba alijibu huku akitabasamu.

"Ushampata! Sema hivyo. Ninapokuangalia naona macho yenye mapenzi. Sio macho makavu. Usiniumize kungoja mwanangu. Niambie tu niweze kutulia," Mama Haiba alisaili.

"Ndiyo. Yeye ni pasta anatoka sehemu zizi hizi," Haiba alilonga huku akiashiria kwa mkono.

"Pasta yupi huyu mwanangu? Niambie jina lake au majina ya wazazi wake," Mama Haiba aliendelea na maswali.

"Kwao ni hapa Mikokoni. Anaitwa Fadhila mwana wa marehemu Fakari.

"Mmm namjua huyo. Maskini kaachwa yatima baada ya wazazi wake kufa. Ndugu zake nao wazunguka dunia wakifanya kazi za shokoa. Namjua," Mama alisema huku furaha yake ikionekana kuisha ghafla.

"Ndiye huyo mama. Ndiye nataka anioe," Haiba aliendelea kusema.

Mlango ulibishwa na Tukae kuingia.

"Ah mlima ni mkali kutoka Kunda. Nimeupanda kwa shida ndo waona mwili kutoa jasho," Tukae alisema huku alitoa koti na kulitundika kwenye msumari ukutani.

Tukae alihoji, "Mmeshindaje mama na mwanawe?"

"Vema baba. Wewe je," Haiba alidakia.

"Vema tu nashukuru. Mwenyezi Mungu anaendelea kunilinda. Sina malalamiko.

Tukae aliketi naye Haiba akamtilia chakula kwenye sahani.

"Karibu baba sisi tulikuwa tushaanza kula," Haiba alikuli.

"Nashukuru. Mbona leo mmechangamka kwelikweli. Ama mama na mwanawe wana mengi ya kujadiliana?" Tukae aliuliza huku akitabasamu.

"Ndio baba. Ni siku nyingi bila kusemezana," Haiba alijibu.

"Kuna habari njema baba Haiba, kama huna habari," Mama Haiba aliongeza.

"Habari gani hii lakini? Sijaipata mimi," Tukae akauliza.

"Mwanao aolewa. Kaniambia yeye. Mwuulize," Mama Haiba akadakia.

"Kweli hivyo mwanangu?" Tukae aliuliza.

"Ni kweli baba," Haiba akajibu.

"Hongera mwanangu. Ndoa ni kitu muhimu. Mbona hujatuletea mchumba wako tumuone?" Tukae aliuliza.

"Nitamleta. Leo nilikuwa nataka kuwajulisha tu huku nikiwatajia siku ambayo nitamleta," Haiba alijibu.

"Nani huyo basi nami nimjue?" Tukae aliendelea kuhoji. "Asema ni Fadhila wa Fakari. Aliyeenda kusomea ukasisi kule ng'ambo.

"Hayo ni kweli mwanangu?" Tukae aliuliza.

"Ndiyo baba," Haiba alijibu huku akiangalia chini kwa haya.

"Namjua Fadhila mwenyewe. Hata baba yake nilimfahamu. Tulikuwa twasoma shule moja ya msingi. Nikimalizia yeye aliacha masomo akiwa darasa la nne. Kwao hapa Mikokoni," Tukae alieleza.

"Wasemaje wewe Mama Haiba?"

"Ni sawa tu majaliwa," Mama Haiba akajibu.

"Mimi sioni akikufaa wewe. Kwa nini ulimtafuta huyu? Umekosa mwingine wa kukuoa?" Tukae alikuja juu hasira zikimpanda polepole.

"Baba tunapendana. Nadhani siku hizi watu huletwa pamoja na mapenzi yao," Haiba alijitetea.

"Huyu maskini zaidi huyu. Sidhani anaweza kutupatia mahari. Wewe pia sijui atakutunza kwa kitu gani. Tafuta mwingine au sisi wenyewe tunaweza kukupangia. Vijana wenye mapato na heshima zao wamejaa hapa," Tukae alieleza.

"Lakini baba siwapendi hao. Nampenda huyu pekee," Haiba hakufa moyo. Aliendelea kujitetea.

"Sikiliza nikuulize Haiba. Huyu maskini shamba lao lote liliuzwa babake alipokufa. Unatarajia atakujengea wapi? Mtaishi mitaani maisha yenu yote?" Tukae aliuliza.

"Usijali mambo ya mashamba. Mungu atatupatia pesa za kununua," Haiba alionyesha matumaini.

"Nasema hutaolewa na maskini huyu. Nimesema na huo ndo mwisho. Hata mazungumzo nanyi sitaki tena," Tukae alionya huku akijinyanyua na kuelekea kwenye chumba chake. Akakiacha chakula chake pale mezani. Haiba na mamake wakabaki wakilia. Hakuna aliyekuwa na nguvu za kumliwaza mwenzake.

Sura ya Sita

Safari ilikuwa imepangwa ikapangika. Watu kumi na wanne pekee ndio waliotarajiwa kwenda. Miongoni mwao walikuwa, Fadhila, Mose, Kibori na mke wake, Ntalala na mke wake, Mama Su, Mandi na Fafa. Kibori ndiye aliyekuwa kiongozi wa msafara.

Baada ya kupiga dua, walipanda kwenye gari la *nisani*. Dereva aliingia kwenye kizimba chake na kutia ufunguo. Mngurumo ulihanikiza hewa na mara gari lilikuwa latafuna lami. Kwa muda wa takribani dakika ishirini, walikuwa kwenye lango la Haruni Tukae. Gari liliegeshwa na abiria wakashuka. Walikusanyika nje ili kujifahamisha iwapo walikuwa tayari tahiyatu. Walizungumza miongoni mwao. Kibori alimwuliza Fadhila kiasi cha pesa alizokuwa nazo naye akamwambia kwamba alikuwa na shilingi elfu kumi. Walihakikisha kila kitu kilikuwa sawa.

Wenyeji walikuja kuwalaki. Wakakaribishwa kwenye ukumbi. Maombi yalifanyika na wakaletewa chakula. Waliendelea kula kwa polepole bila mtu kuongea. Sauti iliyosikika ni ile ya meno yakitafuna chakula na ile ya vijiko vikichuana na sahani. Sauti nyingine ilikuwa ya muziki mwororo uliotoka kwenye sahani ya santuri. Mapenzi ni kikohozi ndio wimbo uliokuwa ukiimbwa. Fadhila hakuufurahia. Daima alipenda nyimbo za Injili.

Mzee mmoja alisimama akalainisha koo. Jina lake aliitwa Msasa.

"Hamjambo ndugu zangu? Nadhani hatutafanya kosa ikiwa tutaanza mazungumzo yetu. Tumewapokea kwa mikono miwili ingawa hatujui kilichowaleta hapa. Ningependa kumkaribisha mwakilishi wenu ili atuambie ni kwa nini mmekuja kwetu usiku wa manane," mzee yule alisema huku akitazama hapa na pale. Macho yake yalitua kwa Kibori ambaye alionekana kakomaa zaidi ya wengine.

"Mwakilishi wenu ni nani?" Mzee Msasa aliuliza huku akimtazama Kibori.

Kibori alisimama na kusema, "Asante sana mashemeji. Sisi tulio hapa tumekuja kwa niaba ya Fadhila na Haiba. Fadhila alitujulisha kuwa ana mchumba hapa kwenu ambaye ni Haiba. Tumekuja ili kwa heshima na taadhima kushauriana kwa mara ya mwisho kwa kuwa kesho ni siku ya arusi yao. Kama kawaida ya mila zetu mkesha wa siku ya arusi ndiyo siku maalum ya bi arusi kuhamisha mali yake ili siku ya arusi pasiwe na msukumano. Kwa hivyo nawaomba mtukubalie ombi letu na kutupatia bi arusi. Kijana wetu ndiye huyu." Akamwashiria Fadhila ambaye alisimama na kuketi.

"Mnaona kuwa yeye ni mtanashati kwelikweli. Tafadhali tunaomba mtukubalie wapenzi hawa kufunga ndoa. Asanteni!" Alipomaliza kusema aliketi.

Mzee Msasa aliyeongea alisimama na kusema, "Asante mzee, lakini fahamu kuwa uamuzi wa kumfungia bi arusi virago vyake si wa wazee peke yao. Kuna watu vikundi kadha wa kadha ambao watatuambia uamuzi wao. Wote wakikubali hatutakuwa na jingine ila kukubali ombi lenu. Tusikie kutoka kwa mwakilishi wa wazee."

Mzee mwingine mfupi alisimama na kusema, "Ninawasalimu nyote hamjambo? Kwanza kabisa Haiba alikuwa ua la wazee, tulikuwa tunafarijika tukimtazama. Pili, tulikuwa tunamtuma hapa na pale. Tatu, sisi wazee tulioota mvi alikuwa anatung'oa mvi na kuzipaka rangi. Nne, kisomo tulichompatia vilevile kilikuwa na gharama yake. Kwa hivyo licha ya nyinyi kutoa mahari, wazee wa nyumba hii wanahitaji shilingi elfu kumi. Tupatieni sasa hivi na kipusa huyu atakuwa wenu. Shukrani," Mzee aliketi.

Mama mwakilishi wa wanawake naye akasimama. Alikuwa mwanamke mrefu na mweusi tititi. Jina lake aliitwa Tana. "Hamjambo? Tusifu Mungu. Haiba ni mtoto wetu tuliyempenda sana. Naye pia alitupenda. Tulikuwa tukimtuma hapa na pale, kupika, kuosha vyombo, kutafuta kuni na kufundisha watoto. Kwa kuwa mnataka kumchukua tunahitaji kuandika mjakazi mahali pake. Kwa hivyo tunahitaji shilingi elfu kumi na mbili za mshahara. Sina mengi. Asanteni," mama yule mnene alisema na kuketi.

Mwakilishi wa wanawali naye akasimama na kusema, "Pia sisi tulikuwa tukimpenda sana Haiba. Tulikuwa tukicheza naye michezo mbalimbali na alikuwa katika kwaya yetu. Alitusaidia kwa kutusuka nywele na kutuonesha mitindo mipya ya mavazi. Kwa hivyo mkitupatia shilingi elfu nane tutamwachilia." Msichana yule akaketi.

Mwakilishi wa maghulamu naye alisimama na kusema, "Haiba alikuwa akitupenda na sisi tulimpenda. Tulikuwa tunamchumbia tumwoe naye kijana wenu akamwahi kwanza. Mtatulipa ridhaa kwa kutupokonya mchumba. Tunahitaji shilingi elfu kumi." Kijana yule wa umri wa miaka ishirini hivi alisema na kuketi.

Kijasho chembamba kilikuwa kikimtoka Fadhila. Akawa mwingi wa mawazo. Akakosa kutulia. Alizidi kugongesha kisigino cha kiatu chake sakafuni. Akakutanisha viganja vyake vya

67

mkono na kuvitenganisha. Akauma mdomo wake wa chini kwa meno yake. Hata hivyo, hakuzuia mazungumzo kuendelea. Wanaosema husema, dua la kuku halimpati mwewe asilani.

Mwakilishi wa watoto naye alisimama. Kigori wa miaka kumi na minne hivi alikuwa amefundishwa vile atakavyoongea, "Haiba alitupenda sana. Yeye alikuwa kielelezo chema kwetu. Alikuwa akitufundisha katika shule ya Jumapili. Tunahitaji shilingi elfu kumi," msichana yule alimaliza yake akaketi.

Mzee Msasa alisimama. Akaachilia tabasamu ya dharau na kusema, "Nafahamu kuwa sote tuna masikio. Vilevile najua kuwa tumewahi kwenda shule. Tunaweza kujumlisha hesabu hiyo na kujua kuwa shilingi elfu arubaini zinahitajika. Mwasemaje?" Alimtazama Kibori akimwashiria kwa kumkonyezea jicho.

Kibori aliinuka baada ya kushauriana na Fadhila. "Tafadhali tuoneeni huruma. Mnajua kuwa tumetoa mahari. Tumegharamia harusi na pia sherehe ya kesho. Tulichobaki nacho hapa ni shilingi elfu kumi. Tunatumaini kuwa mtaikubali," alisihi kwa sauti ya kuonyesha kunyenyekea.

Wacha mzozo uzuke! Watu walipiga kelele . Wakakataa kutulizwa. Wengine wakitoa matusi ya ajabu. Fadhila na watu wake wakatoka nje kushauriana. Wakatafuta pesa miongoni mwao. Walipata shilingi nyingine elfu kumi kutoka kwa Kibori. Zikawa elfu ishirini ambazo mashemeji walikataa. Walipokosa kukubaliana, Fadhila na watu wake wakakata tamaa. Wakaingia kwenye gari lao na kwenda zao. Usiku huo Fadhila hakupata hata lepe la usingizi.

***

Kama kawaida ya arusi Fadhila alijitayarisha vilivyo na kwa wakati unaofaa. Hakuvunjwa moyo na matukio ya usiku uliopita. Alifahamu kuwa mtaka cha mvunguni ni sharti ainame. Alivaa suti nyeusi kutoka Italia, shati jeupe na tai ya urujuani. Miguuni alivaa viatu kutoka Ureno na soksi nyeusi. Alionekana mlimbwende wa ajabu. Upara wake ulioanza kuonyesha ulimetameta kwa kuakisi mwangaza. Wasimamizi wa bwana arusi pia walijikwatua vilivyo. Wote wakiwa na mavazi kama yale yake. Kibori na mkewe ndio waliokuwa viongozi wao. Saa tatu kamili walikuwa nyumbani kwa kina Haiba.

Dunia huwa msumeno kama watu wanavyoamba. Huwa haina njia maalum ya kutukia kwa mambo. Licha ya Fadhila kuwa mkakamavu na mwenye kupitia mambo mengi, alitiwa tumbojoto na matukio ya usiku uliotangulia. Alikutana na mambo ambayo daima hangetarajia. Hakujua matakwa mapya ya aila ya kina Haiba yalitoka wapi. Wakati walipokuwa wakizungumzia kulipwa kwa mahari mambo hayo hayakutajwa. Kilichotajwa ni mahari ya shilingi laki moja unusu ambayo Fadhila alitoa. Mbona tena wakamfanyia vile? Au kulipa kwake laki moja unusu kuliwafanya wamuone kama benki? Aliwaza na kuwazua asipate jawabu.

Baada ya kuuliziaulizia, Fadhila alifahamishwa kuwa bi arusi alikuwa keshajitayarisha. Wazee walikusanyika nje ili kujadiliana kutibuka kwa sherehe ya mkesha wa arusi. Walipohakikisha kila aliyehitajika alikuwa pale, mzee Msasa aliyeongoza sherehe ya jana aliwaita watu wa kundi la Fadhila.

"Samahani kwa yale yaliyotokea jana. Hayakuwa matarajio yetu kuwa tungekosa kuelewana. Hata hivyo, mila ni mila na wahenga walisema mwacha mila ni mtumwa. Sisi hatungetaka kuwa watumwa katika nchi yetu. Kwa hivyo ni matumaini yangu kuwa mlipojiandaa kuja mlijua kuwa matakwa yetu hamjatimiza. Labda penye wazee hapaharibiki neno. Mwasema mmejiandaa vipi mkitilia maanani kiasi tulichowatajieni hapo jana? Mmoja wenu amekaribishwa kutufahamisha mipango yenu," Mzee Msasa alisema wakati huu akilegeza sauti.

Kibori alisogea mbele na kupaaza sauti ingawa ilikuwa na kitetemeshi, "Mwafahamu kuwa usiku wa jana tulisema kuwa tulikuwa na shilingi elfu ishirini. Hatukuweza kupata kiasi kingine kama mlivyotutaka. Hata hivyo, tuna imani kuwa hamtatukataza bi arusi kwa kuwa walipopendana na kupanga kufunga ndoa hatukuwa. Wao pekee ndio watakaotunza na kuhifadhi ndoa yao. Kuingilia kwetu kutaleta ufa katika ndoa yao. Tafadhali naomba hela zisiwe kikwazo cha kuwatenganisha wapenzi hawa."

"Haya ni matusi ndugu yangu," mtu mmoja alidakia. "Mwawezaje kuja kuturingia jinsi mlivyofanya jana. Mwafikiria sisi masikini tutakubali vijipesa vyenu bila kutambua jukumu la kila mmoja wetu katika kukua kwa bi arusi?

"Potelea mbali na pesa zenu," mwingine alidakia.

Tukae alikuwa akifuatilia mazungumzo akiwa chumbani. Yaliyojiri yalimkera akakereka. Hangeweza kuvumilia kwa dakika nyingine. Licha ya mila kusema kuwa mganga hajigangi, Tukae alikata shauri kujiganga. Alitoka polepole. Akaingia kwenye mduara uliotengenezwa na watu waliokuwa wakijadiliana.

"Hamjambo nyote? Mungu asifiwe! Asiyenijua mimi ndiye Tukae baba yake bi arusi. Mliyoyasema yote nimeyasikia na ni ya kweli. Mila ni jina letu. Jina la kututambulisha na kutufanya kuwa tofauti na watu wengine. Mila ni ngao ya kutulinda kutokana na imani zinazopotosha. Hata hivyo, tunapaswa kutilia maanani kuwa dunia haisimami mahali pamoja. Twaambiwa kuwa huzunguka kama pia. Hivyo ndivyo inavyosonga mbele. Kila siku jambo jipya hutokea duniani. Hadi wengine wakasema kuwa kipya ki nyemi kingawa kidonda. Tafadhali naomba kwa hisani yenu. Achilieni watoto hawa waende kanisani. Jua halingojei mtambaji. Kumbuka kuwa siku hii si yetu, ni yao. Tukiwachelewesha huenda mipango mingine haitapata nafasi ya kutengeka. Nawaomba mkubali mashemeji watoe walichonacho na yale mengine yaendelee. Hii ndiyo kauli yangu. Nawashukuru kwa kunisikiliza." Tukae alihadharisha kwa huzuni.

Fadhila alitabasamu kwa mara ya kwanza tangu usiku uliopita. Hakutarajia kuwa watu waliokusanyika pale wangepinga matamshi ya mzee yule.

Mzee Msasa alitikisa kichwa chake.

"Haidhuru aliyosema mzee wetu ni mambo ya busara. Nami nakubaliana nayo. Harusi tunayo au hatunaa?" Wote waliitikia, "Tunayoo!"

"Basi mashemeji fanyeni wajibu wenu na tuendelee na mipango mingine," mzee yule alisema.

Kibori alimkaribia mzee yule akampatia hela alizokuwa nazo. Wanawake wakapiga shangwe na vigelegele. Nyimbo za shangwe zikaimbwa. Bi arusi akanyanyuliwa juu kwa juu kutoka chumbani alimokuwa na kuingizwa kwenye gari huku wanawake wakiendelea kuimba. Safari ya kuelekea kanisani ikang'oa nanga.

***

Fadhila na Haiba walisimama pamoja mbele ya kanisa. Mwangaza uliotoka kwenye taa za madhabahuni ulimulika rinda refu la Haiba lililokuwa na mkusi mrefu kama ule wa tausi. Weupe wake ukaisha. Ukachanganyika na wekundu usiokolea vizuri. Ukaonekana katikati ya manjano na machungwa. Wengine walisema ilionekana kama rangi ya dhahabu. Dhahabu! Ndiyo! Dhahabu. Alikuwa na thamani hata kuliko dhahabu.

Haiba alikuwa amefunikwa usoni kwa veli nyeupe. Mkononi alikuwa amevaa glovu nyeupe na kushika maua yenye rangi ya urujuani. Kibogoshi chake chenye ukanda mrefu kilining'inizwa kwenye bega la kushoto. Chenyewe kilikuwa cha rangi iliyoshabihiana na ile ya mavazi yake. Kilikuwa na vitone vya madini yaliyoakisi mwangaza. Yakametameta kama nyota. Viatu vyake vyeupe vyenye kisigino kirefu havikuonekana vizuri kwani vilifunikwa na rinda lake. Wazazi wa Haiba walikuwa tayari wamemkabidhi Fadhila mchumba wake na kurudi kwenye viti vyao. Aliyebaki karibu nao alikuwa Askofu Muthee na wasimamizi wao wawili. Kibori na mkewe.

"Daima mwanadamu huwa na maozi ya kuola, masikio ya kusikia na ni vizuri kutumia viungo hivi muhimu," Askofu Muthee alisema.

"Fadhila, sogea karibu umfunue mchumba wako. Hakikisha kuwa ni yeye. Hukudanganywa. Jamaa fulani kwenye Agano la Kale alidanganywa baada ya kulipa mahari kwa jasho lake," Muthee akasema huku akitabasamu. Watu waliangua kicheko.

Fadhila alisogea karibu na Haiba akashika veli yake kwa mikono yake miwili. Akamfunua uso na kuitua veli ile upande wa nyuma. Akamkazia macho na kumwangalia. Akatabasamu.

"Tuambie ni yeye au siye?" Askofu akasaili.

"Ndiye! Ni yeye!" Fadhila akasema.

"Una hakika kabisa?" Askofu aliuliza tena.

"Nina hakika, ni yeye."

"Sawa kabisa, mpigieni makofi. Amehakikisha kuwa aliyemchagua ndiye aliyekabidhiwa. Mungu asifiwe sana," Askofu aliendelea.

"Unajua Kiswahili husema kuwa wakati mwingine mja hana hiari. Kuna vitu vichache kabisa ambavyo mwanadamu hupewa nafasi kuvichagua. Vingine Mungu humchagulia. Kwa mfano huwezi kumchagua mzazi wako, jirani yako, huwezi kumchagua mtoto wako na vingine vingi. Mtu angekubaliwa kumchagua baba yake, wengi wetu tungeng'ang'ania wakwasi wa kutajika. Hakuna mtu angemchagua maskini.

Mtu anaponunua shamba hufikiri kuwa anataka kupakana na mtu fulani. Akakuta kuwa majirani wale wengine hawampendi. Baada ya muda usiokuwa mrefu, jirani aliyempenda akauza shamba lake na kuhamia kwingine. Mtu yule akabaki amezingirwa na majirani asiowapenda. Hata hivyo, Mungu amempa mwanadamu tunu ambalo si viumbe wengi wamepewa. Uwezo wa kumchagua mchumba. Patakapotokea shida na matatizo yoyote, hutamlaumu mtu yeyote.; ulijichagulia. Pakitokea raha utajisifu na kumsifu Mungu wako pia kwa uwezo aliokupa. Fadhila, ni ishara gani uliyonayo ya kutuonyesha kuwa hukushurutishwa na mtu yeyote ulipojichagulia? Ni kitu gani kitakuwa ishara ya nje ya kuonyesha kuungana kwenu kuwa mume na mke?" Askofu aliuliza huku akimtazama Kibori na mkewe.

Kibori aliwaita Kim na Ken -- watoto wadogo mapacha waliokuwa wamebeba vikasha vilivyokuwa na pete ndani. Akavichukua na kukifungua. Askofu alizichukua zile pete na kuzitua katikati ya Bibilia yake. Akaziombea.

Fadhila aliichukua moja, akamtia Haiba katika kidole chake cha pete. Naye Haiba akachukua ile nyingine. Akamvisha Fadhila kwenye kidole chake cha pete. Makofi, vifijo na nderemo viliendelea kwa dakika kadhaa.

"Sasa nachukua fursa hii kuwaunganisha ninyi kuwa mume na mke. Yule aliyekuwa na sababu ya kuzuia jambo hili kutendeka hana nafasi tena. Amekwisha kuchelewa. Mtu yeyote asitenganishe kile Mungu alichounganisha," Askofu alisema kwa tabasamu ya uhakika.

Maharusi walikumbatiana na kubusiana huku shangwe, nderemo, vifijo na makofi vikijaa hewani. Vimulimuli vya kamera viliyafanya mandhari kumetameta metumetu kama nyota angani.

Baada ya kutia cheti chao sahihi, maharusi waliruhusiwa kuketi ili kusikiliza hotuba na mahubiri ya askofu. Alikohoa ili kulainisha koo lake na kujongea kwenye mimbari.

"Mungu alimuumba mwanadamu. Mume na mke. Akawapenda. Lakini mwanadamu mwenyewe ndiye aliyetenda dhambi na kujitenga na mapenzi ya Mungu. Zamani za kale, nyanya yangu alinisimulia hadithi:

"Aliondokea mwanamke aliyeishi peke yake. Alienda msituni kutafuta kuni. Jioni akarejea nyumbani akiwa na tita lake. Akalitua ndani ya chumba chake. Hakujua kuwa ukuni mmoja haukuwa ukuni. Alikuwa nyoka. Nyoka ambaye alikuwa amemeza mawindo yake na kulala fofofo kwa shibe. Nyoka yule alipoamka alijikuta yuko mahali pasipojulikana. Akayasoma mandhari ili kuyaelewa. Katika pitapita zake aliyaona mayai ya kuku akayala. Akajificha asionekane mwenyeji wake aliporejea. Mwanamke yule hakujua mayai yake yalienda wapi. Siku nyingine akamkosa kuku. Siku ya tatu hakuwaona panya waliokuwa wakimwimbia usiku ili apate usingizi. Alipomaliza chakula alichoweza kula kwenye nyumba ya mwanamke yule, nyoka akajitokeza. Akamzingira mwanamke akitaka kumla. Akamwambia. Hukunileta hapa ili nife njaa. Kwa hivyo mimi sina budi kukufanya chakula changu. Yule mwanamke alishtuka sana lakini hakuwa na la kufanya kwa kuwa nyoka alimmeza mzima mzima.

Ni mara ngapi mwanadamu amekosa kuwa mwangalifu katika kazi zake? Ni mara ngapi wewe umejichimbia kaburi kwa kumkaribisha shetani kwenye moyo wako? Ni mara ngapi tushaambiwa kuwa kitulacho ki nguoni mwetu? Maswali ni mengi tunayoweza kujiuliza. Hata hivyo, jibu ni moja tu. Kutahadhari kabla ya hatari kutufika. Wengine walisema ajali haina kinga wala kafara. Lakini hawajui kuwa tahadhari humpa mwanadamu dalili ya mambo yanayotarajiwa. Tusimkaribishe shetani mwovu katika maisha yetu," Askofu Muthee aliendelea kuhubiri.

Baada ya mahubiri ibada ya ndoa iliisha na waumini kufumukana. Kila mtu alitoka nje na kuelekea ugani ambapo paliandaliwa dhifa ya kukata na shoka. Watu walikula na kushiba.

Maarusi walikata keki kubwa na kila mtu akapata kipande chake. Iliyobaki ilihifadhiwa ili kumpatia yule ambaye angewatembelea siku iliyofuata.

Wakati wa kutoa zawadi ulifika kabla ya magharibi. Watu walijipanga kwenye mlolongo mrefu huku wapiga picha wakizunguka ili kuwa na mtazamo uliopendeza. Pesa, vifaa vya jikoni, vifaa vya sebuleni, vitanda na magodoro, saa za ukutani vilikuwa miongoni mwa zawadi sufufu walizopata maarusi.

Fadhila alipata nyota ya jaha. Alikuwa hana kiti wala kitanda. Aliuza vyote ili kupata pesa za kuanzisha kanisa na pia kulipia mahari. Mungu alijibu maombi yake. Akapewa kila kitu alichohitaji kuanzisha familia. Gari la *pick-up* lilipakiwa mara mbili.

Sura ya Saba

Hospitali ya wilaya ya Pango haikuwa mbali na kitovu cha mji wa Pango. Ilikuwa katikati ya kitongoji duni cha Mjini. Nyumba za Mjini zilikuwa za madongoporomoka na kuezekwa kwa mabati ya madebe na mikebe. Ukosefu wa vyoo ulivifanya vichochoro vilivyopitia humo kutoweza kupitika. Harufu ya mkojo, kinyesi cha binadamu na pombe ilitawala. Si watu wengi waliothubutu kupitia kwenye vijia vya Mjini. Wadokozi walijaa huko wakingoja walevi walioshindwa kutembea. Wakawapiga ngeta na kuvidokoa visenti vilivyobaki kwenye mifuko yao.

Haiba alikodi teksi iliyomshusha kwenye lango la hospitali. Alipolipa na kushuka alishika rinda lake upande wa kulia na kushoto kwa wakati mmoja, akalivuta na kulilainisha. Akahakikisha limemkaa barabara na kuendelea na safari yake.

Hospitali yenyewe ilijengwa kwa mabati na matofali. Wagonjwa walijaa sisisi. Kunao wale waliojikongoja, wengine wakachechemea na wengine kubebwa kwa machela na toroli. Hungekosa mtu anayelia na kuguna na mwengine akimfariji. Mnuko wa damu na jasho uliochanganyika na mnuko wa dawa na vidonda ulimsumbua Haiba.

'Si vema kuja hospitalini ukiwa mzima wa siha. Huenda ukarudi nyumbani ukiwa mgonjwa mahututi,' Haiba alifikiria.

Haiba alipita sehemu iliyokuwa na watu wengi. Akapenyea kwenye ushoroba uliokuwa nadhifu na watu waliopitia pale walikuwa wachache. 'OFISI ZA MADAKTARI', ubao uliashiria. Haiba alikuwa mgeni mashuhuri. Alikusudia kumtembelea daktari. Siwezi kuelezea bayana iwapo anayemtembelea daktari huwa mgeni au mgonjwa. Hata hivyo, najua kuwa hata wasiokuwa na ugonjwa hutembelea daktari. Haiba alikuwa na woga usio na kifani. Alimkumbuka rafiki yake aliyejipeleka hospitalini bila ugonjwa. Alipoongea na daktari rafiki yake, akamtajia kipele alichokiona kwenye titi lake alipokuwa akivaa nguo. Daktari akamshauri afanyiwe upasuaji kuondoa kile kivimbe. Mama hakutoka thieta akiwa mzima wa rai, alikuwa mgonjwa mahututi aliyelala usingizi wa pono. Mwishowe aliaga dunia.

Hapo nje ya mlango wa daktari, kulikuwa na fomu za kukalia. Haiba hakukaa hapo, alienda na kuketi kitini kwenye masjala ya daktari. Hapakuwa na watu. Alikuwa wa kwanza kuwasili na alimngoja daktari ajiandae ili amuone zamu yake ikiwadia. Hapo mezani palikuwa na magazeti na majarida kadhaa. Mengi yalihusu taaluma ya utabibu. Aliyapekuapekua na kujaribu kusoma mambo fulani yaliyoandikwa kwenye mojawapo ya jarida.

"Wanawake wana uwezo kuliko wanaume katika kuongea na katika kufanya mambo mengi kwa wakati mmoja. Kulingana na utafiti mwanamke huweza kutekeleza majukumu kama kusikiliza na kuongea kwa simu huku akipiga taipu kwenye tarakilishi. Hivyo ni kwa sababu yeye hutumia sehemu ya kushoto na kulia ya ubongo huku wanaume wakitumia sehemu ya kushoto peke yake ... ' Kumbe ni hivyo!' Haiba alishangaa.

"Haiba alihusika katika kusuluhisha ugomvi wa mume na mke pale kanisani. Akiwa pasta msaidizi wa Kanisa la Miujiza, majukumu yake yalikuwa kumsaidia mumewe panapohitajika msaada. Alikuwa akiwapangia semina akinamama na kuwashauri, kuwaongoza katika vikundi vyao hata vile vya *Mary Go Round*. Pamoja na kuandaa semina, yeye alikuwa mwalimu wa akinamama. Alikuwa akijisumbua kusuluhisha shida za wanawake hasa zile zinazohusu unyumba. Sasa alipata jambo la kuwaambia. Akajaribu kutunga sentensi yake: "Utafiti unaonyesha kuwa vita vya nyumbani baina ya wake na waume zao hutokea kwa kuwa mke anapozungumza na mumewe, yeye huongea mambo mengi zaidi ya mumewe, hivyo basi anaposhindwa kujitetea dhidi ya shutuma alizolimbikiwa huwa inambidi mume kutumia nguvu kupitisha ujumbe wake."

Haiba aliposoma makala hayo kwa ukamilifu, alishangaa ghaya ya kushangaa. Hakuwa na habari kuwa wanawake huwa na maumbile mahususi. Alikosa kujua ni vipi mwanamke hajajikwamua kutoka kwenye minyororo ya mume kwa kutumia ufasaha wa lugha hasa kwenye ulingo wa siasa. Aliwakumbuka wanawake kadhaa waliokuwa nuru kwa wenzao katika nyanja mbalimbali. Mwenye nguvu asipofahamu nguvu zake na asili ya nguvu hizo yeye huwa mnyonge. Alimshukuru baba yake aliyempeleka shuleni. Hakuna zawadi inayopita elimu ambayo mzazi anaweza kumpatia mwanawe, hasa mwanamke. Wanawake wengi wanatetea kupewa urithi na baba zao. Ni sawa lakini urithi ambao hakuna anayeweza kumnyang'anya mwanamke ni elimu. Mila nyingi zinazomdhalilisha mwanamke hazifai. Kwa mfano tohara za wasichana, kuozwa mapema na kunyimwa haki za msingi kama lishe bora na mahali salama pa kusomea. Haiba aliwaza kuwa atakapompata mtoto wake angempatia kila kitu atakachohitaji kumwezesha kujenga msingi imara wa mustakabali wake.

Alitazama mlango wa ofisi ya daktari aliyetaka kumtembelea. Palikuwa na ubao ulioandikwa Daktari Grace Nyaga. Alitabasamu. Alitulia kwa kuelewa fika kuwa wanawake wamepiga hatua katika nyanja nyingi isipokuwa siasa.

Mara alipokuwa akiwaza, mhudumu alimwita na bila kupoteza wakati akachukua mkoba wake na kujitoma ofisini.

Ilikuwa ni miaka sita bila mafanikio. Haiba aliposhindwa kuvumilia au kumshawishi Mchungaji Fadhila waende hospitalini, alitembelea hospitali ya Pango na kumkuta Daktari Nyaga.

Daktari alimkaribisha kwa taadhima kubwa. Hakuna asiyemfahamu mke wa kasisi mashuhuri. Popote alikoenda alikutana na watu wakimuita, kumsalimu na kumtuma amsalimie kasisi.

"Vipi Haiba Fadhila?" Daktari alimwamkia. "Keti upumzike."

"Niko sawa daktari. Nashukuru," Haiba alijibu huku akiketi kwenye kiti kilichokuwa mkabala na kile cha daktari.

Baada ya kujaza fomu fulani, daktari alimwuliza Haiba panapomuuma.

Baada ya kufikiri kwa muda Haiba alipasua mbarika. "Daktari nashindwa niseme nini ... sasa imepita miaka sita na sijafanikiwa kupata mtoto."

Baada ya daktari kumsikiliza Haiba kwa makini na kumwuliza maswali chungu nzima, alimpima sehemu mbalimbali na kumwambia angojee matokeo ya maabara. Haiba alingoja kwa hamu na hamumu. Aliona kuwa furaha katika maisha yake ya ndoa inategemea kufaulu kwake kupata mtoto. Mume wake hakuwa kikwazo katika ndoa yao lakini shinikizo kutoka kwa watu mbalimbali zilimtia kiwewe. Macho ya wanawake wengine wa kijijini pale yalimtia kiwi. Kwa nini kila mtu akutanapo naye humtazama toka utosini hadi miguuni? Ilionekana kwamba kuna kitu walichokuwa wakitafuta kwenye maumbile yake.

Shinikizo nyingine zilitoka kwa Haiba mwenyewe. Alitamani kumlisha mtoto, kumwosha, kumvisha, kumnyonyesha, kumwita "mwanangu" naye amwite "mama" kama vile wanawake wengine walioolewa wanavyofanya. Wazo la kukosa mtoto hakulitilia maanani. Hakuliamini, hakulikubali, hakulipenda wala kulitarajia. Alilipinga kwa moyo wake wote, kwa akili zake zote, , kwa nguvu zake zote na kwa mawazo yake yote. Alikuwa tayari kupigania mwelekeo wake kwa nguvu zake zote. Hakutaka kudharauliwa. Alipenda kupewa heshima aliyostahili, kama mwanadamu, mke wa Mchungaji, mama na mkristo anayeamini Mungu. Mfuasi wa Yesu na mlokole aliyejazwa Roho Mtakatifu.

Ingawa alimwamini mume wake, Haiba alikuwa na maswala sufufu moyoni. Alihofia imani ya mumewe juu yake iingiliwe na watu kama vile marafiki zake. Kila wakati aliyachunguza matamshi yake. Hakuwahi kupata ishara yoyote ya kukosa imani katika maongezi yake na mumewe. Hili lilimtia moyo sana ingawa halikumwondolea uchu wa kumtafuta mtoto kwa udi na uvumba.

Haiba alilelewa katika familia ya watu wa dini. Dini ya Kikristo ilipoingia nchini, babu yake alikuwa wa kwanza kuwa mfuasi wa dini hiyo kwenye kijiji chao. Baba yake vilevile alikuwa mfuasi aliyejitolea katika mambo ya dini na Alitii wito huu na mahudhurio yao kanisani yalikuwa mema. Mchango wa familia hii katika mambo ya Mungu ulikuwa mkubwa na uliofanya waumini kuongezeka. Haiba alikuwa mwimbaji katika ujana wake. Aliposimama kuongoza pambio, nyoyo za watu zilitulia tuli na kufuatisha macho yao staili yake ya mbwembwe na sauti iliyonyooka.

Kitu kizuri huwa ni haba na kukipata huwa ni kazi ngumu ambayo ni nadra kufanikiwa. Vijana wengi wavulana ambao walikuwa wakikutana na Haiba kwenye shughuli mbalimbali kama vile mikutano mikubwa ya Injili, semina, kwaya, na mashindano ya nyimbo walijaribu kumvuta kwa matendo yao. Wengine walikuja kanisani bila mwito halisi wa kuokoka wakiwa na shabaha maalum ya kujipatia jiko. Wote waliambulia nunge.

Haiba alikuwa mwana wa pekee wa Haruni Tukae. Macho yote ya nyumba ya Haruni yalimchunga kama mboni ya jicho. Daima hakukosa alichokihitaji. Alisomea shule za mabweni za wasichana pekee na kumaliza kidato cha nne akiwa hajawahi kukabiliana na tashwishi yoyote maishani.

Alipomaliza masomo yake ya shule ya upili, alipata mchumba katika muda usiokuwa mrefu. Alipomwambia babake, alikataa. Alizipokea habari za kuchumbiwa kwake kwa dharau. Alisema kuwa Fadhila alikuwa maskini. Baadaye alikubali. Labda, aliona msimamo wa Haiba ulikuwa imara. Hata hivyo, hakukubali vivi hivi. Alikuwa na masharti mapya. Aliitisha kiasi kikubwa cha pesa akidhani Fadhila hatapata. Shilingi laki moja na nusu. Alishangaa alipokabidhiwa hundi ya shilingi laki moja na nusu. Mwishowe alisalimu amri. Akasema haidhuru Fadhila huyu ni mtu wa Mungu. Mungu atamwauni na kuwapa maisha mema.

Haruni hangetaka binti yake aolewe na mtu asiyejua Mungu. Alikuwa akiwachukia sana hasa watu walevi wasioweza kukidhi mahitaji ya jamii zao. Alimpenda kijana mwongofu aliye na bidii katika kazi afanyayo. Alimpenda kijana asiyetekwa nyara na tabia potovu za hirimu yake. Mtu aliye na mtazamo maalum kuhusu maisha. Anayefanya jambo si kwa sababu amemuona fulani akilifanya bali kwa kuwa yeye huona thamani ya kufanya jambo hilo. Kukosekana kwa mtoto kwenye ndoa ya Haiba na Fadhila kulileta msukosuko wa aina fulani. Ingawa wengi hawakusema, walikuwa na mambo chungu nzima ya kunong'onezana.

Hakuna aliyetazamia jambo hili. Baada ya Haiba kuolewa, wanawake wadhabidhabina wa Kanisa la Miujiza, walingoja matokeo ya ndoa hiyo kwa hamu na ghamu. Wengine walitaka kuhakikisha iwapo hiyo ndoa ilikuwa takatifu au la. Walizihesabu siku kadri zilivyoisha huku wakimkaguakagua Haiba popote walipomuona. Walipokutana naye macho yao yalikatalia kwenye tumbo lake wakijaribu kukadiria iwapo laongezeka.

Baada ya miezi tisa kuisha, wanawake hao walitamauka na mazungumzo yao ya kunong'onezana yalibadilika. Hapo awali, walitaka kuthibitisha kwamba Fadhila na Haiba ni wanadamu. Wanadamu walio na hisia za binadamu. Walidhani katika pilikapilika za posa huenda walishiriki jambo la ubinadamu. Walipoambulia nunge, hawakuishiwa na mada ya kuzungumzia. Walishuku matumizi ya njia za kupanga uzazi. Hawakuamini vijana wenye maumbile yasiyo na kasoro wangejiweka wakfu hadi siku ya harusi.

Haya yote Haiba alikuwa anayasikia na kuyaelewa. Alifahamu kuwa binadamu hatosheki hadi anapompaka mwenzake tope. Hili lilimchefua moyo Haiba na kumliza mara nyingi. Aliona kuwa kutopata mtoto hakungechukuliwa kuwa mpango wa uzazi bali kuna watakaosema kuwa aliavya mimba au alitumia dawa vibaya hata wakati hakuwa ameolewa.

Daktari alikuwa amemwambia Haiba kuwa hakuwa na kasoro yoyote wala ugonjwa wowote ambao ungesababisha kukosa mtoto. Alikuwa mzima wa rai. Hata hivyo, alihofia mumewe angemchukulia vipi akimwambia waende hospitalini wapate kupimwa. Daktari alikuwa amempendekezea aweze kumshawishi mumewe kuandamana naye hospitalini ili naye apate ushauri wa daktari. Alikuwa na shaka. Mchungaji Fadhila hangependa kwenda hospitalini ili kushauriwa juu ya mtoto. Aliamini kwamba Mungu ndiye aliye na uwezo wa kuwapa mtoto. Alitaja vifungu fulani vya Bibilia vilivyoonyesha wanawake wakongwe wakipata watoto. Mungu akitaka kuwapa hakuna anayeweza kupinga hilo

***

Alipokuwa ametosheka kwa huduma aliyopata pale hospitalini, Haiba aliuchukua mkoba wake na kutembea kwa mwendo wa asteaste kuelekea nyumbani. Alipotazama mbele, aliona watu wengi wakikusanyika pale karibu na mochari. Alijawa na ari ya kutaka kujua kilichokuwa kikiendelea. Alijongeajongea. Alipokaribia aliona gari la askari limesimama kando ya chumba cha mochari. Askari mmoja alitoka mle garini na kuufungua mlango wa nyuma wa gari. Askari wengine wawili, dereva na mwingine mrefu mwenye miwani pia walikuwa pale karibu na karandinga. Haiba aliingiwa na woga. Hakupenda kuwaona askari. Alifahamu kuwa palipo na askari huwa hapakosi vioja. Aliwaona wahudumu wa mochari wakiutoa mwili wa mtu kutoka kwenye *landkrusa* ya askari na kuingiza chumbani.

Haiba alimkaribia mzee mmoja mwenye upara na kumwuliza kilichokuwa kikiendelea. Mzee yule alijibu huku kamkodolea macho. Alitoa tabasamu ya mapengo na kusema, "Dunia hii haikosi mambo mama! Mtu huyu amepatikana ameuawa katika msitu wa Ghubani huku maskini katolewa sehemu zake za siri."

Aliposikia hivyo Haiba alishikwa na mchecheto, woga usio kifani ukaigandisha miguu yake akawa hana la kusema. Hakuuliza swali jingine bali alishika njia na kujikokota kuelekea stani. Alihofia kuwa mtu anayemfahamu angemuona na kumwuliza maumivu yaliyomfanya kutembelea hospitali.

Haiba alipotoka pale hospitalini hakutaka kupiga simu achukuliwe kwa gari lao rasmi. Aliabiri matwana na kufikishwa karibu na nyumbani. Alishushwa stani ya Mukungu na kutembea. Alipokuwa akitembea kuelekea nyumbani, aliutazama ubao mkubwa kandokando ya barabara uliotangaza huduma za mganga maarufu Profesa Hofu Mkavu.

Haiba aliusoma na kutafakari kilichoandikwa. Alikuwa na maswali mengi ya kuuliza lakini hakupata mtu wa kuuliza. Hajawahi kuzungumza na yeyote aliyewahi kuhudumiwa na mganga. Alikumbuka kwamba yeye ni mke wa mchungaji na wahenga hawakukosea waliposema lila na fila havitangamani. Alikaza mwendo kuelekea nyumbani.

Sura ya Nane

Haiba alikuwa gashi mpole na mrembo. Toka utotoni mwake alivutia watu wengi. Macho yake makali yangeweza kumulika usiku kwa weupe wake. Kimo chake cha futi tano nukta tatu kwenye umbo la unane yalikuwa mandhari ya kupendeza. Tabasamu yake ya meno meupe pepepe yaliyopangwa vizuri iliufanya moyo wa binadamu kufa ganzi. Hakika, Haiba alikuwa na bahati nzuri kuwa na sauti nyororo kama ninga na usemi uliolainika kinywani. Mungu alikuwa amemtunukia Haiba zawadi nzuri nzuri na kumfanya malkia nyakati zake.

Sura jamala ya Haiba ilijitokeza vizuri alipovunja ungo akiwa darasa la nane. Kwanza, alianza kuongezeka kwa kimo baada ya chunusi kuadimika usoni. Ngozi yake ililainika, maziwa yalianza kuumuka na makalio yake yakaonyesha tofauti kati ya maumbile ya kike na kiume. Kulingana na sheria za shule yao, kuanzia darasa la sita alikuwa na pakiti ya vitu asivyojua katika sanduku lake. Vitu vilivyofunikwa kwa pakiti yenye rangi nzuri. Alipomwuliza mamake ni nini na matumizi yake, alimwambia kuwa akikomaa vya kutosha angefahamishwa na wengine na vilevile mwalimu wake jinsi angevitumia. Haiba alishangaa ni vipi alivyofichwa mambo yaliyomhusu yeye. Alishangaa iwapo usiri ulioandamana na mambo mengine kama una manufaa au la.

Siku moja, mwalimu wa sayansi aliingia darasani akiwa mchangamfu. Alipowasalimia wanafunzi aliandika ubaoni somo la siku hiyo. Kukua na kunenepa. Kila mwanafunzi alitega masikio yake ndi ili kusikia atakayosema mwalimu. Wanafunzi wachache walikuwa wanayaelewa mambo haya kabla ya kipindi hiki. Haiba hakuwahi kuyasikia. Alifurahi ghaya alipomsikia mwalimu akifunza maana ya mabadiliko ya mwili wa binadamu anapofikisha umri fulani. Alijibiwa maswali yaliyoandamana kwenye fikira zake kama vile: mtoto hutoka wapi? Alishangaa. Hapo awali alikuwa ameambiwa na mamake kuwa watoto hununuliwa. Jambo hili liliisumbua akili yake. Ni vipi mtu anavyoenda dukani na kumnunua mtoto ambaye anafanana naye? Ni vipi anavyochagua yule anayefanana na baba pia? Labda hupima jinsi viatu au nguo hupimwa kulingana na kiasi cha mtu, rangi na nyenzo.

Mwalimu alipowafundisha, maswali ya Haiba yaliongezeka alipogundua kuwa mamake alikuwa amemdanganya. Alistaajabu ni vipi mtoto anavyoweza kuumbika kwenye tumbo la mamake na kukaa huko kwa miezi tisa.

Haiba hakuwa akitambua uzuri aliokuwa nao wala kufahamu kusudi lake katika mambo aliyokuwa akiyafanya. Kwa mfano: kusoma, kwenda kanisani, kusali na kufanya kazi za nyumbani na zile alizopewa na mwalimu. Haiba alilelewa vizuri na wazazi wake waliomfunza uzingativu wa dini. Ilikuwa ibada kwake kuhudhuria shule ya Jumapili kanisani bila kulazimishwa. Alikuwa amemsikia baba yake akisema kuwa kuna kiumbe katili kilichokuwa kikiitwa shetani ambacho kingewachukua watoto watundu na kuwachoma kwa moto wa milele. Hakuwahi kukutana na kiumbe hiki wala kutamani kufanya hivyo.

Katika mawazo yake, alichora picha mbalimbali alizofananisha na kiumbe hiki. Alikumbuka ngano za mazimwi alizosoma kwenye vitabu. Alivuta taswira ya zimwi lililokuwa nene, lenye miguu mitatu, macho matatu, mkia mnene, mwili wenye manyoya, pembe kubwa, ulimi unaowaka moto, nguvu za ajabu na mazingaombwe mengineyo.

Haiba pia alikuwa amefunzwa katika shule ya Jumapili kuwa kuna mwanamume anayeitwa Yesu ambaye ni adui wa shetani. Alifahamu kuwa mwanamume aliyezaliwa katika nyumba ya Yusufu seremala na Maria ndiye pekee mwenye uwezo wa kukabiliana na shetani. Alikumbuka kuwa ni kwa nguvu za Roho Mtakatifu zinamwezesha mtu kumshinda shetani. Roho huyu hukaa ndani ya mtu anayemwamini Mungu na Yesu. Roho Mtakatifu alitembea kwenye maombi. Alipenda kukutana na Simba huyu wa Yuda aliyesikia akiimbwa kwenye nyimbo.

Haiba alifahamu vizuri kuwa mamake Yesu alikuwa Maria na babake alikuwa Yusufu. Mara nyingi walikuwa wameufanya mchezo wa kuigiza kwenye kesha ya tarehe ishirini na nne Disemba. Wakati huo walikuwa wakiadhimisha siku ya kuzaliwa kwa Yesu.

Waliigiza Maria, Yusufu na punda wao. Walikuwa njiani wakikimbia kwenda kujiandikisha wakafika mahali kulikokuwa na hoteli nyakati za jioni. Walipoomba chumba cha kulala walikosa. Vyote vilikuwa vimejaa wageni. Ni wakati huo Maria alipotaka kujifungua. Walienda mahali palipokuwa na hori la kulia ng'ombe na hapo mtoto Yesu akazaliwa.

Kilichomshangaza Haiba sasa ni habari kuwa Maria alikuwa na mimba ya Roho Mtakatifu. Alishangaa ikiwa yale yote waliyofunzwa kwenye kipindi cha sayansi yalikuwa ya bure bilashi au Sayansi tu. Watakapofika kwenye somo la Dini lisilowezekana katika sayansi litawezekana. Hayo yote aliyabeba akilini. Hakutaka kumuuliza mama kwa kuwa angeuliza maswali yasiyo na miguu wala mabawa angepata kichapo cha mbwa msikitini.

Vijana waliokomaa wa kanisa la kina Haiba walikuwa wamemshangaza. Kuna wakati ambao walikuwa wachangamfu na waliojazwa Roho. Walikuwa wakiimba, kuhubiri na kuomba kwa lugha isiyoeleweka. Walikuwa wakitembelea makanisa mbalimbali na kuwa na tamasha mbalimbali. Walipokuwa wakitoka kanisani walijigawa vikundi vikundi ili kwenda nyumbani. Kila mvulana alijitafutia msichana anayeelewana naye na kutembea wakizungumza pamoja.

Haiba alipojiunga na kwaya ya vijana alikuwa bado kigori. Wasichana wengine walipopata wavulana wa kuongea nao yeye alibaki peke yake. Hakupata nafasi katika kikundi chochote. Alipowakaribia, alisikia wakiongea kwa mchanganyiko wa Kiingereza na Kiswahili. Huenda wanafunzi hawa wa shule za msingi na za upili walifuata sheria ya shule zao iliyowakataza kuongea lugha ya mama. Haiba alifikiri.

Kilichomtia wasiwasi Haiba ni kutoweka ghafla kwa vijana wote waliokuwa kwenye kwaya baada ya kuvuma kwa muda usiopungua mwaka mmoja. Juhudi za viongozi wa kanisa na wa vijana kuwarudisha kanisani hazikufua dafu. Haiba alisikia kuwa wasichana wote wale walikuwa na mimba.

Jambo jingine lililokuwa linamtatiza Haiba akilini ni wale vijana waliokuwa wakiwaigiza Yusufu na Maria katika kesha ya kanisa lao. Aligundua ya kwamba wengi wao waliibua urafiki na mwishowe kuoana. Kile ambacho Haiba hakuelewa ni kama viongozi wa mchezo wa kuigiza waliwachagua waliokuwa marafiki ili mchezo uwe wa kuaminika zaidi au ni yale waliyocheza kwenye mchezo huu yaliyowaongoza kuwa na usena.

Binadamu ameumbwa akiwa mpungufu wa mambo mengi. Hakuna mtu anayeweza kusema amekinaishwa na hali ya maisha aliyo nayo. Kila mtu ana mahitaji chungu nzima. Unapomuona mtu amevalia nadhifu na kuendesha gari la fahari, usidhani kwamba yeye hana shida. Huenda yuko tayari kufilisika kwa madeni aliyonayo. Wahenga husema kuwa majumba makubwa husitiri mambo.

Hivyo ndivyo hali ya Haiba ilivyokuwa. Maisha yake yalikuwa yamebadilika. Akapata kuolewa na mchungaji aliyekuwa hana shida ya hali na mali. Alikuwa akipata kile alichotaka. Kanisa lake lilikuwa kubwa na lenye mali. Hakuwa na haja ya kuendelea kuhudumu kuwa karani kwenye ofisi ya elimu mjini Pango. Hata hivyo, Haiba hakuwa na raha. Alitamani kuwa kama wanawake wengine. Apate mtoto wa kumuita mama, naye amuite mtoto wangu. Mungu amtumie yeye katika kuumba, apate uchungu unaosemekana aujuaye ni mzazi, apigiwe kelele na viumbe wadogo wanaomzunguka, awaoshe, awavishe, awapeleke shuleni, awatazame wanapokua na kuwa watu wazima. Awe akiona picha yake katika sura zao ndipo atakaporidhika.

Haiba alipowasili nyumbani, alijitoma kwenye chumba cha kulala akautua mkoba wake na kuingia hamamuni kuoga. Alipomaliza kuoga, alijibwaga kitandani na kulala usingizi wa pono.

***

Chumbani humo mlikuwa mmejaa kiza totoro. Joto jingi lililosababishwa na blanketi nzito lilikuwa linachoma kwa hasira. Godoro lilikuwa limelowa rovu jasho la watu wawili waliokuwa wamelala kitandani. Hata hivyo, mabaharia hawa walikuwa wamezama zi katika bahari ya usingizi wa pono mpaka wakasahau walipokuwa. Mioyo ilikuwa inapiga kwa nguvu vifuani mwao na pua zilikuwa zinatoa sauti kali kama gari moshi.

"Mama! Ee mama! Nichukue nakusihi! Ee mama uuuwiii! Uuuwiii!" Haiba alipasa sauti huku akijaribu kuinua mikono ambayo ilimganda kiunoni. Moyo wake ulidunda kwa kasi huku sauti ikimkauka kinywani. Alijikaza kisabuni kuipaaza lakini haikumtoka mdomoni. Alijaribu kuinua miguu bila mafanikio. Alilia kwa kukata tamaa huku ameinua mikono iliyokuwa mizito kama nanga.

Pale chini, Haiba aliona wanawake wawili wakipigania mtoto wake msichana. Mwanamke mmoja alikuwa mnene na mwingine mwembamba. Mwanamke mwembamba ndiye aliyemnyang'anya mtoto akamweka kwenye kikapu kilichochakaa. Yule mnene naye akakimbizana naye. Akamgonga kichwani kwa mkoba aliokuwa nao. Mwanamke mwembamba akaanguka kwa kishindo. Kikapu kilichokuwa na mtoto nacho kikaanguka kando yake. Akajikaza kukifikia kwa mkono wake bila mafanikio. Katikati yao zikatokea nyufa mbili ardhini. Ardhi iliyokuwa katikati ikazama. Pakawa na mto mkubwa na maporomoko makubwa yenye maanguko makuu yamaji. Maji yalikuwa yakiteremka kwa kasi huku yakianguka kusababisha wingu zito la mvuke uliofunika kila kilichoko. Kandokando, miamba mirefu ilimkodolea macho. Miamba hii iliyoonyesha mpango mzuri wa mawe na mikono ya utendakazi ya mwashi hodari ilidhibiti upande wa kulia na kushoto.

Ghafla, kikapu kile kikateleza na kubingiria kwenye mwamba. Mashiko yake yakawa kamba ndefu zilizoshikiliwa na majitu. Majitu yaliyozishika kamba zilizoning'iniza kikapu. Mtoto aliyekuwa ndani akabadilika. Akawa ni Haiba mwenyewe aliyekikalia kikapu kile kikuukuu kilichoonyesha dalili ya kukatika. Kila mmoja alilishika kamba lake na alikivuta kikapu hicho upande wake. Kule kando, juu ya mwamba, Haiba alimwona mwanamke yule mwembamba akimtazama kwa macho ya huruma huku machozi yakimlengalenga. Upande wa pili mwanamke yule mnene alikuwa akimnyoshea mkono kwa huruma.

"Mama!" Haiba aliita kwa sauti huku akijaribu kumnyoshea mkono mwanamke yule mnene.

"Niokoe wataniua! Niokoe! Uuuwiii! Niokoe mama!" Haiba alilia kwa sauti hafifu. Alikuwa amekata tamaa ya kuishi tena. Majitu manene yaliyofanana tui na maziwa yalikuwa tayari kumteremsha mtoni kwa kuachilia kamba au kamba yenyewe kukatika na kumwacha akibingiria na kutumbukia kwenye maanguko. Alipotazama kando juu ya mwamba, mwanamke mwembamba aliyemwona alikuwa na kamba kubwa mkononi. Alimtazama mwanamke yule kwa hofu kubwa akimsihi kwa Roho yake yote. Kabla ya mwanamke yule kuteremsha kamba, ghafla bin vuu kamba zilikatika na kumwacha Haiba akiyumbayumba na kuanguka kuelekea mtoni.

"Uuuwii! Uuuwiii! Mama!" Haiba alilia kwa kukata tamaa.

"Haiba! Haiba! U mgonjwa au nini?" Fadhila aliuliza huku amezama kwenye biwi la simanzi. Mkewe Mchungaji kaanza tabia ya kuota usiku. Alishangazwa na jinsi alivyolia katika ndoto zake.

"Yawezekana shetani mwovu anajaribu kumteka nyara. Shetani hawezekani kwa jambo jingine lolote lile ila kwa Roho Mtakatifu wa Bwana," Mchungaji aliwaza moyoni.

Haiba alikuwa tayari amezinduka kwenye gonezi. Alishangaa ni vipi alivyolala kabla ya mumewe kuwasili. Hakujua alipoingia mle chumbani. Hakufahamu ni vipi na ni lini mumewe alipojibwaga kitandani. Angekuwa ni mwizi aliyeingia angeiba alichokitaka na kujiendea bila yeye kumsikia. Ni usingizi wa aina gani huu usiomruhusu kumhudumia mumewe? Alikosa la kusema. Aliona haya kuota ndoto huku akipiga unyende. Alikosa la kumwambia mumewe ambaye tayari alikuwa amewasha taa ya umeme iliyosheheneza mwangaza mle chumbani.

"Mke wangu, mbona walia usingizini?" Mchungaji aliuliza huku sauti yake imejaa kitetemeshi cha masikitiko.

"Nimeota ndoto mbaya sana," Haiba alimjibu kwa unyonge.

"Ni heri tuombe ili kuwafukuza pepo wanaoleta ndoto mbaya," Mchungaji alitamka.

Mume na mkewe walikumbatiana na kuanza sala yao kwa Roho. Walijua dhahiri shahiri kuwa wale wanaomwabudu Mungu wapaswa kumwabudu kwa Roho na kweli. Bila kufahamu waliibwa na usingizi wa ghafla na kulala fofofo.

Ghafla, walizinduliwa usingizini na mshindo mkubwa. Watu waliovalia barakoa nyeusi walijipanga mlangoni baada ya kuruka ua wa nyumba. Ole Topas, mlinzi wa mlangoni, alikuwa ameshika doria. Alikuwa ameanza kusinzia alipoona vivuli vikitembeatembea. Alitoka kwenye chumba chake na kutazama ni vivuli vya nini. Alisikia mchakacho nyuma yake na kabla ya kuangaza kurunzi iliyokuwa mkononi, alishikwa shingoni na mtu mwenye nguvu ajabu.

Alijaribu kujinasua bila mafanikio. Nguvu za ghafla zilimjia na kujinasua. Kabla ya jambazi yule kuwaarifu wengine, Ole Topas aliruka mkikimkiki na kumtandika rungu za kichwani. Alipoona amezidiwa nguvu, aliachilia unyende kama mtu anayekata roho. Mwenzake alikimbia mahali pale akafyatua risasi mfululizo. Ole Topas hakutoa hata sauti. Alilala kwenye dimbwi la damu naye jambazi kando yake huku ubongo umetawanyika.

Walipohakikisha wamemuua mlinzi yule, walibaki na kibarua kingine. Kuuvunja mlango wa Fadhila. Walijaribu kila mbinu na kushindwa. Waliupiga risasi, wakaupiga kwa shoka, wakaupiga kwa vyuma bila mafanikio. Walibaki wameishiwa nguvu. Waliamua kuvunja madirisha ambayo yalisalimu amri. Kabla ya muda usio mrefu walikuwa ana kwa ana na Fadhila na mkewe Haiba Fadhila.

"Tafadhali msiniue. Chukueni mtakacho na kuniachia uhai wangu," Fadhila aliwasihi.

"Nyamaza wewe mjinga," kiongozi alifoka. "Hatupokei amri kutoka kwako. Wasikia? Si kazi yako kutuambia tuchukue nini na tuache nini. Na nikufahamishe ndugu yangu sisi hatutaki kitu, tumekuja kukuchukua wewe tukupeleke kuzimu. Wewe umekuwa kichwa ngumu. Unajifanya kwamba wewe ni kasisi lakini wewe ni mkora. Si ulijaribu kumnajisi mama mwingine huko Mjini na ukamlipa asiongee? Unafikiri hakuna anayejua? Shida yako kuu ni kuingilia mambo yasiyokuhusu ndewe wala sikio. Wapenda kupenyeza pua yako hiyo kila mahali. Wajitafutia umaarufu wa nini? Wewe ni kiongozi wa kanisa. Ongoza kanisa na hayo mengine uwaachie wenyewe. Maendeleo ni ya wanasiasa. Mpatie Kaizari kilicho chake. Na hebu nikuulize kasisi mpendwa ... Pesa ulizopatiwa na yule beberu Tito Kanani ziko wapi?"

Fadhila alisitasita bila kuongea. "Ziko wapi baradhuli wewe ...? Hungetaka kusema. Tunasikia sasa unataka kuingilia miradi ya maji baada ya kuingilia mashule, vikundi vya kina mama na mahospitali. Utayaweza? Nani kakuchagua wewe? Wewe ni nzi tu kwenye kidonda na si haramu wewe kufa," msemaji wa wezi wale alifoka.

"Tafadhali nawaomba muogope Mungu. Msiniue nawasihi," Fadhila aliendelea kuwabembeleza. Haiba alimkumbatia mumewe huku akilia.

"Msimuue mume wangu. Mwacheni tafadhali," Haiba alibembeleza katikati ya kwikwi. Alipigwa teke la kifuani lililomyumbisha kinyumenyume huku akianguka sakafuni kwa mgongo.

"Funika hilo domo lako malaya wewe," jambazi lilifoka.

Alimshika Fadhila ukosi wa shati na kumvuta, akamrusha na kumwangusha chini kwa kishindo.

"Eti unasema unamuogopa Mungu? Unapoiba pesa za Wakristo na kujijengea jumba la fahari na kununua magari ya matajiri unamuogopa Mungu?" Alipata pigo jingine alilodhani lingempeleka jongomeo bila tahadhari.

"Wewe ni mrija tu. Kupe avunaye mahali ambapo hakupanda," Jambazi lilikejeli.

Baada ya kumtesa kwa muda wa saa moja, walichukua pesa na vitu vingine vya thamani. Waliwafungamanisha Fadhila na mkewe kwa kamba na kuwaacha ndani ya hamamu. Waliruka ua na kutokomea mbali.

Fadhila na mkewe walijaribu kujinasua kwa dakika ishirini hivi. Baadaye, walifikia kisu na kukata kamba zile. Ndipo wakatoka nje na kukuta watu waliokuwa wamekusanyika nje. Waliuzingira mwili wa Ole Tapas na ule wa mwizi aliyeuawa.

Baada ya kujaribu kuita askari kwa simu bila mafanikio, Fadhila na wazee watano waliamua kwenda kuwaita askari kutoka kwenye kituo kidogo kilichokuwa karibu. Gari la Fadhila halikuwa limeharibiwa na majambazi hao. Fadhila aliufungua mlango na kuwakaribisha. Mzee mmoja jirani ndiye aliyeendesha gari. Alipiga gari moto hadi kwenye kituo kidogo cha askari.

Walipofika, walikuta hakukuwa na mtu. Walitazama kila mahali wasione askari yeyote. Walizunguka hapa na pale wakingoja wakiwa na wasiwasi mwingi. Baada ya dakika kumi hivi askari watano waliwasili huku wakihema. Waliingia ofisini na mmoja wao akaenda kwenye meza ya ripoti.

Hali ya Fadhila haikuwa nzuri sana. Hakuweza kuelezea yaliyompata bali alimwashiria jirani yake Juma aelezee.

"Mzee tuwasaidie nini?" Konstebo alisema huku pumzi zinamtoka. Askari yule aliuliza huku akifungua kitabu kikubwa chenye ngozi nyeusi kilichokuwa mezani. Kitabu cha kunakili matukio.

"Tumevamiwa na wezi," Juma alieleza.

"Wameiba nini?" Askari yule alidadisi.

"Wamemuua mlinzi wa Fadhila," Juma alieleza.

"Kwanza jibu maswali haya. Wewe unaitwa nani? Kwenu ni wapi? Na mlikuwa mkifanya nini mlipovamiwa?" Askari aliendelea kuuliza maswali. Fadhila alisogea karibu na kumjibu yote aliyotaka kujua.

Baada ya muda usiokuwa mrefu, Inspekta Macho aliwasili kwa gari la *landkrusa*. Baada ya mazungumzo walipanda kwenye gari la Fadhila na kuelekea nyumbani kwa Fadhila. Hakukuwa mbali sana na kituo hicho kidogo cha askari. Walipowasili pale uani, walimulika kwa kurunzi zao zilizokuwa na mwangaza mkali. Inspekta Macho alitia mkono mfukoni akaichomoa paketi ya sigara na kuiwasha sigara moja. Aliuvuta moshi kwa nguvu na kuuachilia hewani.

"Unaniambia kuwa mwizi mmoja aliuawa na mlinzi wako?" Aliuliza Inspekta.

"Ndiyo Inspekta, tuliuacha mwili wake hapa," Fadhila aliashiria sehemu fulani ambayo mwili wa mwizi yule ulikuwa. Askari walielekea sehemu hiyo wasione kitu. Baada ya kusaka kila mahali kwa makini, walikata tamaa. Hawakupata maiti nyingine yoyote isipokuwa ya Ole Topas, yule mlinzi wa Fadhila. Hata hivyo, damu iliyochanganyika na ubongo ilionekana. Mkondo wa damu pia ulionekana nyasini ukiwa unafuata njia fulani. Huenda mwizi yule hakuwa amekufa bali alikuwa amezirai tu. Alipozinduka alijikaza na kutoroka. Inspekta Macho alifikiria.

Kutoweka kwa maiti ya mshukiwa kulimtatiza sana Fadhila. Alikuwa ameutazama vizuri. Mwili huo haukuwa wa mtu aliyekuwa hai. Ubongo hauwezi kutapakaa inchi kumi mraba na mwenyewe akapata nguvu za kutoroka. Aliwaza na kuwazua bila kupata suluhu. Alingojea uchunguzi wa askari ili uweze kutegua kitendawili hicho. Alikuwa hana sababu ya kuwashuku askari wala kuwafundisha jinsi ya kufanya uchunguzi. Alitulia tu na kuwatazama huku akiwa mwingi wa mawazo.

***

Uchunguzi wa kubainisha wezi waliomwibia Mchungaji Fadhila na kumwua mlinzi wake uliendelea na kuendelea. Haukuwa na dalili ya kukamilika. Askari waliendelea kuwasaka wahalifu pasipo kufaulu. Fadhila hakuchoka kungojea. Alifahamu kuwa palipo na moshi hapakosi moto. Mwili wake au roho ilimwambia kuwa watu wale walikuwa wametumwa na mtu fulani. Lakini alitaka kujua ni kina nani hawa waliokubali kutumwa na walikuwa wamelipwa kiasi gani cha pesa.

Aliamini kuwa kulingana na mitazamo yake ya siasa na dini alikuwa na maadui tele ambao hawakuthubutu kukabiliana naye mchana. Vilevile aliwafahamu maadui kama Mchungaji Minala ambao kwa sasa hakuona nia yao ya kuingilia starehe zake bila yeye kuwachokoza. Alitaka haki itendeke. Haki kwake na kwa mlinzi wake ambaye hakuwako tena lilikuwa jambo alilotamani. Mlinzi wake alikuwa amelala usingizi usiokuwa na wakati wa kuamka. Alikuwa hawezi tena kujitetea. Hakuna aliyejitolea kumtetea. Ingawa kitendo chake cha kuangusha jambazi kiliangaziwa kwenye radio, runinga na magazeti hasa ushupavu wake, hakupata wa kusimama naye. Alikuwa amelazwa kwenye chumba baridi. Hata hivyo, hakustahili kulipa kwa uhai wake kosa la uaminifu wake kazini.

Mchungaji Fadhila alitangaza kifo chake katika vyombo vyote vya habari. Alichapisha picha yake vilevile. Hata hivyo, hakuna aliyejitolea kumdai mlinzi huyo. Hakuna aliyesema kuwa alikuwa jamaa yake. Dunia ilitulia tuli kama maji mtungini. Ilimbidi Fadhila kufanya jambo.

Kukosekana kwa jamii ya Ole Topas kulimhuzunisha sana. Aliwaita wazee wa kanisa lake katika mkutano wa dharura ili wajadiliane juu ya watakapomzika. Baada ya mazungumzo makali suluhisho lilipatikana. Ole Topas angezikwa kwenye uwanja wa kanisa. Fadhila alitwaa kibali cha kumzika kutoka kwa chifu. Matayarisho kabambe yakafanyika. Siku ya mazishi ilifika na Ole Topas akazikwa kama mfalme.

Fadhila alifuatilia kesi yake kwa uangalifu mkubwa. Alikuwa tayari tahiyatu kutoa msaada wowote uliohitajika alimradi wakora hao wakamatwe. Hata hivyo, kesi hiyo ilikumbwa na kizungumkuti. Hakukuwa na ushahidi.

***

Ole Topas alikuwa mfanyikazi mwaminifu nyumbani kwa Fadhila. Hakuwa na kazi maalum. Kwanza alikuwa akisaidia katika kukata nyasi, ua na kuosha kanisa. Vilevile aliweza kutumwa sehemu mbalimbali kununua bidhaa fulani au kuvipeleka mahali kwingine. Haiba mkewe Fadhila alikuwa akimpenda sana. Alikuwa mtu ambaye hakuwa na maswali mengi. Kwa hivyo, walielewana sana.

Fadhila alijaribu kukumbuka vile walivyojuana na Ole Topas na hatimaye kumpa kazi. Ulikuwa mwezi wa Agosti miaka saba iliyopita wakati kulikuwa na mkutano mkubwa wa Injili mjini Chungani. Joto lilikuwa jingi na upepo ulivuma pande zote. Waandalizi wa krusedi hiyo walijaribu kila mbinu kuweza kuwafikia watu wengi iwezekanavyo. Sehemu hii ilikuwa kame na yenye kutegemea ufugaji. Wanawake na watoto walibaki kwenye manyata nao wanaume wakatokomea nyikani kulisha mifugo yao. Hata hivyo, mji wenyewe ulikuwa na biashara chungu nzima. Ulichanganyika watu wenye shughuli mbalimbali kutoka sehemu mbalimbali za nchi.

Alfajiri waliandaa sala ya asubuhi waliyoita *morning glory* kwenye Kanisa la Maji lililokuwa mjini humo. Baada ya kustaftahi waliungana vikundi vya watu wanne kutembelea kila nyumba wakihubiri na kuomba katika mpango walioita 'uinjilisti wa nyumba kwa nyumba'. Kwenye mpango huo Fadhila alishikana na Mose, Haiba na Tandi. Walisafiri vitongojini mwa mji huo na kuingia kwenye manyata. Walijihami kwa neno la Mungu ambalo walisema ni upanga mkali na unaweza kutenganisha nyama na mfupa. Tandi alikuwa kijana kutoka mji huo. Aliweza kuwa mkalimani wa lugha na vilevile kuwaongoza wengine sehemu ambazo wangeweza kupata watu. Alifahamu barabara kila kona ya mji huo na aliweza kuwa msaada mkubwa kwa wageni wake.

Saa nane hivi kundi la Fadhila lilimaliza huduma ya nyumba kwa nyumba. Siyo kwamba walitembelea nyumba zote kwenye sehemu yao bali uchovu waliokuwa nao ndio uliowafahamisha wingi wa kazi waliyoitenda. Vilevile walikuwa wameagana na makundi mengine kwamba wangetamatisha huduma hiyo ifikapo saa nane na kurudi kwenye Kanisa la Maji. Walioga miili yao ili kuondoa uchovu, vumbi na kupunguza joto.

Fadhila, Haiba na Mose walikuwa marafiki wa kufa kuzikana. Hungeweza kuwatenganisha hata ungewapatia majukumu tofauti. Walipinga vikali kutenganishwa na watu. Walifahamu fika kwamba watu wengi hawakupenda kuwaona pamoja. Kwa hivyo wakuu wa misheni hiyo walipopendekeza watu wagawane kwa vikundi vya watu wanne Haiba na wenzake walijipendekeza kwenye kikundi. Walifanya hivyo ili kuondoa uwezekano wa kuwekwa kwenye vikundi mbalimbali. Mose alikuwa mcheza kiibodi na mwimbaji, Haiba alikuwa na sauti ya ninga na miondoko ya mbwembwe, madoido na hanjamu zilizopendeza macho na kuyaongoa masikio. Fadhila kwa upande wake alicheza *solo* au *besi*, kuimba na kuhubiri. Yeye alikuwa naibu wa mchungaji Kanisa la Maji mjini Pango.

Saa tisa unusu, Fadhila na wenzake walikuwa kwenye uwanja. Saa kumi ilipotimia walikuwa wameandaa kila kitu na mkutano kuanza. Milio ya gitaa na nyimbo motomoto zilisikika. Kwanza chipukizi waliimba kwa miondoko yao ya kipekee huku wamevalia mavazi yao mekundu ya kitamaduni na shanga zilizojaa shingoni. Waliporuka kwa pamoja wakainua vidari vyao na kunyoosha shingo zao, shanga zilipanda kwa pamoja na kushuka pamoja na kuunakshi wimbo. Wimbo uliopendeza zaidi ulikuwa "vumilia." Ulipoporomoshwa wale waliokuwa wameketi waliinuka wakaimba kwa sauti huku wakiruka kwa pamoja.

Nyimbo, ushuhuda na sadaka vilipoisha, mhubiri alikaribishwa kwenye jukwaa. Mwongoza mkutano aliwafahamisha wote wainuke wamkaribishe mtumishi wa Mungu Mchungaji Fadhila. Fadhila alisogea na Biblia mkononi akiwa na furaha tele. Yeye alikuwa muhubiri shupavu aliyejitolea mhanga kufanya kazi ya Mungu. Alikuwa mhubiri aliyebarikiwa kwa sauti nzito yenye ushawishi wa hali ya juu. Suti nyeupe ya kaunda ilimchukua. Nywele zake zilikuwa zinaanza kuisha kwenye utosi. Meno meupe yenye mwanya wa juu yaliakisi mwangaza.

Mahubiri yake siku hiyo yaliwaguza wengi, wakaona dhambi zao, wakaziungama na kutubu. Miongoni mwa waliotubu dhambi zao na kuombewa wokovu alikuwa kijana mrefu mwenye miraba minne aliyeitwa Ole Topas. Alipokuwa akiziungama dhambi zake Ole Topas aliwashangaza wengi aliposema yeye alikuwa mwizi wa mifugo na tangu siku hiyo maisha yake yangekuwa mapya. Kudhibitisha hayo, alitoka pale mbio mbio na baada ya muda usiokuwa mrefu akarejea huku mkononi ameshika bunduki aina ya AK47 na risasi kadhaa.

Watu waliachwa vinywa wazi. Iliwabidi watafute askari wa kupokea bunduki hiyo. Ole Topas alipooshwa kwa damu ya Mwana Kondoo wa

Mungu, hakuwa mwenye dhambi tena. Hata askari hawakumkamata kwa kuwa hakuwa yule aliyezoea kuiba bali alikuwa kiumbe kipya. Mambo ya kale yote yakapita.

Mkutano wa Injili ulipoisha, watu walienda majumbani mwao kuukaribisha usiku. Hadithi zilizokuwa midomoni mwao ni juu ya jambazi sugu lililosalimisha silaha na kuokoka. Sio wengi walioamini kuwa kubadilika ghafla kwa maisha ya Ole Topas kulikuwa kwa kweli au kulikuwa na kusudi fulani ambalo yeye mwenyewe tu ndiye aliyejua. Wokovu wa Ole Topas ungeishi kwa muda gani? Wengi waliuliza.

Topas hakuwa ameoa na alihitaji ng'ombe wa kulipa mahari. Angestahimili kejeli za vijana wengine waliojitolea kukuza utamaduni huu? Wahubiri wanapohubiria vijana hawa na wanaookoka ni nani anayebaki kuwa rafiki yao wa karibu kuwawezesha kusahau maisha yao ya zamani? Akirudia marafiki wale waliokuwa wakifanya dhambi nao hakika atarudi dhambini. Ingawa watu walishangazwa na kitendo cha Ole Topas waliamini kuwa wokovu wake ulikuwa wa muda mfupi tu na kijana huyo angerudi kwenye maisha yake ya zamani ya wizi wa mifugo.

Siku ziliisha na miaka kuisha. Fadhila akaendelea na maisha yake ya kumshambulia shetani kwa bunduki yake aina ya *gitaa la solo,* upanga wake mkali aina ya Biblia na milipuko ya mabomu iliyotoka kwenye kinywa chake. Alifanya kazi na Mchungaji Minala kwa muda. Walipokosa kusikizana alianzisha kanisa lake na Neno kuendelea kuhubiriwa.

Siku moja Fadhila alikuwa katika pitapita zake za hapa na pale katika mji wa Pango. Aliingia kwenye benki akatoa kiasi fulani cha pesa. Alikuwa akijiandaa kwa mkutano wa chamcha pale mjini. Alitazama saa yake kwa haraka. Ilikuwa saa tano unusu. Alihitaji kwenda kujiandaa ili kuwa kwenye uwanja ifikapo saa sita unusu.

Alipomaliza shughuli zake mjini, alikaza mwendo kuelekea kanisani. Ghafla bin vuu, mkono wake ulishikwa na mtu mrefu wa miraba minne. Alipomwangalia alitabasamu na kuacha meno yake yaliyokuwa na mwanya kwenye ufizi wa chini. Fadhila alivuta taswira bila mafanikio. Hakujiwa na wazo la kumuona mtu huyu. Lakini alipomtazama vizuri zaidi aligundua kuwa alikuwa na masikio yaliyotobolewa tundu kubwa na shanga zilizoonesha kuwa alikuwa mgeni.

"Bwana asifiwe Mchungaji?" Mgeni alimsalimu.

"Asifiwe sana bwana!" Fadhila alijibu kwa wasiwasi.

"Naitwa Ole Topas, niliokoka kwenye mkutano wenu mjini Chungani," Ole Topas alimkumbusha.

"Wah! Nimekumbuka!" Fadhila alifanikiwa katika harakati za kuchemsha bongo.

"Wewe ndiwe uliyebadilisha bunduki ukapewa Biblia huko Chungani?"

"Ndiyo, niko na wiki mbili mjini Pango. Natafuta kazi. Nimekuwa nikiulizia mahali kanisa lenu liko."

Hivyo ndivyo Fadhila alivyokutana na Ole Topas na hatimaye kumwandika kazi. Haijulikani kama Ole Topas alikuwa na mke wala watoto. Hakutaka kuzungumzia jambo hili. Hakuwa na marafiki wala kutaka kuoa alipokuwa akimfanyia kazi Fadhila. Yeye alikuwa mwaminifu katika kila jambo. Alifanya kazi zote alizopewa kwa uangalifu mkubwa. Watu wa sampuli yake ni vigumu kupatikana. Kwa nini watu wale wazuri ndio hufa na wale wabaya huishi miaka mingi? Fadhila alikuwa akimsikitikia mara nyingi.

Sura ya Tisa

Inspekta Macho hakuwa na raha hata kidogo. Alijutia ni kwa nini alichagua kuwa askari. Alikumbuka jinsi alivyokimbizwa kwenye uwanja wa Upwa alipoenda majaribioni. Alipofika kwenye uwanja aliambiwa na askari ashike vyeti vyake kwa mkono mmoja na ule mwingine ushike nguo zake. Alikuwa na bahati kwamba rafiki yake mmoja alikuwa amemshauri avae kaptula yake ya michezo ili apate vazi la kukimbilia.

Alipimwa na stakabadhi zake kukaguliwa. Alikuwa na kimo kilichohitajika na uzani sawa. Alikuwa mzima wa rai. Meno yake na macho yake hayakuwa na dosari. Shida yake ya macho ililetwa na madhila ya dunia. Waliofaulu hatua hizo kwenye majaribio walipelekwa msituni kwa lori. Waliachwa kilomita kumi na kuamuriwa watimue mbio hadi uwanjani. Macho hakuwa na budi kuzivyoga nyika. Aliwasili uwanjani akiwa wa kwanza. Hivyo ndivyo alivyopata kazi ya uaskari. Hata hivyo, juhudi hazikuishia hapo. Mafunzo na mazoezi hayakuwa rahisi. Wengine miongoni mwao walitoroka walipashindwa kukabiliana na ugumu wa mafunzo. Alijikaza kisabuni na kufuzu kuwa askari.

Macho alishangaa ni vipi mtu angeweza kuchaguliwa kuwa kurutu bila kuonesha ubingwa wake uwanjani. Alikuwa amesikia watu wakisema kulikuwa na mipango ya mlango wa nyuma ya kujiunga na kikosi cha askari. Watu walilaghaiwa pesa na kuambulia patupu. Kuna wengine waliokuwa na bahati wakapata mwaliko bila kufika uwanjani.Macho alifikiria kuwa kupata kazi si hoja. Kuweza kuhifadhi kazi na vilevile kuulinda uhai wako ndiyo kazi. Aliona kuwa kupata kazi hii bila kuwa na talanta yake ni kuhatarisha maisha yako na ya wale unaowalinda.

Tangu alipohamishwa kwenye kituo cha askari cha Kati hajawahi kufanikiwa jinsi anavyotaka. Ukosefu wa usalama ulisambaa kote wilayani. Alikuwa amejaribu kadri ya uwezo wake kupambana na uvunjaji wa sheria. Alimaliza genge la wanaume waliokuwa wakiwabaka wanawake kwenye msitu wa Mikokoni. Akavunja maandamano kadhaa. Hata hivyo, visa vya watu kuuawa na kutoweka kwa sehemu zao za siri kilikuwa kitendawili kigumu ambacho hakupata uvumbuzi wake.

Hali iliyojiri haikumfurahisha Macho. Kuuawa kwa raia na wezi lilikuwa jambo la kawaida. Alifikiria kuwa jambo hili ndilo lililopelekea kubuniwa kwa taaluma ya askari ili kulikomesha. Matukio aliyoripotiwa yalimwatua moyo. Mwili wa askari mmoja ulipatikana kando kando ya barabara ya kuelekea Ghubani. Mwili huo ulikuwa na majeraha mabaya ya risasi. Pamoja na kupigwa risasi mbili kifuani marehemu alikuwa amefunguliwa fuvu la kichwa na kuibua ubongo.

Wachunguzi walipochunguza walipata risasi ubongoni. Maganda saba ya risasi yalipatikana karibu na mwili wake. Ilisemekana risasi iliyomkosa ilipatikana imepenya kwenye shina la mti uliokuwa karibu. Alipopokea habari hizo, Inspekta Macho alisikitika sana. Konstebo Kiputu alikuwa askari mwaminifu aliyefanya kazi yake kwa uadilifu. Ulikuwa mkasa mkubwa maisha ya mfanyikazi aliyejitolea kukatizwa ghafla na majambazi ambao hawana utu. Wakora waliomuua Kiputu huenda walikuwa na papara nyingi. Labda walifahamu kuwa alikuwa askari ndipo walipotoroka bila kumfanyia vile walivyokuwa wakiwafanyia wengine. Pengine limeibuka genge jingine lisilo na haja na maumbile ya mtu. Inspekta aliwaza.

Mazishi yalitayarishwa na kuandaliwa. Inspekta Macho na askari wenzake walihudhuria. Ibada iliongozwa na kasisi askari na bendi ya askari iliporomosha muziki wa ala. Mizinga ya kawaida kwa askari mzalendo ilipigwa. Inspekta alisoma rambirambi zake kwa jamii na marafiki wa marehemu. Marehemu alimwacha mjane na mtoto mmoja. Macho aliapa kuwa angefanya juu chini kuhakikisha waliomuua Kiputu wamekamatwa. Walipomaliza mazishi walienda zao nyumbani na wengine kwenda kutumikia umma. Waliapa kupambana na uhalifu kwa jino na ukucha.

Sura ya Kumi

Tamara alizama kwenye bahari ya luja. Alikuwa amepata madhila mengi bila kupata wa kumuauni. Ni matendo gani ya nuksani aliyomtendea mtumishi wa Mungu? Alisikitika. Lakini kwake hakukuwa kitu. Yale mambo aliyowahi kuona duniani yaliufanya moyo wake kuwa mgumu kama chuma. Shida alizopata zilimpa tumaini la kuendelea kuishi. Alijiuliza iwapo hakufa wakati alipokuwa na madhila mengi, angekaa miaka mingi zaidi ulimwenguni. Alijikakamua kuendelea kuishi kwa lazima.

Alifanya kazi yoyote iliyoweza kumletea chakula. Jinsi alivyoendelea kuzeeka ndivyo alivyopoteza wateja. Alitaka kuwa na kazi ya muda mrefu isiyohitaji ujana au uzuri wa mwili. Kama duka hivi au kioski. Alifikiria kuwa elfu hamsini zingemwezesha kufungua kioski akaachane kabisa na pombe. Hata hivyo, moyo wake haukutulia. Kwanza alijisingizia ameokoka na pili akamwaibisha mchungaji na huenda alimfanya kufutwa kazi. Alijuta lakini alikuwa na hasira kwa dunia na kiumbe chochote kile kinachoishi duniani. Alimuona Fadhila kama kikwazo katika maisha yake au chanzo cha masaibu yake.

Licha ya Tamara kutokuwa mwokovu, alijuana kwa dhati na Pasta Minala. Alikuwa mteja wake. Si mara moja aliwahi kumfanyia kazi. Alimpenda kwa kuwa hapo mwanzo hakuwa mgumu kwa pesa. Alilipa mara tu alipohakikisha kazi ishakamilika. Walipoendelea kutekeleza yaliyowakutanisha ndivyo alivyoanza kuwa bahili. Huenda walikuwa wamezoeana au alitaka kubembelezwa. Tamara aliona kuwa jambo hili halikuwa la kawaida. Akapunguza kiasi cha pesa na kuchelewesha malipo na wakati mwingine akakosa kulipa.

Mara ya kwanza Minala alimtaka kutoa ushuhuda kuwa ameponywa. Hilo lilikuwa jambo rahisi. Makanisa ya mjini yalikuwa yakipigania waumini kwa jino na ukucha. Makanisa ya zamani yalijipata yamepokonywa waumini-vijana na makanisa ya kisasa. Minala hakutaka hivyo. Alifahamu kuwa kipato chake kilitegemea wingi wa waumini. Aliendelea kumtumia Tamara na wenzake. Hakuwa na waimbaji hodari wa nyimbo za kisasa. Juhudi zake za kuandika waimbaji na wapigaji wa vyombo vya muziki zilikuwa zimeambulia patupu.

Minala alipigwa na nyota ya jaha Fadhila alipowasili kutoka ng'ambo. Magitaa, kiibodi na magoma ya muziki viliondolewa ghalani na kuandaliwa tayari kuporomosha nyimbo za Injili. Lakini kulikuwa na tashwishi. Fadhila alikuwa pasta msaidizi na yeye pekee hangeweza kusimamia kila kitu. Minala pia aliona kuwa ni vizuri amkalie kwelikweli kama pasta mkuu. Kwa hivyo alimpa majukumu ya kusimamia kwaya, vyombo vya muziki na kuongoza nyimbo za kusifu na kuabudu. Hapo alitosheka kuwa amemvunja miguu. Asiweze kuwa mwepesi wa kutembea. Alimzuia asimee pembe. Kumfanya pasta msaidizi na kumruhusu kutangamana na matajiri na wazee wa kanisa ni kama kumpatia bastola ya kumuulia mbali.

Jambo lililomtoa kijasho Minala ni kuwaangusha watu kwa nguvu za roho. Alifahamu vizuri roho huyo hakuwa naye. Alikuwa kaka tupu la binadamu. Alikuwa na taksiri zote za binadamu. Alikuwa mwenye hasira za mkizi. Alihitaji nguvu nyingi za kumzuia asimgonge mtu alipopandwa na madadi. Alitamani vipepeo waliojaa kanisani.

Alitenga siku za maombi ambapo alizoea kuombea wanawake faraghani. Alionya kuwa ni bora kuondoa mapepo faraghani ili yanapomwacha mtu yasimpate mwengine karibu yakamtwaa. Alipoombea wagonjwa kwenye mikutano ya hadhara, alitumia mbinu mbalimbali kutekeleza majukumu yake. Alipokutana na mgonjwa kaidi asiyetaka kuanguka alimsukuma kwa nguvu na kumwangusha. Wakati mwingine alihitaji msaada zaidi. Hapo ndipo huduma za Tamara zilipohitajika.

Tamara aliwalipa wanawake wenzake ili wajiwasilishe kwenye mikutano yake mikubwa. Walihitajika kujisambaza kote kwenye halaiki. Wanapoombewa wajifanye kupandwa na roho na wanapoanguka kuhakikisha wamewaangusha waliokuwa karibu nao. Kisha watanyanyuliwa na kupelekwa jukwaani. Hapo ndipo wangetoa ushuhuda wa jinsi walivyoponywa magonjwa makali.

Wakati mwingine alijifanya kiwete. Akatembea kwa mikongojo. Baada ya maombi aliponywa kabisa. Akarukaruka kwa furaha na kutupa mikongojo yake. Tamara alifurahia kazi yake. Nifae nikufae ndiyo yaliyokuwa makubaliano yao. Alikuwa na shida ya kujipatia lishe ya kila siku. Hii kazi iliyotokea majuzi pia haikuwa mbaya kwake. Walipanga vizuri ili Pasta Fadhila aingie kwenye mtego. Maskini wa Mungu hakuwa na habari. Sijui kama hata sasa ashafahamu njama iliyopangwa na kutekelezwa ikafaulu bila kosa.

Alianza kukumbuka maisha yake ya utotoni jinsi yalivyokuwa na raha kabla ya maisha kumwendea segemnege. Alikuwa na matumaini ya kusoma hadi chuo kikuu, apate kazi, apate mume, apate watoto, wawe na maisha yasiyokuwa na mushkeli.

Alikumbuka alipokuwa mwanafunzi wa darasa la nane katika shule ya msingi ya Kalamana. Alikuwa na umri wa miaka kumi na saba. Sijui kama alichelewa kujiunga na darasa la chekechea au alikuwa amerudia madarasa fulani mara kadhaa. Yeye hakuwa msichana mbaya. Alifanya lililotakikana kwa wakati uliofaa.

Ingawa hakuwa mwerevu sana, Tamara alikuwa hakosi kuhudhuria darasani. Nia yake ni kuwa siku moja jitihada zake zingemwezesha kupata alama za kutosha kusajiliwa kwenye shule bora ya upili mkoani.

Nyumbani kwa akina Tamara kulikuwa na shida. Baba yake wa kambo alikuwa akizozana na mama yake karibu kila siku. Yeye alikuwa hatosheki kwa lolote lililofanyika pale nyumbani. Sio kwamba alikuwa amekatazwa na yeyote kushiriki katika ufanikishaji wa mambo hayo bali alikuwa kiongozi wa nyumba, msimamizi wa wote, mkosoaji wa yote, mwenye ujuzi wa kusema na wala si kutenda. Mara alisema chakula hakikuwa na chumvi ya kutosha, wakati mwingine akateta kuwa chai haikuwa na rangi ya kupendeza.

Muriungi alikuwa mtu asiyeeleweka. Aliitisha chakula jioni kwa fujo huku akifahamu barabara kuwa hakuwa ameacha chochote kinachoweza kupikwa. Alitoka nyumbani mafunguliang'ombe na kurudi usiku wa manane. Hakuwa na kazi maalum. Hakupenda kuwa nayo bali aliendelea kuwa mfalme kwenye milki yake.

Mume kama kichwa cha nyumba huwa na majukumu mahususi. Majukumu ya kuikimu jamii yake pawe na mvua au jua. Muriungi hakuwa hivyo.Alimtegemea mkewe kuikimu kwa kuwaletea chakula mezani, kuwavisha na kuiezeka nyumba yao ya msonge isivuje. "Huyu ni mume au ni gumegume?" Mama Tamara alikuwa akiuliza.

Mtu asiye na maadili ya jamii huwa na pengo katika maisha yake. Pengo ambalo kuzibika kwake ni kama kuitafuta sindano kwenye kichaka kikavu. Mtu huoa si kwa kusudi la kuitwa baba bali kwa kutambua majukumu anayojitwika ya kuwaleta duniani viumbe wasio na kosa wala uwezo wa kujikimu. Wengine walisema kuzaa si kazi, kazi ni kulea mwana.

Juhudi za mamake Tamara zilimwezesha kupata mavazi, chakula na mahitaji mengine ya msingi. Mamake aliwakimu kadiri ya uwezo wake. Wao walikuwa watoto watatu wote wasichana. Tamara ndiye aliyekuwa kifungua mimba katika familia yao. Kuna wakati baba yao alifika nyumbani huku amelewa chopi. Alianza kuwatusi na kuwapiga. Alizusha vurugu bila sababu. Hata hivyo, wanawe walikuwa wamezoea tabia zake.

Tamara alipovunja ungo ndipo alipoona ugumu wa maisha. Kuwa kwenye chumba kimoja na wazazi kulimkera. Ilikuwa ni nyumba ndogo ya msonge ambayo ilikuwa chumba cha kulala, kupikia, kuogea, na kuandalia chakula. Tamara hakuwa na siri katika nyumba ile. Kila kitu kilikuwa wazi kwa aliyekuwako kwa kuwa macho kwa kawaida huwa hayana pazia.

Choo chao kilikuwa na ukuta uliojengwa kwa magunia makuukuu na yalipeperushwa na upepo kiasi kwamba aliyekuwa ndani alionekana vema kabisa na mpita njia uvumapo upepo. Babake mtu alikuwa haambiliki hasemezeki. Ulevi ulikuwa umemziba macho asiweze kuona. Ukamziba masikio asiweze kusikia nasaha yoyote ila tu kushughulikia tumbo lake.

Muriungi hakumpenda Tamara. Labda ni kwa vile hakumzaa yeye mwenyewe. Alikuwa mlezi tu au labda kwa kukosekana malezi kutoka kwake kulimfanya kuwa babake wa kambo. Alipotaka kumwoa mamake Tamara, Tamara tayari alikuwa na miaka miwili. Mamake Tamara alisisitiza kumchukua alipoolewa.

Mamake Tamara alijaribu kuuficha ukweli kuhusu babake Tamara. Haikuwa rahisi kufanya jambo hilo kwa kuwa mtoto wake alitoa picha ya babake alipokua. Alitoa picha ya kijana fulani ambaye inasemekana aliachiwa urithi wa uganga na babake aliyetoweka. Haikujulikana kama mtu huyu alikuwa anadhamiria kumwoa mamake Tamara au ilikuwaje akazaa naye.

Muriungi hakupata kumwamini bintiye wa kambo tangu alipotambua kuwa amevunja ungo. Alimlinda kwa uchoyo mkubwa kutokana na wavulana wa rika lake. Aliposhuku jambo alizusha fujo na kumpiga vita kila mtu aliyempata pale nyumbani. Vita hivi vya mara kwa mara vilimvunja moyo Tamara. Hakuamini ikiwa chochote alichokifanya kingefaulu. Alishangaa iwapo mtu huyu aliyemchukia jinsi hii angemlipia karo ya shule ya upili iwapo angefaulu kujiunga nayo. Aliwaona wanafunzi wa shule za upili wakipendeza sana kwa sare zao. Alitamani kuvaa sare ya shule ya upili na kutembea kwa mbwembwe na madoido.

Tamara alitamauka siku moja jambo fulani lilipotendeka. Mwalimu wa zamu wiki hiyo alikuwa akisifika kwa ukali na uchungu wa viboko vyake. Alikuwa amewatahadharisha dhidi ya kuchelewa. Kwa hivyo, Tamara aliamka alfajiri na kuchagua njia ya mkato iliyopitia kandokando ya msitu wa Mikokoni ili asijechelewa.

Zamani, Tamara alikuwa amesimuliwa habari za majini au mazimwi kwenye msitu huo. Alipita kwa kasi akiwa na wasiwasi. Ghafla bin vuu alihisi amekamatwa kwa mikono migumu kama jiwe. Aliachilia ukemi uliofanya mwangwi msituni na kumrudia kwa mshindo. Mtu yule alikuwa na nguvu za tembo. Alimnyanyua juu hobelahobela huku amemfunika mdomo kwa kiganja cha mkono na kuelekea naye kwenye kitovu cha msitu.

***

Tamara alihisi maumivu mengi mno. Moyo wake ulimdundadunda kwa woga. Hakutaka kuhudhuria shule siku hiyo. Aya aliyokuwa nayo haikuwa na kifani. Alipofika nyumbani alijibwaga kitandani na kulia kilio cha ajabu. Mamake alipomwongelesha Tamara hakujibu. Aliendelea kulia. Hata hivyo, alikuwa na maswali chungu nzima. Alijaribu kumkumbuka kiumbe yule. Alikuwa amevalia magwanda ya ngozi na barakoa usoni. Walipong'ang'ana uzi wa barakoa ulikatika. Uso wenye makunyanzi na meno yenye mapengo makubwa. Alipofika nyumbani Tamara aligundua kuwa nguo zake zilikuwa zinanuka harufu ya tumbaku.

"Sijawahi kumuona mtu huyu," aliwaza Tamara.

"Au ndiye jini? Kumbe jini ni kama binadamu? Jini hufanya kitendo kile? Kuna mtu aliyewahi kutekwa na majini na kuachiliwa? Majini hutia mimba? Majini yana ukimwi?" Hata hivyo, alijipa moyo kwa kuwa jini lilimwachilia akatoroka. Alijifariji kwamba jini si binadamu kwa hivyo mambo mengi aliyohofia hayangewezekana. Alikumbuka kuwa ilikuwa ni bahati kwake kurudi nyumbani kutoka kwenye milki ya mizimu. Watu wengi waliopotelea msituni hawajawahi kurudi nyumbani.

"Tamara una nini? kwa nini umerudi kabla ya wakati? na nguo hizi? Mbona sielewi? Nguo mpya zimekuwa matambara? Mlikuwa mnapigana na nani? Mwalimu amekuchapa namna hii? Mwalimu amekufukuza?" Mamake Tamara aliuliza maswali kwa mfululizo bila kungojea majibu. Alipoona hapati jibu kutoka kwa Tamara aliendelea kuuliza maswali mengine.

"Tafadhali mtoto wangu, hata kukiwa na nini mtu husema shida zake, halii tu mfululizo. Usiponiambia sitaweza kukusaidia," aliendelea kumbembeleza.

Huku akiendelea kulia alisimulia kisa na mkasa. Alieleza jambo moja kati ya kilio kikali. Sare yake iliyojaa vumbi ilikuwa imelowa machozi.

Mamake alishangaa ghaya. Mtoto wake alikuwa amenajisiwa na jini. Alifahamu barabara kuwa jambo hili lingeiletea ndoa yake matatizo mumewe angefahamu. Alielewa kuwa mumewe hataamini chochote atakachoambiwa. Yeye atakuwa na yake ya kufikiria. Vilevile majirani wangesikia wangesema kitendo hicho kingeiletea jamii laana. Mtoto na mama yake waliamua kutosema jambo hilo kwa yeyote.

Muriungi alifika nyumbani saa saba usiku akiwa amelewa chakari. Alipofunguliwa mlango hata kula hakula ikiwa chakula kilipatikana. Alijibwaga kitandani na kulala fofofo.

***

Tamara alirejelea masomo baada ya siku mbili za kupata nafuu. Alijisingizia ugonjwa alipoulizwa na babake. Mwili ulirejelea uchangamfu wake wa kawaida lakini akili yake haikupona. Usiku aliota ndoto za ajabu. Aliwaona wanaume wa miraba minne wakimpigania. Wanaume hawa hawakuwa wa kawaida. Walikuwa na vichwa vikubwa kuliko miili yao. Huenda walikuwa majini. Alijaribu kujinasua kutoka kwao bila mafanikio. Aliinuka kitandani kwa kishindo kikubwa na kuukimbilia mlango. Mamake alimkimbilia na kumzuia kabla hajatokomea gizani. Alipomshika aliachilia ukemi ambao ungewaamsha hata viziwi na popo kutoka kwenye gonezi.

Muriungi alianza kushuku tabia za Tamara. Alimuona alipokuwa ameukimbilia mlango akitaka kutoroka. Alijaribu kumdadisi mamake bila mafanikio. Aliambiwa kuwa ni ugonjwa wa malaria. Alipokosa kufahamu alichotaka kujua, alianza kumchokoza kila mtu bila sababu.

Mamake Tamara alisingizia uanawali wa mwanawe kuwa chanzo cha mabadiliko yake. Alijaribu kutumia fursa hiyo kumshambulia mumewe kuhusu hali ya nyumba na walikuwa na msichana aliyebalaghe.

Siku ziliisha na nyingine kuanza. Kila mwanzo wa siku uliashiria mabadiliko katika maisha ya Tamara. Mabadiliko ambayo yangeboresha maisha yake. Tamara aliamini kuwa baba yake angebadilika. Awe kiumbe kipya. Aache ulevi na hasira. Ajitafutie kazi ili apate pesa za kukidhi mahitaji ya jamii yake. Kumtegemea mama asiye na kipato kulimchosha. Siku alizolala tumbo tupu ziliongezeka kwa kiasi kikubwa. Babake naye alilewa zaidi na kuzusha vurugu zaidi. Kila kitu kilimwendea kinyume Tamara.

Wanafunzi wa darasa la nane wa shule ya Kalamana walikuwa na tabia ambayo Tamara hakuipenda. Walihesabu siku zilizobaki kabla ya mtihani wa kitaifa na kuandika hesabu yake ubaoni kila siku. Tamara alifahamu kuwa kila siku iliyoisha ilimwongezea mzigo wa kumbukizi za matatizo na vilevile kumpunguzia siku zake duniani. Alikuwa na mengi aliyotaka kusahau. Hakutaka kukumbuka alivyokabiliana na jini msituni. Alifurahi kwamba hayo yalikuwa yameisha. Wahenga walisema yaliyopita si ndwele tugange yajayo. Aliamini jambo hilo. Lakini kwa shaka. Vilevile aliamini mambo waliyoambiwa na mwalimu wao wa dini kwamba wasamehe wale waliowakosea.

Katika kumbukumbu zake, watu wengi walikuwa wamemkosea. Alijaribu kuwasamehe bila mafanikio. Alikumbuka pia mwalimu wao aliwaambia wakishawasamehe waliowakosea, wapasa kusahau waliyotendewa. Hili lingewawezesha kuwasamehe kabisa na kupona majeraha ya moyoni.

Tamara alikumbuka wahenga walivyosema macho hayana pazia. Alifikiri, "Maanake ni kuwa mtu hachagui anachotaka kuona iwapo kipo kwenye njia ya macho yake. Kabla ya kuchagua huwa tayari ashaona. Na kukumbuka je? Kukumbuka kuna pazia? Unaweza kuchagua mambo unayotaka kukumbuka na kuyazika kwenye kaburi la sahau yale usiyotaka kukumbuka? Unawezaje kusahau mambo uliyotendewa? Labda ikiwa mambo hayo yatakuwa yamefutika kabisa na yasiache doa au chembe kwenye maisha yako. Kuna matukio ambayo si rahisi kusahaulika. Unapozaliwa na kukua huwezi kusahau kuwa ulizaliwa na mtu fulani japo humjui. Huwezi kusahau kuwa mtu fulani alikukata mkono unapoona kovu au kikono chako. Matukio mengine humwandama mtu hadi kaburini."

Mtu kuambiwa "mimi si babako" na mtu aliyeamini siku zote ndiye ni jambo la kuvunja moyo. Ni jambo ambalo Tamara alitamani liwe ni ndoto tu. Au pengine kuteleza kwa ulimi. Alipotafakari alikuja kugundua kuwa wote walikuwa wamemdanganya. Baba wakati huo wote alijifanya babake. Naye mama hakupinga mtu huyu kuwa ndiye babake. Wala kumwonesha babake halisi.

Duniani huwa hakuna siri ya milele. Wengine walisema hakuna siri ya watu wawili. Tamara alikumbuka babake akimwambia kuwa tabia zake zilikuwa mbaya na hazilingani na ukoo wake kwa kuwa yeye ni mzaliwa kwingine.

"Sijui mamako alikuokota wapi mwanaharamu wewe!" Siku moja babake alitamka akiwa amelewa chakari. Tamara alipinga kwa moyo wake wote kuitwa mwanaharamu. Alishangaa kama usemi huo ulikuwa na ukweli, iwapo ndiye mwanaharamu au ni kitendo cha wale waliomzaa ndicho kilikuwa cha haramu.

Mambo yatamkwayo na walevi huwa si ya kilevi. Mtu anapokupangia husingizia ulevi. Tamara alifikiri hili huwa wakati mwingine mipango mahususi au siri ya zamani iliyovunja kingo. Mtu anayekutusi na kesho yake kukwambia alikuwa mlevi usimwamini. Ulevi sio kibali cha kuropokwa au kusema uwongo au kuvunja heshima bali kisingizio cha kuhalalisha dhambi.

Licha ya mamake kukataa kumwambia lolote kuhusu babake mzazi, Tamara hakuwa yule wa zamani. Aliamini Muriungi hakuwa babake. Mateso aliyopata yalimwonesha kuwa hakutakikana pale. Siku moja Muriungi alikuwa amemfukuza mkewe nyumbani. Alikuwa amempiga karibu amuue. Alibaki na watoto pale nyumbani. Tamara alikuwa na kibarua cha ziada kuwapikia na kuwapakulia chakula ndugu zake wadogo.

Jioni moja Muriungi alifika pale nyumbani akiwa amelewa chakari. Aliubeba mkate uliokuwa umejaa matope mekundu. Nguo zake zilikuwa zimelowa maji machafu ya mvua. Matope yalizagaa hadi nyweleni. Alipoingia kwenye nyumba yao aliwaamsha watoto wote na kuwapanga mlolongo.

"Simama kama askari!" Muriungi aliboboka kwa ukali. Wakasimama wima huku wakitazama ukutani.

"Piga saluti!" wakapiga saluti.

"Tembea, tembea," wakatembea.

Alitia mkono mfukoni na kuichomoa chupa iliyojaa pombe. Aliinua juu na kupasa sauti.

"Mimi niko hapa mkwasi barobaro! Kila mtu ananijua na kuniogopa. *But do i say?*"

"Mimi ndiye kamanda wa jeshi hili."

"Ndiyo mkubwa."

"Mnasema mkwasi yuko wapi?"

"Juu sana!"

"Nauliza mkwasi yuko wapi?"

"Juu zaidi!"

Mara panya akapita mbiombio kutoka upande wa kushoto wa nyumba na kutokomea kwenye kiambaza kilichotoboka mashimo. Muriungi akamuona. Akaacha alichokuwa akifanya. Akamkimbiza huku akilia kwa sauti.

"Mwizi! huyoo mwizi. Mwizi namba wani mwangalie. Analala kwenye nyumba yangu na hataki kulipa kodi. Akiniona anatimua mbio. Atanitambua. Chakula changu anakula na kuniacha masikini. Toroka leo tu kesho nitakutia mikononi mwangu. Utafahamu moshi huelekea wapi nyakati za usiku." Muriungi alionya huku akihema.

Akaichukua ile chupa ya pombe akaumwagia mkate na kuumega. Akampatia kila mtoto kipande chake. Akawaambia, "kuleni, kuleni mpate nguvu. Muweze kumsaidia baba yenu asisumbuliwe na malimwengu. Mpate nguvu za kumwondolea umaskini. Kulaa ... kulaa ... kula jasho la babako. Mama yenu ni mpumbavu anafikiria sisi tunakufa njaa. Hatuna pesa. Anaenda kuwatafuta wenye pesa. Yeye ni *out*! Ametupa mbao pamoja na randa. Semeni yeye ni *out*," Muriungi akasema huku akiwakazia macho.

"Yeye ni out!" Wakasema huku wakila mkate.

Tamara alikasirika aliposikia jina la mama yake likitajwa. Alikuwa akimpenda sana mama.

"Mimi sitakunywa pombe zako," Tamara aliteta huku akitupa kipande chake. Muriungi aliushika ukosi wa blauzi yake na kuirarua. Akamnyanyua juu hobelahobela na kumweka chini. Alimzaba kofi ambalo alifikiri lingemsafirisha jongomeo bila mpango.

"Baradhuli wewe nitakuua. Huna adabu mwanaharamu wewe. Unaona hii ikiwa pombe mbuzi wewe? Hii ni divai. Kinywaji cha matajiri," Muriungi alisahihisha.

Tamara alipoona atauawa, aliona mwanya mlangoni na kutoka mbio mbio. Alikuwa hana pa kwenda wakati huo. Alikimbia, akakimbia akifuata njia. Alipofika kwenye njia panda alimkumbuka mama yake.

"Labda alikuwa ameenda kwa babu," alifikiria. Baada ya saa moja alipiga hodi kwa babu yake.

Sura ya Kumi na Moja

Tamara alimshukuru Mungu kwa kuwa licha ya matatizo mengi yaliyomkumba mwili wake haukuonesha dalili za shida. Alikuwa amelala njaa mara nyingi lakini mwili wake uliendelea kunyooka twaa. Blauzi yake ya shuleni ilianza kumkaza kifuani. Sketi yake iliyokuwa ikimpwaya kiunoni ilianza kumbana. Jambo hili lilimpatia faraja na kumliwaza alipokumbuka maisha ya dhiki.

Mwili wa binadamu hautulii ukakinai. Jambo hili hupisha jambo jingine. Tamara aliendelea kuhudhuria shuleni na kujiandaa kukabiliana na mtihani wa taifa. Alijikaza kisabuni ili kujiondolea lawama alizolimbikiwa na babake.

Alikuwa mchangamfu na mcheshi. Alikuwa anahusika kwenye michezo mbalimbali. Siku moja alishiriki kwenye mashindano ya netiboli na kuvuma sana. Alipofika nyumbani alioga na kula chajio. Alijibwaga kitandani na kulala. Asubuhi yake hakuweza kuhudhuria shuleni. Tumbo lilimchafuka akaona kekevu na kutapika. Alifikiri huenda alikuwa na minyoo. Mamake alimpeleka zahanatini na kupewa vidonge vya minyoo.

Maisha ya Tamara yalibadilika pakubwa. Magonjwa ya tumbo asubuhi yalimtatiza. Vidonge alivyopewa zahanatini havikumfaa kitu. Aliendelea kuumwa na kuhisi kichefuchefu. Alianza kutohudhuria shule kwa mfululizo. Siku hii yeye yu mgonjwa, siku ya pili yeye hana shida. Mamake alianza kusikitika. Alifikiria kuwa mtoto wake alikuwa amerogwa na mahasidi waliogundua kuwa alikuwa kwenye darasa la nane, au pengine majini yaliyomnyanyasa yangali yanamfuata huku yamejificha. Mamake aliwaza.

Matatizo ya afya ya Tamara yalipozidi mamake alimpeleka kwenye zahanati mbalimbali mpaka akachoka. Alifikiria kutembelea zahanati ya mwisho kabla ya kwenda kwa mganga. Alikuwa ameanza kumshuku mumewe ambaye alionekana kutompenda Tamara. Aliona kuwa hata yeye angepanga kummaliza. "Mama, mwanao huyu baada ya kumpima matokeo yanaonesha kuwa ni mjamzito," Daktari alitamka.

Kila mtu alipigwa na bumbuazi. Walishangaa ni vipi Tamara angekuwa na mimba na hakuwa na rafiki wa kiume. Alijaribu kukumbuka alipobakwa na jini msituni.

"Yawezekana jini alimtia mimba?" Mama Tamara alishangaa.

Baada ya muda usio mrefu Muriungi alifahamu yote yaliyokuwa yakiendelea. Alishangaa ni vipi mtoto na mamake walivyomchezea shere bila yeye kujua. Alisimuliwa hadithi yote ya jini lakini hakuamini.

Muriungi alimshika Tamara akamtandika kwa ufito kama nyoka. Damu ilimtoka kwa michirizi. Alipomwachilia alianguka na kuzirai. Wote walifikiria kuwa ameaga dunia.

Mamake alianza kulia huku akipiga kamsa. Alikuwa akichokoza nyuki kwenye mzinga. Kwa ufito ule ule alipokea kipigo cha mbwa. Akatulia tuli kama maji mtungini. Machozi tu ndiyo yaliyomtiririka kama maji mlimani.

Alipoamka kutoka kuzimia, Tamara alifunganya virago vyake na kutoroka. Alitembea polepole kisha kwa kasi na wakati mwingine akakimbia bila kutumia akili. Hakuwa akijua alikokuwa

akienda. Alienda tu. Jioni ilipofika aliendelea.
Alipoanza kuogopa alilala kwenye mtaro. Kesho
yake aliendelea na safari yake.

***

Mji wa Bandarini unajulikana kwa kumtuliza
mtu kwa raha zake. Watu waliozidiwa na mazingira
baridi ya Mlima Jabarini na viunga vyake
waliliwazwa kwa joto la mji huu. Upande mmoja
ulijaa misikiti na kuonekana watu waliovaa buibui,
kanzu na bulibuli. Upande mwingine ulikuwa na
makanisa kadhaa. Kanisa la katoliki lilionekana
kubwa zaidi. Mikahawa, mabaa na maduka
yalifurika sisisi.

Ungezunguka hapa na pale ungeona magari
ya kijeshi na yale ya wanajeshi Wazungu ambao
kambi zao hazikuwa mbali. Walishuka kwa muda
kununua walichohitaji. Walikuwa miongoni mwa
wateja waliofanya biashara za mji huu kufaulu.
Ungekuwa mwangalifu ungeona maajabu nyakati
za mchana. Hungekosa kumuona mwanamke
mmoja au wawili wakibeba watoto chotara, wenye
nywele za singa na pua ya kitara.

Jioni starehe zilifikia upeo na kuwazamisha
wote waliouzuru mji huo. Mwangaza mwekundu
wa taa za umeme uliufanya mji huu kuwa kama
jumba moja la disko lenye taa nyingi zilizozungusha
mwanga wake. Wasichana wanene kwa wembamba
waliokomaa walionekana wakifanya panda shuka
za kutangaza biashara zao zilizokuwa zimenoga. Ili
kufaulu katika jambo hili walivaa mavazi ya kila
aina. Mengine mafupi na yaliyobana kwelikweli.
Mengine yaliacha migongo yao wazi. Pengine
ungefikiri hali mbaya ya uchumi ilivifanya vitambaa
vya kushonea nguo kutopatikana kwa urahisi.
Walipovipata iliwabidi wavifanyie iktisadi.

Tamara alishangazwa na shughuli chungu nzima kwenye mji huu. Aliupenda hata kabla ya kujua angeishije bila hela. Alifahamu ya kwamba penye shughuli nyingi hapakosi kazi. Alipitapita bila kujua ni wapi alikotaka kwenda. Mara muziki wa kikongo na watu walioimba kwa furaha ulimvutia. Akaelekea upande huo apate kuona kilichokuwa kikiendelea.

Huduma *Bar and Restaurant.* Maandishi yaliashiria. Kisomo chake cha darasa la nane kilimwezesha kusoma kwa urahisi. Waliokuwa wakiimba walikuwa walevi walioeherehekea kula kijasho chao. Alifikiria kuwa baa hii huenda ni zile ambazo hufunguliwa usiku kucha. Alikusudia kulala kitini na kesho yake angefahamu aende wapi. Mtu mmoja alimwambia kuwa watu wasio na mahali pa kwenda waweza kulala kwenye baa.

Aliingia kwenye baa akajichagulia kiti na kukaa. Mhudumu msichana alikuja kumhudumia. Alimwuliza alikuwa akitaka kula au kunywa nini. Tamara alimwelezea masaibu yake.

"Naitwa Tamara na nimefika tu kutoka Pango. Nilikuwa nikimtafuta ndugu yangu anayeishi huku lakini sijui anaishi mtaa upi. Sina mahali pa kulala wala chakula. Naomba ikiwezekana unisaidie," Tamara akatamka. Mhudumu huyo wa baa alijitolea kumsaidia. Tana alikuwa gashi mrefu na mweusi tititi. Urefu wake ulikuwa wa mlingoti. Alikuwa mhudumu kwenye baa ya Huduma. Aliwahudumia watu kwa kuwaletea vinywaji na vyakula walivyohitaji. Alipomaliza aliwatumbuiza kwa nyimbo motomoto na mikatiko ya kikongo ya kutingisha makalio. Alikuwa akiwavutia watu wengi waliokuwa wakifika kwenye baa hiyo. Waliopendezewa zaidi walimpatia kibarua kingine cha usiku kucha kwa bei fulani. Hivyo ni kumaanisha kuwa siku nyingine Tana alifanya kazi kwa saa ishirini na nne kwa siku. Aliipenda kazi yake kwa kuwa ilimpatia chakula, mavazi na mahali pa kulala.

Siku zilipita na miezi kupita. Tamara alikuwa na bahati kama mtende kukutana na Tana. Baada ya mazungumzo ya kina wasichana hawa walielewana na kuwa marafiki. Tana alifahamu shida ya Tamara na kujitolea kumsaidia. Alinunua mboga na matunda na kumwachia. Tamara aliuza akapata pesa za kununua unga na kutimiza mahitaji mengine yakiwemo kulipia chumba kidogo alimokuwa akiishi peke yake. Hata hivyo, furaha yake haikudumu muda mrefu. Mwili wake uliendelea kuonesha dalili ya ujauzito na wakati mwingine akashindwa kufanya kazi.

Siku moja, Tamara alipatwa na uchungu wa himila usiku wa manane. Hakuweza kwenda hospitalini. Tana alikuwa kazini na majirani walikuwa wamelala. Alipozidiwa na uchungu alimwamsha mama mkongwe aliyekuwa akiishi kwenye chumba jirani ambaye alimsaidia. Saa kumi usiku Tamara alijifungua msichana mwenye afya nzuri. Alimfunga kwa leso na kumlaza kitini.

Aliipanga nyumba ikarudi ilivyokuwa kabla ya saa kumi na moja unusu. Alimfunga mtoto kwa kipande cha leso na karatasi ya plastiki, akafunga nyumba huku kabeba virago vyake. Alipopita kwenye barabara alitupa karatasi ile kwenye rundo la takataka. Alipoangalia kila upande na kuona hakuna aliyemuona alikaza mwendo na kwenda zake.

***

Siku hiyo aliamka mapema. Alienda kwenye bilula na kunawa uso. Alikuwa na kibarua kigumu cha kuwapiku machokora wenzake ili kupata chakula na karatasi za kutosha. Stone alikuwa na umri wa miaka kumi hivi. Licha ya umri wake mdogo alikuwa mfanyabiashara hodari wa kuuza karatasi na katoni zilizotupwa. Alikusanya karatasi hizi na kumuuzia muuza gazeti ambaye alizipeleka jiji la Vijiweni kwa mhindi fulani.

Alipokuwa akijiandaa alimuona mwanamke mmoja amesimama karibu na rundo la takataka. Alijiandaa upesi kwa kuwa alifahamu huenda mwanamke huyo alikuwa akitupa chakula. Alipotoka hakumuona tena. Alikuwa ameenda zake. Alitimua mbio jaani na kuendelea na harakati zake za kujitafutia riziki. Alikuwa amekusanya tita kubwa alipoona mbwa wawili wakipigana. Akafikiria ni lazima kuna kitu walichokuwa wakipigania. Akasogea karibu nao na kuwarushia mawe.

Aliangalia hapa na pale akakosa kitu. Alikuwa ameanza kuelekea alipotoka aliposikia mtoto akilia. Jambo hili lilimshangaza. Alidhania ni panya waliokuwa wakishindana nao kutafuta chakula. Alipoenda karibu alisikia sauti iliyotoka kwenye kifurushi kilichofungwa kwenye karatasi ya plastiki. Aliufungua mfuko ule na kumpata mtoto aliyekuwa hai. Stone aliduwaa. Katika maisha yake ya kuokota karatasi hajawahi kuona mtoto aliyetupwa akiwa hai. Alikuwa amezoea kuona vijusi visivyokuwa na uhai. Alishangaa ni vipi mtoto alivyohimili baridi ya usiku.

Stone alimuacha mtoto kwenye karatasi yake, akatimua mbio kumuita rafikiye muuza magazeti naye aone maajabu au amsaidie kwa mawazo ni lipi la kufanya. Alikuwa akitazama nyuma ili mbwa wasirudi kumchukua.

Muuza magazeti pamoja na Stone walimpeleka mtoto kwenye kituo cha askari. Baada ya kuandika taarifa askari hawakuwa na la kumfanyia mtoto. Walimshauri Stone na muuza gazeti wampeleke kwenye hospitali ya misheni Bandarini. Askari mmoja alijitolea kuwapeleka hospitalini.

Habari zilisambaa kama moto kwenye kichaka kikavu. Zilitangazwa redioni, magazetini na runingani. Hakuna yeyote aliyesema mtoto wake amepotea. Wala hakuna aliyedai kumfahamu mamake. Wasimamizi wa hospitali waliamua kumpeleka kwenye makao ya watoto ya Kiruo.

Sura ya Kumi na Mbili

Wageni walioalikwa walikuwa tayari wameketi na kutulia tuli vitini mwao. Ngoma za kitamaduni zilichezwa na makundi mbalimbali yaliyoalikwa. Vilevile wanamuziki wa kufoka na wale wa nyimbo za kizazi kipya walicheza nyimbo walizorekodi kwenye santuri.

Mwanamuziki aliyevutia zaidi ni Nyota. Kwa miondoko ya taarabu aliteka mioyo ya watu wakamfuatisha macho yao na kujipata wakiimba pamoja naye. Waliyafuata maneno aliyotamka naye alipoona hivyo aliwaelekeza mikrofoni na kuwaacha waimbe. Sauti yake nyororo iliyolainishwa na staili zake za jukwaani na mavazi yake ya kupendeza vilifurahiwa.

Hizi ni mojawapo za aya za wimbo wake.

> *Mapenzi ni kikohozi, Hutoyaficha maizi,*
> *Acha yakue mpenzi.*
> *Penda kisichopendeka, Mja utahuzunika, Na*
> *maafa kukufika.*
> *Aliyependwa kajua, Haachi kujishaua, Na*
> *mabomu kulipua.*
> *Linda, mapenzi yako ya dhati, Chunga, wasipite*
> *katikati, Tunza, hukupata kwa bahati.*
> *Penda, penda kwa moyo, Sema, sema utakayo,*
> *Imba, imba ujuayo.*

Maombi yaliongozwa na Mchungaji Fadhila wa Kanisa la Miujiza. Alisoma kifungu cha Biblia na kutoa funzo kabla ya kuombea wote waliokuwamo na wasiokuwamo, chakula na ulinzi wa Roho Mtakatifu. Alisema kuwa siku hizi watu wameamini silaha kuliko wanavyomwamini Mungu hivyo basi zilihitajika nguvu za Mungu ambaye ndiye mwamba usioweza kutikiswa na upepo au tufani yoyote. Alipomaliza aliketi na sherehe ikaendelea kunoga.

Nyimbo zikiendelea nao watu wakajiburudisha kwa vinywaji vya kila aina na mapochopocho ya chakula chenye ladha ya kupendeza. Kila mtu alikuwa akijichagulia kile alichotaka.

Baada ya nyimbo kuimbwa na michezo mbalimbali kuchezwa kulingana na ratiba, wageni wa heshima walipata nafasi ya kutoa hotuba zao. Diwani wa eneo la Pango mheshimiwa Mhila, mkuu wa wilaya bwana Matuu na *OCS* wa Kituo cha Askari cha Kati Inspekta Macho walihutubu.

"Tuko hapa ili kuwapongeza walinda usalama kwa ushirikiano wao na wananchi na kutafuta mbinu za kukuza ushirikiano huu hata zaidi." Mkuu wa wilaya alisema huku akiwataja walinda usalama mbalimbali ambao walikabidhiwa zawadi zao na meya. Alipowasoma wafanyikazi wa idara ya usalama waliochaguliwa kutuzwa, walipigiwa makofi, vigelegele na shangwe kuu.

Inspekta Macho alipewa fursa ya kuongea. Alisimama akaweka vizuri miwani yake Machoni. Akasema, "Meya, Bwana Disii, wageni wote waalikwa, mabibi na mabwana, hamjambo?" Wote waliitikia na akaendelea kutoa hotuba yake. "Ninawashukuru nyote kwa kuja kwenye hafla hii na pia kwa mchango wenu katika maswala mbalimbali ya nchi hii, hasa yanayohusu usalama. Leo tunaposherehekea ushirikiano wa walinda usalama na raia tukumbuke kwamba hata wale ambao hatutatuza wameimarisha maisha yetu pakubwa. Usalama ni kitu muhimu katika maisha ya binadamu. Watu hawawezi kupiga hatua yoyote kisiasa, kiuchumi, au kijamii iwapo hakuna usalama. Ukosefu wa usalama ni kama ugonjwa uuao unaosambazwa upeponi usio na tiba; ambao mtu anapovuta hewa huwa na mashaka kuhusu kuwepo kwa ugonjwa huo kwenye hewa aliyovuta. Huwa hajui ataambukizwa lini na ni lini atakapofariki. Mwenzako akiambukizwa nawe wajiandaa.

Walinda usalama ni watu wasiodhaminiwa na wananchi. Hawajulikani, hawatafutwi, hawapendwi, hawahusishwi katika pilikapilika za kila siku za jamii. Wakati ambapo kuna usalama hakuna anayetaka kujua ni nani aliyewezesha jambo hilo kupatikana. Watu husema huku kwetu huwa hakuna shida tunapendana sana. Watu huendelea kufanya kazi zao na shughuli nyingine za kila siku. Walinda usalama hukumbukwa tu wakati usalama umesambaratika.

Askari si chuma, ni binadamu. Ni mtoto wa fulani, ni baba au mama wa fulani, ni mke au mume wa fulani. Anapokabiliana na wakora huwa na majukumu mawili: kukulinda wewe mwananchi na kujilinda yeye mwenyewe. Wakati mwingine yeye hutilia maanani kazi ya kumlinda mwananchi na kusahau kwamba hata yeye alikuwa hatarini. Ndipo anapozinduliwa na adui anayempiga pigo la kummaliza.

Naomba sote tushirikiane wananchi na vikosi vya usalama ili tuweze kuhakikisha usalama umepatikana. Wanaotuhangaisha tunawajua; wanakoficha silaha tunafahamu; wanaoshirikiana nao ni sisi, ndugu zetu, watoto wetu. Kumbuka kwamba anapomuua au kumwibia mwenzako kesho yake atakuwa kwako.

Tuungane pamoja ili tuweze kufaulu. Piga ripoti kwa askari unaposhuku mtu yeyote au vitendo vyovyote. Tufahamishe unapotishwa na mtu yeyote. Tuko hapa kwa ajili yako. Twawatumikia wananchi wote bila kubagua. Asanteni."

"Na muda tuliokuwa tukiungojea kwa hamu na hamumu ni huu. Kumtaja mfanyikazi wa mwaka. Yeye si mwengine bali ni konstebo June Maitha wa Kituo cha Askari cha Kati," Mkuu wa wilaya alipasa sauti na kusema. Watu walishangilia kwa vifijo na nderemo.

Konstebo June alipanda kwenye jukwaa na kupewa zawadi maridhawa. Alipewa fahali mmoja mnono, rununu na cheti. Zawadi hizi zilitolewa na makundi ya mbalimbali ya wananchi. Alipokabidhiwa nafasi ili kutoa shukrani zake, alisimama mzima mzima kama ngarange ya mvule na kusema:

"Meya wetu wa eneo hili bwana Mhila, Disii, *OCS*, wageni wengine waalikwa, mabibi na mabwana, hamjambo? Nawashukuru nyote kwa kuhudhuria sherehe hii ya leo. Asanteni kwa kufurahia kazi yangu. Mimi ni mtumishi wenu na furaha yangu ni wakati ninapotumikia nchi yangu.

Nakubali kupokea tuzo mliyonipa lakini mwapasa kujua kwamba mimi nimeajiriwa na serikali ili kufanya kazi hii. Niweze kuwalinda wananchi kwa kuhakikisha kuwa sheria na utangamano vimedumishwa. Haki za kila mtu, wanawake wakiwapo zimeheshimiwa na hakuna anayemdhulumu mwengine. Nafurahia kufanya kazi yangu. Ninaipenda. Ndiyo inayonipatia chakula mezani na mahitaji mengine ya kila siku.

Pili, mimi ni mwanamke na ni wajibu wangu wa binafsi kuangamiza ukandamizaji wa wanawake. Uchungu wanaoupata wanawake hata mimi siko mbali nao. Wengine walisema ukiona mwenzako amenyolewa tia chako maji. Kwa hivyo sikuwa na budi kuupiga vita udhalimu huu kwa kuwa mwanamke ni mama yangu, nyanya yangu, dadangu, shangazi au binti yangu. Watu wanaowabaka, kuwaoa mapema, kuwapiga na kuwakeketa wanapaswa kushtakiwa na kupata adhabu wanayostahili.

Asanteni kwa kuona ni vema kutuza mfanyikazi mwanamke. Inanitia motisha ya kuendelea kutia bidii zaidi. Tuzo hii iwe zawadi kwa wanawake wote nchini. Nasema tena asanteni." Konstebo June alishuka kutoka jukwaani kwa mbwembwe huku shangwe na vigelegele vikipeperuka hewani kwa fujo.

Hivyo ndivyo konstebo June alivyopata umaarufu. Alipofika ofisini siku iliyofuata alipokezwa barua ya kumpandisha cheo kuwa koplo. Koplo June alikuwa na furaha mpwitompwito.

***

Pamoja na kuwa mrembo, Koplo June alikuwa mkali mithili ya simba. Kilichowashangaza watu wengi waliomjua ni kuwa ukali wake haukuonekana kwenye mazungumzo yake. Alikuwa mcheshi ajabu. Mambo aliyokuwa akiongea yalikuwa kinyume kabisa na matendo yake. Wakati mwingine alionekana akiachilia kicheko kama radi akicheza na wanaume fulani. Baadaye wanaume wale wakajipata korokoroni kimzaha.

Alipokuwa shuleni alikuwa msichana mwerevu na mcheshi. Alicheza michezo mingi. Kuna wakati alicheza voliboli, soka, netiboli, kwata na alikuwa mkimbiaji wa mbio ndefu. Vyeti vingi alivyokuwa navyo ndivyo vilivyomwezesha kujiunga na kikosi cha askari.

135

Alikuwa amemaliza miaka miwili tangu akamilishe masomo yake ya shule ya upili. Aliposikia kwenye redio kwamba kungekuwa na mahojiano ya askari alijiandaa vya kutosha. Alikuwa na stakabadhi nzuri baada ya kupata alama B-katika mtihani wa kidato cha nne. Urefu wake ulikuwa wa kutosha na mwili wake haukuwa kamwe na dalili za ugonjwa. Walipofika wakati wa kukimbia alitimua mbio na kuibuka mshindi.

Koplo June alipofuzu alijiunga na Chuo cha Askari na baada ya miezi tisa alitumwa kufanya kazi kwenye Kituo cha Askari cha Kati. Aliwasili Pango wakati mbaya sana kwa wanawake. Magenge ya wakora yalikuwa yamekita mizizi kwenye msitu wa Mikokoni yakiwangojea na kuwanajisi wanawake waliokuwa wakivuka msitu kwa miguu wakienda shambani.

Kutokana na ukubwa wa msitu, askari walikuwa wamejaribu kuyamaliza magenge hayo bila mafanikio. Askari walitumwa kuwalinda wanawake hadi msituni bila shida. Walipotembea bila askari walikiona cha mtema kuni. Walipokuwa wakifanya udhalimu wao walitimua mbio walipowaona askari na kujificha vichakani.

Koplo June alikuwa na mpango wake. Alipotumwa kuwashika wakora hao, alitumia mbinu yake ya kujibadilisha mwili. Kuna wakati alionekana kuwa mama mzee na wakati mwingine msichana. Alichukua mkoba wake na upanga kuonesha kwamba alikuwa akienda shambani. Wabakaji walipowaona akina mama wawili wakipita, waliwakimbilia na kuwashika.

June alijaribu kuwabembeleza ili wawaachilie. Watu wale walikataa katakata na kujaribu kuwavuta msituni. Hapo ndipo kizaazaa kilipozuka.

Kwa mateke na magumi June aliwatandika kama jamvi. Kabla ya muda usiokuwa mrefu walikuwa wote watano wametiwa pingu wakiwa hoi bin tiki. Hakutumia bastola yake kiholela. Aliitumia alipozidiwa nguvu. Askari wenzake nao waliwasili na kuwachukua nduli wale.

Mwezi ulipoisha hakukuwa na wabakaji wale. Walikuwa wamekamatwa na waliobahatika kuuepa mtego wa June walitoroka wasifike huko tena. Hii iliitwa *Operesheni Mzee Kobe*.

June hakuwa mwanamwali wa kawaida. Hakuwa anawaza kama wasichana wengine wa rika lake kutoka kwenye kitongoji chao. Pengine ni kwa kuwa alikuwa amepata elimu ya juu kuliko wengi wao. Si wasichana wengi walikuwa wamefikia elimu ya sekondari. Sijui ni kwa nini. Huenda hawakuidhamini elimu. Au ushawishi wa kimaisha ulikuwa ni mwingi kwao wakashindwa kujikwamua kutoka kwake. Wengi walifikiri kuwa maumbile ya June hayakuwa ya kawaida. Alipenda kufanya yale ambayo wasichana wengine hawangethubutu hata kujaribu.

Wasichana wa rika lake waliolewa mapema. Wasichana hao waliamini kuwa bila kupashwa tohara kwanza hawangepata waume wa kuwaoa. Waliamini mwanamke kamili ni yule aliyepashwa tohara. Baada ya kutahiriwa waliachana na masomo na kushawishiwa na wavulana pamoja na wazee waliowaoa au kuwapatia mimba za mapema.

Hadi hapo hawakuwa na jingine ila kuwafurahisha waume zao na kutunza watoto wao. June aliamini kuwa kupata watoto sio jambo la kustaajabisha. Ni jambo ambalo kila mwanamke aliyekomaa angeweza ila kama ana hitilafu fulani. Ni kama vile kula na kunywa. Hili bila shaka ni kawaida kwa ajmaina. Hata hivyo, kupiga hatua maishani katika elimu, biashara, na kupandishwa vyeo kazini si jambo la kawaida. Mtu hufanya bidii.

June aliamini kuwa kazi ya mwanamke si kumfurahisha mumewe tu na kutunza watoto, bali pia ni kufanya chochote ambacho mwanamume angeweza kufanya.

Alijaribu juu chini kuwafikia wanaume katika kila jambo na kukataa mila zinazodunisha wanawake. Wanaume walipopigana mieleka naye pia alipigana. Walipoinua uzito naye alifanya hivyo. Wakati ambapo alishindwa kuwapiku kwa udhaifu wa maumbile alitumia udhaifu huo kuwadanganya. Alipohakikisha wameingia mtegoni alishambulia. Ukakamavu wake kazini ulimfanya atuzwe na kupandishwa cheo. Ukakamavu huo ulijitokeza akiwa darasa la sita alipokataa kupashwa tohara.

Siku moja wakati wa likizo ya Agosti aliwaona wanawake fulani wakizunguka zunguka bila kazi maalum hapo kwao. Alipoelezwa na mamake kilichokuwa kikiendelea alikataa. Babake alikuwa kwenye mkutano wa waalimu huko Pwani alipopigiwa simu na kuelezwa mipango ya mama. June aliwaonya wasithubutu kufanya hivyo hadi babake atakapowasili. Hawakusikia. Wanawake hao walimvuta. Aling'ang'ana nao huku akiwauma na kuwapiga mateke hadi akafanikiwa kutoroka. Msichana alipewa hifadhi kwa mjombaye hadi babake alipowasili.

***

Koplo June alikuwa daima mchangamfu na mwenye ucheshi mwingi. Watu waliomjua hawakuwa na habari kwamba alikuwa afisa wa askari. Wala waliojua hivyo hawakuamini kuwa alikuwa na cheo fulani. Umri wake mdogo na maungo yake yasiyokuwa na shukrani kwa chakula alichokila vilimtangaza visivyo.

Alipokuwa likizoni na kuzivaa nguo za raia, ghulamu walimuona kama msichana wa kawaida. Walijipata wakimpigia miluzi na kujaribu kumwongelesha.

Koplo June alijipata matatani mara nyingi alipotembelea nyumbani. Mamake alikuwa akimzomea vikali kuhusu mwili wake na vilevile maamuzi mengi kuhusu maisha yake.

Siku moja mamake alimuita na kumwuliza maswali ya mfululizo. Alimwangalia kutoka utosini hadi kwenye wayo.

"June mama, mwili huu wako una nini? Mbona huongezi chochote? Unanyimwa chakula mahali mnapofanyia kazi au nini? Au ni mshahara wako haukutoshi? Una minyoo au ni ugonjwa gani umekunyonya hivi? Umewahi kutembelea hospitali? Tafadhali mwanangu punguza mawazo. Mawazo humfanya mtu akonde namna hii. Mtu aliyekonda huonesha matatizo katika maisha yake. Sitaki kuambiwa mwanangu ana matatizo. Huenda wengine wakafikiri kuwa mwanangu ni mgonjwa. Haswa siku hizi zenye magonjwa yasiyo na tiba kama ukimwi," mamake alisema huku akimkagua kama vile mteja amkaguavyo ng'ombe sokoni.

June alitulia tu kama mtu ambaye hakusikia alivyokuwa akiambiwa. "Mama usijali," alitamka.

"Mwili wangu ni mwembamba, Mimi sijakonda kama unavyosema. Siku hizi watu hupenda kuwa wembamba. Wembamba ndio urembo. Ndio mtindo wa wanawake wa siku hizi. Tena kazi tunazofanya ni ngumu. Mtu aliyenenepa atatatizika anapofukuzana na wakora. Itakuwa vigumu kwake kupanda milima na kuteremka mabonde. Ikiwa hukazi mwendo vizuri unaweza kujikuta uko mikononi mwa adui."

"Kazi ndiyo inakufanya kukonda hivi? Mtu aliyekonda hana nguvu na kwa hivyo hawezi katu kung'ang'ana na hao unaowataja. Tena kazi hii inahitaji wanaume. Hao ndio walio na nguvu. Ndio wanaoweza kufukuzana na wakora ambao ni wanaume wenzao. Achana na kazi hii mwanangu. Chagua kazi nyingine kama ualimu ufanye. Walimu hawafukuzani na wakora wala kupanda milima na kuteremka mabonde. Maadui wao nao si wengi. Kwa nini unataka kuharibu maisha yako ukifukuzana na wakora ambao wanataka kukudhuru? Ni afadhali ungesomea udaktari ukaokoa maisha ya watu kwa kuwatibu," Mama June alijikaza kuelezea.

"Mama huelewi. Kazi ninayofanya niliipenda mimi mwenyewe. Kazi hii ni bora zaidi ya unazotaja. Kuwashika wakora na kuhakikisha watu wanaishi kwa amani, uzingativu wa sheria na utangamano ni kuokoa maisha. Watu wanapofurahia amani wanaishi bila woga. Wanafanya kazi zao bila kusumbuliwa na yeyote. Singependa kujiunga na kazi ambayo sipendi."

"Mungu wangu! Wewe ni mwanangu ambaye haambiliki wala hasemezeki. Mtu hapingi kila jambo. Tunasikia kuwa askari ni fisadi. Watu wanasema kuwa askari hunyanyasa hata watu wasiokuwa na hatia ili kulinda matajiri. Mwanangu singependa upatwe na laana kwa kula mlungula na kuwadhulumu watu bure bilashi," Mama alisisitiza.

"Mama mimi si mtoto tena. Ninajua ninachofanya. Ninapigana na dhuluma zote ambazo askari husingiziwa. Sikatai askari fisadi wapo. Lakini pia kuna walimu wabaya wanaoiba pesa za shule na wanaonajisi wanafunzi. Vilevile kuna madaktari wabaya wanaoiba dawa za serikali, kuwaua wagonjwa kwa dawa mbaya, utepetevu na kusaidia uavyaji mimba. Kila mtu atahukumiwa kulingana na matendo yake. Hakuna atakayebeba msalaba wa mtu mwengine," June alijitetea.

"Lakini mwanangu kwa nini huolewi? Kazi yenu ni hatari. Si vizuri kulea wana mtu akiwa amezeeka. Ningependa unipatie mjukuu katika ndoa. Uwe na mumeo atakayekutunza na kukuenzi. Tungetaka kukufanyia harusi kubwa ambayo haijawahi kuonekana hapa kijijini," Mama aliendelea.

"Nitaolewa mama lakini si wakati huu. Mtu huolewa wakati anapokutana na mwanamume anayempenda na kumwamini. Mimi sijampata na vilevile sijakuwa tayari. Kuolewa na kupata watoto ni jambo ambalo halipasi kukimbiliwa. Linahitaji muda. Ni vizuri mtoto apate malezi mema. Apate mapenzi ya baba na mama. Apate masomo kufikia upeo wa uwezo wake. Mama nipe muda," June alijitetea.

"Tuambie mwanangu kama umekosa wa kukuoa tungekufanyia mpango. Huku kwetu tuna wanaume wengi wenye maadili ya kisawasawa. Vilevile singependa uolewe mbali. Ningetaka uolewe pahali ambapo nitakuwa nikikutembelea ninapotaka. Singependa uolewe kwa makabila mengine na ya mbali ambayo hayajui mila na desturi zetu. Mila ni mila na mwacha mila ni mtumwa," Mama aliendelea.

"Hilo ni jambo ambalo ninapigana nalo. Kungekuwa kuna ndoa nyingi kati ya watu wa makabila mbalimbali hakungekuwa na mapigano ya kikabila. Sote tungekuwa kabila moja. Tungeongea lugha moja na kukubali mila na desturi za kila kabila bila kuona zetu zikiwa muhimu kuliko za kabila jingine. Sio mtu kuangalia yule mwengine kwa kumshuku na kumchukia. Sisi ni watu wa nchi moja na tunapaswa kushirikiana katika kila jambo bila kuzozana. Nitakapoolewa singependa kuolewa hapa karibu, nitaolewa na yeyote ninayempenda hata awe mzungu. Huu uamuzi utakuwa wangu pekee bila kuingiliwa na mtu yeyote. Singependa kulaumu mtu yeyote ndoa yangu ikienda upogo," June aliendelea na msimamo wake.

June alikuwa haogopi kitu. Mwili wake ulikuwa kama chuma cha pua kisichokuwa na hisia. Roho yake ilikuwa ngumu kama paka shume. Hakuogopa kifo. Hakuwa nacho au kifo chenyewe hakikumuona wala kukaribia alikokuwa.

Koplo aliweza kujibadilisha mwili na kuwa yeyote aliyetaka kumuiga. Alifanya hivi ili kuwadanganya wakora anapofanya upelelezi au operesheni. Kuna wakati alionekana madanguroni akijifanya shangingi. Majira mengine alijifanya bikizee na wakati mwingine mwimbaji katika mahoteli makubwa.

Msichana huyu alikuwa mzaliwa wa sehemu za Bandarini. Babake alikuwa mwalimu wa shule ya msingi na mamake hakuwa na kazi maalum, alitekeleza yale yote aliyoyataka mumewe. Ingawa alikuwa mrembo na mwenye maumbile ya kike, Koplo June alikuwa na tabia za kiumeume tangu utotoni. Alionekana akicheza na wavulana na kuwashinda kwenye michezo yao. Alicheza kandanda, akajaribu kuendesha vijigari vya watoto vilivyotengenezwa kwa mbao na daima hakuonekana akichezea mwanasesere.

Alipokuwa kwenye shule ya upili, June Maitha alijiunga na chama cha *taekwondo* ili kujifahamisha na sanaa ya misuli na stadi ya kujikinga na adui.

Jambo la kustaajabisha ni kwamba hakukuwa na msichana mwengine katika chama kile. Kilikuwa na wavulana pekee isipokuwa June.

Siku moja wanafunzi wawakilishi wa Shule ya Mseto ya Athene walikuwa wamehudhuria tamasha za muziki na nyimbo katika shule ya wavulana ya Nguru. Shule nyingine za upili wilayani zilikuwa pia zinashiriki. Tamasha za muziki humpa mwanafunzi fursa ya kupunga upepo nje ya shule na kupumzisha macho yake ambayo huwa yamechoka kutazama vitabu vilevile na walimu walewale. Wanafunzi huweza kuja pamoja na kujuana, kufunzana, kukuza umoja wa taifa na kuuondoa ukabila. Vilevile wanafunzi hukuza vipawa vyao vya kuhutubu, kujenga ukakamavu wa kusimama mbele za watu na uimbaji.

Waimbaji wengi wanaoimba nyimbo za kizazi kipya na zile za Injili wamewahi kushiriki katika tamasha hizi walipokuwa shuleni.

Hata hivyo, vijana wengine wenye akili zilizolemaa hupata nafasi ya kuiga wanayosikia na kutazama kwenye filamu zinazooneshwa kwenye vyumba vya vichochoroni. Walishindwa kuzingatia ilani kwenye filamu hizi kwamba, *"Usifanye hivi nyumbani wala shuleni. Tuachie kifo sisi pekee."*

Ghulamu waliolewa chakari waliwavizia wasichana wa Shule ya Mseto ya Athene walipokuwa wakielekea shuleni kutoka kwenye tamasha. Wavulana hawa walionekana kuwa wanafunzi waliovua sare zao na kuvaa mavazi ya nyumbani. Mvulana fidhuli mwenye miraba minne alijitokeza kwa maringo barabarani na kuwasalimu kwa dharau wasichana waliotembea kwa kikundi.

"Warembo hamjambo au vipi?" alipasa sauti kijana yule mweusi tititi, aliyekuwa na kifua kilichotutumka kama mnyanyua vyuma na alikuwa mfupi si mfupi.

Wasichana walitulia tuli na kujaribu kupita huku wavulana wengine wapatao wanane wakijiunga na kiongozi wao.

"Simameni na mnijibu. Kwa nini hamuwezi kujibu salamu zangu," Yule kijana wa kwanza alifoka.

"Tafadhali tupishe tupite," msichana mmoja alisihi.

"Hakuna kupita," mvulana mmoja alikuli.

"Na tukiwasalimia kwa lazima, *mtado*?" mvulana mwengine alidakia.

Wavulana wale waliwazingira wasichana na kila mmoja akijichagulia wake. Giza lilikuwa limeanza kuingia. Wasichana wale walisihi na kusihi. Walijutia ni kwa nini walijitenga na wavulana wa shule yao ambao kitambo hicho walikuwa tayari wamewasili shuleni. Shule ya wavulana ya Nguru na shule ya mseto ya Athene zilikuwa pua na mdomo. Kwa hivyo wasichana hawa hawakuhitaji basi la kuwasafirisha.

Baada ya kila kijana kumteka wake, msichana mmoja mrefu ambaye maumbile yake yenye wembamba wa sindano yasiyodhihirisha uanawali hakupata wa kumteka. Huenda kukosekana kwa kifua kilichotutumka kulimfanya asiwapendeze nduli wale.

Wasichana waliokuwa mateka walijaribu kujikwamua bila mafanikio. Kilichowashangaza wote ni kwamba msichana kigori ambaye hakutekwa hakupiga unyende wala kukimbilia maisha yake bali alisimama kidete.

"*Leave them!*" msichana yule aliamuru.

"Nenda utakapo au ujiue," mvulana mmoja alifoka huku wengine wakicheka kwa dharau.

"*Utado?*" Mvulana wa kwanza aliuliza.

"*Over my dead body*," Msichana yule alisimbulia huku amepandwa na roho asiyejulikana alikotoka, akakunja ngumi na kumwashiria kwa mkono mvulana wa kwanza amkaribie kama yeye ni jasiri.

Alimpima kwa macho yake yule mvulana wa kwanza, akaruka juu mkikimkiki na kumpiga teke lililomuwahi vizuri shingoni. Kijana yule aliyumbayumba na kukosa alikokuwa, alitandikwa teke la kifuani na kulambishwa chini kwa kishindo kikubwa. Mvulana alilia kwa uchungu na kuyatoa macho pima.

Wavulana wengine waliwaachilia wasichana ili kuona ni kipi kilichokuwa kikiendelea. Waliachwa vinywa wazi walipoona kigori yule amegeuka simba marara.

Ghafla bin vuu msichana yule aliwawahi wavulana wawili wawili kwa magumi na mateke.

Wavulana walionyanyuka walitundika maguu begani na kutokomea mbali. Muda wa kuku kumeza punje ya mtama hakuna mvulana aliyebaki pale. Wote walikuwa wametoroka.

"*That was so close June,*" msichana mmoja alisema.

"Twende" June alidakia huku wakikaza mwendo hadi shuleni.

Sura ya Kumi na Tatu

Fadhila alikuwa njiani kwenda kanisani. Mkoba wake kaubeba kwa mkono wa kulia. Mara mandhari yalibadilika. Mashamba ya korosho yakawa hayana korosho tena. Milima na mabonde ikawa tambarare. Ungeweza kuona hata upeo wa zaidi ya kilomita mia moja. Kote kukawa msitu wa miti mifupi. Yeye alikuwa mrefu kuliko miti yote. Palionekana kama nyika. Lakini nyika yenyewe haikuwa na dalili ya ukavu wala ukosefu wa mvua. Yote ilikuwa ya kijani kibichi.

Ghafla kukatokea mtetemeko wa ardhi. Ukamtingisha Fadhila mwili mzima. Upepo ukavuma kutoka matlai. Ukapita kwa kasi. Ukaongezeka na kuzunguka. Ukawa zilizala. Fadhila alihofia kubebwa na kimbunga hicho. Akasimama asiweze kutembea. Moyo ukamwenda mbio na maguu kutetemeka kama unyasi upeperushwavyo na pepo.

Kwenye tufani Fadhila aliona vitu mbalimbali vikisombwa. Vikaelea hewani huku vikizungushwa na kukorogana kwa kasi. Mabati yaling'olewa kutoka kwenye paa za nyumba. Yakapeperushwa kama tiara. Miti ikavunjwa na kupaa, watu ndio hao, wakainuliwa, ng'ombe, mimea, wanyama wa porini, magari. Fadhila alikuwa na bahati kutokuwa kwenye mkondo wa zilizala. Aliponea chupuchupu. Zilizala ilitokomea mbali na kuuacha msitu ule wenye miti mbilikimo.

Mlio mkali wa ndovu ulisikika nyuma ya Fadhila. Aligeuka kwa mshtuko kuona ni nini. Hakuamini macho yake. Watu husema mambo ni kangaja. Ni kweli hayakuchelewa kuja. Tembo mkubwa mwenye nundu alisimama nyuma yake kati ya miti mbilikimo. Alionekana kutembea juu ya miti. Alipofika katikati, akasimama. Akatulia juu ya miti. Akalala. Kabla ya kuku kumeza punje ya mtama, tembo yule aligeuka na kuwa kinyonga. Kinyonga yule aliyakodoa macho yaliyozunguka kama pia. Yakatua barabarani ambapo watu walikuwa wakiendelea na pilikapilika zao za kusafiri. Aliutoa ulimi wake mrefu wenye gundi. Akautambaza barabarani na kuutanua. Watu kadhaa walinaswa. Akaurudisha kinywani na kuwatafuna kwa mwendo wa polepole. Akitulia kwa starehe ya ajabu. Akautoa ulimi wake tena huku akimwelekeza Fadhila. Fadhila aliachilia usihayi uliopasua hewa kama radi. Akaruka kwa nguvu zake zote. Hata hivyo, bado ulimi ulikuwa ukimfuata.

Mandhari yalibadilika. Akaja samaki mkubwa kuliko yule kinyonga. Akiogelea kwa mbwembwe kwenye hewa. Hewa ikabadilika ikawa bahari. Fadhila hakuingiwa na maji puani au mdomoni. Aliendelea kupumua tu kama alivyokuwa kwenye nchi kavu. Samaki yule akamtazama kinyonga. Akamwendea kwa kasi. Akapanua kinywa na kummeza mzima mzima.

Fadhila alitupa blanketi na kuukimbilia mlango. Kabla hajafahamu alipokuwa, alikuwa kaumia vibaya. Alikuwa ameugonga ukuta kwa paji la uso wake. Kulikuwa na giza totoro. Hakukuwa na msitu wala bahari. Hakukuwa na pandikizi la lumbwi wala samaki. Sauti ya mkewe pekee ndiyo aliyosikia ikiita. Akaufikisha mkono wake wa kulia kwenye swichi ya umeme. Akaibofya. Taa zikaachilia mwanga uliopofusha macho yake kwa muda. Akavuta hewa kwa nguvu. Akajaza mapafu yake hadi pomoni. Akaiachilia kwa nguvu. Akagongesha kofi lake la kulia kwenye kiambaza cha chumba chake mara tatu mfululizo. *"Oh my God!"*

"Kuna nini mpenzi?" Sauti ya Haiba ilisikika na kuondoa ukimya uliojiri.

"Ndoto! Ndoto! mke wangu," Fadhila alijibu.

"Inuka tuombe. Nguvu za Mungu zitulinde kutokana na maovu ya shetani."

Baada ya kumaliza sala walijibwaga kitandani wakavamiwa na usingizi wa pono hadi alfajiri siku iliyofuata.

***

Kila kitu kilikuwa sawa. Mikoba yote ilikuwa imepangwa na kupakiwa kwenye gari ndogo jeusi. Stakabadhi zilikuwa tayari na kila mmoja alijihifadhia zake. Safari huanzia kwa hatua ya kwanza na Fadhila alifahamu kuwa walikuwa wamepiga hatua nyingi mbele kwa kushughulikia mipango. Fadhila alikuwa amejiandaa vya kutosha. Aliwaaga wafanyikazi wake na kupanda kwenye gari ambalo lingempeleka Vijiweni. Aliufunga mkanda wa usalama kwenye kiti chake na gari likang'oa nanga.

Kasisi Fadhila alikuwa amepata sifa sufufu kwenye maeneo aliyofanyia kazi. Alikuwa amefaulu katika uvuvi wa watu. Licha ya sura yake ya kutisha, mahubiri yake yaliwavutia watu wengi. Ufasaha wake wa lugha ulimwezesha kuifikia mioyo ya watu kwa urahisi. Mada zake ziliwatia moyo waumini na bila kujua walijipata wanasaidia kwa hali na mali kazi ya kasisi huyu.

Kuhubiri ni mwito ambao Mungu humuita mwongofu anayetaka kumtumia ili aweze kuhubiri Injili. Si watu wengi wanaoweza kustahimili ugumu wa majukumu ya ukasisi na kujipatia jina kama vile Fadhila alivyofanya. Alikuwa amechaguliwa mwanakamati wa bodi nyingi za shule, hospitali na za miradi mbalimbali ya maendeleo.

Watu wengi walikuwa wamemuomba mara nyingi asimame kiti cha ubunge. Alikataa katakata kwa kutambua kwamba majukumu yake ya kuwachunga kondoo wa Mungu hayawezi kupuuzwa kwa kugugumia siasa. Mtu anawezaje kupikia vyungu viwili kwa wakati mmoja? Aliuliza. Alisema kuwa mwito wa kuhubiri ni wa milele na mtu hawezi kuwa na likizo ya kufanya mambo mengine isipokuwa mtu aachane na mwito huo kabisa.

Fadhila alitayarisha mikutano mingi ya Injili iliyofaulu sana. Aliwaalika wahubiri kutoka nchi mbalimbali za dunia. Miongoni mwa wahubiri wakubwa aliowahi kuwaalika ni pamoja na rafiki wake wa muda mrefu Tito Kanani kutoka ng'ambo. Tangu Fadhila amalize masomo yake kule Pato, Tito Kanani amewahi kumtembelea zaidi ya mara tano.

Mchungaji Fadhila pia aliwahi kutembelea Tito ng'ambo mara nyingi na kuhubiri kwenye miji mbalimbali. Pamoja na Tito Kanani, Fadhila aliwafahamu wahubiri wengine wengi waliowahi kuhubiri nao huko ng'ambo na hata bara Ulaya. Hii ni mara yake ya ishirini kwenda ng'ambo kuhubiri. Alikuwa ameandamana na wazee wawili wa kanisa lake. Mmoja aliitwa Mose na mwengine Yuda. Ilikuwa ni mara ya kwanza kwa wazee hawa wawili kusafiria kwa ndege. Fadhila alikuwa amewatafutia pasi na visa ya ng'ambo.

Kuna jambo ambalo kasisi Fadhila alikuwa akilikumbuka. Hakutaka kusahau asije kuwakosea watu wake waliokuwa na matumaini makubwa kwake. Vikundi kadhaa vya akina mama vilikuwa vimemuomba kufadhili miradi ya maji. Kulikuwa na uhaba mkubwa wa maji sehemu zile na waliamini kuwa angetumia ushawishi mkubwa aliokuwa nao kuwaletea maji. Alikuwa amebeba mafaili kadhaa ya kumuonesha Tito Kanani umuhimu wa kuufadhili mradi huu. Alibeba mapendekezo na makadirio ya pesa pia.

Maji huwa muhimu sana kwa matumizi ya nyumbani na viwandani. Mbali na kutaka kuwasaidia kina mama, alikuwa ana mipango ya kuanzisha viwanda kadhaa vya kutengeneza bidhaa za kuuza nje ya nchi.

Fadhila aliamini kuwa wakristo watakuwa imara katika wokovu wakiweza kujitosheleza mahitaji yao ya msingi. Aliuliza mara nyingi kuwa, muhubiri anapomhubiria mama anayeuza chang'aa, je atamuambia aachane na chang'aa? Iwapo alikuwa akipata mahitaji yake yote kutokana na pesa za chang'aa, siku mbili au tatu zitakazofuata hatakuwa na chakula. Itambidi arudi kupika na kuuza chang'aa kwa kuwa hiyo ndiyo kazi anayoifahamu.

Mueleze anapookoka mkristo anapasa kufanya nini. Ni vipi atakavyoweza kujikimu na kuitunza familia yake. Imefika wakati ambapo kanisa linapasa kuwa kielelezo katika kila jambo. Ubaya wa mahubiri ya zamani ni kuwapatia waumini pesa na bidhaa nyingine. Imefika wakati wa kuwaonesha jinsi ya kuwa wavuvi.

Kanisa linapasa kuandaa semina kwa washiriki wapya. Semina ambazo zinaongozwa na magwiji wa kiuchumi ili kuwahamasisha jinsi ya kupiga hatua kiuchumi. Makanisa hufunza jinsi ya kwenda mbinguni. Hata hivyo, Fadhila aliamini si vizuri kwa mtu kwenda mbinguni akiwa na njaa. Safari ya mbinguni ni ndefu na ukiwa na njaa hutaiweza.

Gari la Fadhila lilitafuna lami kwelikweli. Kabla ya kuku kumeza punje ya mtama, walikuwa mjini Pango. Fadhila alimuomba dereva wake kuliegesha karibu na Benki ya Watu. Mara, walikuwa hapo.

Fadhila alishuka na kuelekea kwenye benki. Alikuwa anataka kutoa pesa za kumwezesha kufika Vijiweni na nyingine kumuachia Haiba. Walikuwa wameandamana na Haiba kwenye benki.

Kule benkini kila mtu alikuwa anakazana katika gange yake. Wateja walikuwa wengi na makeshia walikuwa wanafanya kazi yao kama kawaida. Haiba alikaa kitini naye mumewe akasimama sanjarini. Fadhila hakuwa na haraka. Aliyaangazaangaza macho yake kwenye benki. Hakuona jambo lisilo la kawaida ingawa alianza kuhisi woga wa ghafla. Alimtazama mtu aliyesimama mbele yake. Alikuwa anatetemesha vidole vyake mikono ikiwa nyuma kwenye makalio yake. Wakati mwingine alitazama hapa na pale. Mtu huyo alipotazama nyuma walikutana uso kwa uso na Fadhila. Alikuwa mtu mrefu mweusi mwenye shingo iliyopinda. Macho yake mekundu yalikuwa yametokeza nje.

Ghafla bin vuu mfyatuko wa risasi ulisikika nje. Fadhila aligeuza kichwa chake kutazama nyuma. Kabla ya kuona chochote mtu mwenye shingo iliyopinda na wengine wapatao wanane waliinua bastola zao angani na kumuamuru kila mtu alale sakafuni.

Kila mtu alipigania nafasi ya kulala kama kwamba kulikuwa na zawadi kwa atakayekuwa wa kwanza. Fadhila alilala asiangalie yeyote. Alipojihisi yu hai alikumbuka kuwa yeye ni mchungaji aliyehitajika kuomba na kufunga mipango ya mwovu shetani.

Fadhila alijiombea moyoni. Akakumbuka safari yake ndefu aliyoianza. Alimkumbuka mkewe aliyekuwa kwenye benki hiyo. Aliomba Roho Mtakatifu awazingire kwa damu ya Yesu.

Kule benkini kulizuka kelele. Fadhila alidhani nguvu za maombi zilikuwa zimefanya kazi. Alipotazama juu alipigwa na butwaa. Ni yeye pekee aliyekuwa amelala. Wengine walikuwa wananong'onezana wakiulizana kile kilichokuwa kikiendelea. Watu waliokuwa na bastola walikuwa wametekeleza wajibu uliowaleta kwenye benki hiyo na kutoroka. Walikuwa wametia matita ya manoti kwenye magunia na kuingia kwenye magari yaliyokuwa yakiwasubiri na kutokomea mbali.

Jambo la kwanza alilofanya Fadhila alipoinuka ni kumtafuta mkewe. Baada ya muda usio mrefu alimuona. Alikuwa salama salimini. Lakini askari aliyekuwa ameshika doria kwenye mlango hakuwako. Alikuwa ameuliwa kwa risasi ya wezi wa benki. Watu waliuzingira mwili wake na kustaajabu. Mara askari wakaja kwa gari lao. Askari watatu walitoka. Mmoja alikuwa mrefu aliyevaa miwani. Alipoutazama mwili wa askari mwenzake aliutia mkono mfukoni akachomoa paketi ya sigara akaiwasha moja na kuifuta kwa nguvu zake zote.

Fadhila alizungumza na mkewe na dereva wake. Aliona ni vizuri asikatishe safari yake.

"Yesu alipouawa safari ya Injili iliendelea. Inaendelea hata bila ya yule aliyeianzisha." Fadhila aliwaza.

Baada ya mazungumzo machache Haiba alibakia pale naye Fadhila, dereva wake na wale wazee wawili walipanda gari lao na kuelekea Vijiweni.

***

Stone alikuwa shababi mwenye sia si haba. Ilishangaza jinsi alivyoweza kuutunza mwili wake kwa uangalifu mkubwa. Alikuwa na umri wa takriban miaka thelathini na mitano. Urefu wake ulipata futi sita nukta mbili. Jinsi alivyokuwa marefu alionekana kapinda mgongoni na bega lake la kulia likainama kidogo kama la mwanajeshi aliyezoea kubeba bunduki nzito.

Macho yake mekundu kama ya mvuta bangi yalishadidi siku zake nyingi za kuvuta gundi. Macho hayo yenyewe yalitokeza kutoka kwenye kope zake kana kwamba hayakujua njia nyingine ya kuwa mwangalifu. Huenda yanapokuwa ndani wakati mwingine huwa hayaoni pande zote ipasavyo. Nywele zake alikuwa amezikuza kiasi. Zikaacha mstari upande wake wa kulia. Miguu yake ya matege ilikwaruzana magotini alipotembea.

Stone hakujua baba wala mama yake. Alijikuta akilelewa katika nyumba za watoto yatima. Alipokosa chakula cha kutosha alikimbilia mjini Bandarini ambapo alijiunga na vijana wa randaranda mitaani. Alijikimu kwa chakula cha mapipani na kuokota karatasi zilizotupwa jalalani. Kuweko kwa nafasi za kazi kulimfanya kuhamia mjini Pango. Alidandia lori lililobeba mchanga hadi Pango kama kilomita themanini hivi.

Alipofika Pango Stone alikumbana na kibarua kigumu cha kuzoea baridi ya Kilimani. Ilimbidi avae mararuraru mengi ili kujikinga. Wakati mwingine walijikuta wameoshwa mtoni na wakubwa wao kwa kuwa walikosa kuoga kwa miezi kadhaa. Disemba ilipofika machokora wote wa rika lao walishikwa wakapelekwa hospitalini ambapo walipashwa tohara. Kipindi cha jandoni kilipoisha walinunuliwa mavazi mapya na wakarudi mjini.

Stone hakupenda kurudia maisha ya uchafu tena. Alipatana na vijana waliokuwa wakisukuma toroli kwenye soko la Cheteni. Baada ya muda usiokuwa mrefu alifahamu kila kona ya Pango. Ndipo akakuja kukutana na Tamara.

Maisha ya Tamara hayakuwa ya raha hata kidogo. Tangu alipotoka Bandarini hakupata kazi mahususi ya kumwezesha kupata riziki. Alikuwa akifanya kazi mbalimbali ambazo malipo yake hayakumtosha. Kwanza alishikana na wasichana machangudoa ambao makazi yao yalikuwa Matukano ambacho kilikuwa kitongoji kimoja mjini Pango. Walishikana wasichana kumi wakakodi chumba kimoja cha mbao ambamo waliweka masanduku yao yaliyokuwa na mavazi, vipodozi na vifaa vya kuogea na kufulia.

Usiku kucha Tamara na marafiki zake walikesha kwenye mabaa wakivizia wateja ambao mara nyingine walikuwa adimu. Wakati mwingine wateja waliotarajiwa walikuwa zumbukuku bahili ambao walikataa kulipa. Wengine walikuwa wakora waliowadhulumu, kuwapiga na hata kuwaua.

Visa vya msichana kupatikana ameuawa kwenye vyumba vya kupangisha vilikuwa vimesambaa. Tamara alijizatiti moyoni mwake. Akaondoa woga wote kwa kuwa hakuweza kujinasua kutoka kwenye uraibu huu. Akasema kuwa kifo kingemjia kingemwondolea shida ya kusumbukia maisha yake. Tamara hakumsahau mtoto wake aliyemtupa kwenye biwi la takataka mjini Bandarini. Mtoto huyu alimkumbusha sehemu muhimu ya maisha yake ambayo hakutaka kuisahau. Lakini kuna kitu kilichomfanya akumbuke jambo hili kana kwamba lilifanyika jana. Uwezo wake wa kupata watoto uliathiriwa pakubwa na biashara yake. Alijaribu jambo hili alipokuwa na mwanamume aliyeonekana mwungwana. Kwa ukarimu wake Stone alimpangishia chumba kwenye kitongoji kilichoitwa Mjini. Ingawa chumba chenyewe kilikuwa cha udongo hakikuwa kibaya kwani kiliweza kumhifadhia siri zake. Hakuwa na mwengine kwenye chumba hicho.

Ukarimu wa Stone ulimfanya Tamara kufikiria mambo ya watoto. Aliwaza vile angeweza kumzalia mtoto. Hali ya kazi aliyokuwa akifanya ilihitaji kijana mwenye sura nzuri ili kupata wateja. Wahenga nao waliamba kuwa ujana ni moshi ukienda haurudi. Ujana wa Tamara ulikuwa unatoweka polepole na kumwacha akiwa bure bilashi.

Kuwa kwenye biashara hiyo bila ujana ni kama kutandaza sukumawiki zilizokauka ukitarajia wateja kuzinunua. Tamara alionelea kuwa kumpatia Stone mtoto kungemwezesha kufikiria hali ya maisha na kuzua mjadala wa kufunga ndoa. Vilevile kungemwezesha kupiga hatua nyingine katika maisha yake ya kutunza jamii. Pia angeweza kumsahau mtoto wake aliyemtupa. Angetafuta biashara nyingine afanye na kumshughulikia mumewe na mtoto. Yeye angesahau biashara yake ya zamani na kutia pazia kati ya macho yake na wanaume wengine.

Azma ya Tamara ilimfanya kuwa mwingi wa mawazo wakati wote. Alijaribu kila mbinu bila kufanikiwa. Mtoto alijitenga naye kama vile ardhi na mbingu. Alianza kuwa na wasiwasi. Alikumbuka mwanzo mwanzo wa kazi yake akiwa kule Matukano hakujua jinsi ya kujikinga. Kabla ya mwaka wa kwanza kuisha alikuwa na mimba. Mimba yenyewe hakufahamu ilikuwa ya nani. "Erevuka dada yangu," msichana mmoja rafiki yake alimwambia alipofahamu alikuwa mjamzito. "Hii kazi haitaki wasichana waliolala masikio. Utawezaje kufanya kazi ukiwa na mtoto?" msichana yule aliendelea.

"Nifanyeje basi?" Tamara aliuliza huku machozi yakimdondoka.

Kweli msichana yule alimfahamisha yote. Baada ya kudadisi kwa muda na kujichunguza rohoni Tamara alikata kauli. Msichana yule rafiki yake alimpeleka kwenye zahanati moja ambapo alimpoteza mtoto aliyembeba tumboni. Sijui kilichotendeka baada ya siku hiyo Tamara akajiona amelazwa kwenye wodi ya wanawake katika Hospitali Kuu ya Pango. Alikaa huko wiki mbili ndipo alipopata nafuu na kuruhusiwa kwenda nyumbani.

Alipotoka kwenye hospitali alikuwa mwanamwali mwenye nguvu na uchu wa kusukuma gurudumu la maisha bila kiwewe. Hata hivyo, hakuna masika yasiyokuwa na mbu. Tamara alipoteza chupa ya mtoto wakati aliposaidiwa kuavya mimba. Alishambuliwa na bakteria. Hii ndiyo sababu alijipata kalazwa hospitalini.

Wazo hili lilimshtua sana Tamara. Amekuwa akifurahia kipato cha kazi yake bila kutilia maanani matokeo yake. Hakufikiria angeweza kuambukizwa ukimwi wala magonjwa mengine ya zinaa kama vile kaswende na kisonono. Alitamani tu kupata ngwenje za kutosha kumnadhifisha ili aendelee kutamalaki. Alikuwa akijua madhara ya uavyaji mimba. Alikuwa tu anaondoa kizingiti kwenye maisha yake.

Hakika maisha ni mzunguko usio na njia ya mkato. Kitu usichokitaka leo huenda ukakihitaji kesho yake. Ama kwa hakika maisha ya mwanadamu hayatabiriki kamwe. Aliyetia sukari nyingi kwenye chai huenda siku moja akapenda chai isiyo na sukari. Msichana aliyependa sana kuvaa suruali akabadilisha uraibu na kuvaa marinda.

Daktari alipompima Tamara alimwambia kuwa kuna njia nyingi za kumwua panya. Kwa hivyo njia kadha wa kadha alizomhesabia zingemwezesha kupata mtoto. Hata hivyo, alimfahamisha kuwa njia ya kwanza ilikuwa imempa kisogo. Alimwambia kuwa sehemu ya mwili wake ya kubebea mtoto ilikuwa haipo tena. Ilikuwa imeondolewa baada ya kuvamiwa na bakteria. Alikumbuka ya wahenga kuwa kichwa cha kuku hakistahimili kilemba.

Matukio mapya kwenye maisha ya Tamara yalimtia huzuni usiokuwa na kifani. Alilaani kila hatua aliyowahi kuipitia katika maisha yake. Kwanza kuzaliwa kabla ya mamake kuolewa, kutojua babake, kutopendwa na babake wa kambo, kunajisiwa, kupata mimba mara mbili, kufukuzwa nyumbani, kumtupa mtoto, kuingilia biashara ya ukahaba, kuavya mimba na hatua nyinginezo zenye kisirani.

Alikumbuka somo la Biblia alilosikia siku moja alipokuwa kanisani kwamba Mungu ni mwenye kuona kijicho na hulipiza kisasi baba na wazawa wake kizazi baada ya kingine. Tamara alijiona kama mtu asiye na hatia lakini akajipata kwenye uzao ulioangukiwa na ghadhabu ya Mungu.

Aliposhindwa kutekeleza mpango wake, Tamara alitulia tuli kama maji mtungini kungojea hatima yake. Alikumbuka msemo ponda mali kifo chaja. Hakuwa na jingine ila kungojea kifo chake. Hakuwa na shughuli nyingine ila kuponda kilichokosa njia na kupitia kwenye mkondo wake.

Baada ya muda wa miaka mitatu, Stone hakuja nyumbani. Tamara alimtafuta akamkosa. Hakuwa akijua kwao au mahali popote anapoweza kumpata. Stone alikuwa msiri kama maiti. Sio kwamba walikosana. Hawakuteta wala kupigana.

Alimngojea akamngojea bila mafanikio. Tamara alikuwa taabani. Nyumba haikupata wa kulipia kodi wala mahitaji mengine kushughulikiwa.

Tamara alishindwa kungojea akalia siku nyingi mfululizo. Lakini kilio si dawa. Akakumbuka kuwa kuponda mali kuna mshahara wake. Unapong'wafua mnofu kumbuka kuguguna mfupa ndivyo wahenga walivyosema. Alikuwa katika hali ya segemnege. Akautafuta mfupa akaukosa. Hivyo ndivyo alivyoanza kupika chang'aa na kuuza dawa za kulevya.

***

Siku moja Tamara alikutana na Tana, rafikiye wa zamani waliokuwa wakifanya naye kazi huko Bandarini. Walifurahia sana kukutana kwao. Kila mmoja alisimulia masaibu yaliyomsibu tangu walipoachana. Tana alikuwa ameasi maisha ya mjini baada ya kuolewa. Alikuwa akiishi kwenye lokesheni ya Ghubani kama mkulima na mke nyumbani. Waliingia kwenye mkahawa mmoja na Tana akanunua chai. Waliongea mambo mengi huku wakinywa.

"Mwenzangu mbona ukaenda bila kuaga? Ulituacha na wasiwasi mwingi," Tana alitaka kujua.

"Niage vipi na mizigo ndiyo hiyo?" Tamara akajibu huku akinywa chai.

"Mizigo gani hukutua kwangu? Si nilikupa nyumba na vyote ulivyohitaji? Mbona hata shukrani?" Tana aliuliza akijifanya kushangaa.

"Nilikuwa najiandaa kukutafuta lakini hali ya maisha nayo. Ndiyo hivyo. Shida si haba," Tamara alitamka kwa huzuni.

"Shida gani hizo sisi hatukuwa nazo?" Tana aliendelea kusaili.

"Nilikuwa nikitaka kuutua mzigo nami nijiendee zangu. Hata hivyo, nimekuja kujuta kuwa niliouita mzigo haukuwa mzigo. Ilikuwa baraka kutoka kwa Mola. Nimesikia watu wakisema kuwa Mungu anapokupigia hodi yeye hupiga mara moja tu. Ukisita kumfungulia utakuwa umechelewa. Mimi mwenzako sina bahati na wenye kusema walisema kuwa asiye na bahati habahatishi. Nimejaribu kupata mtoto nimeshindwa. Sikujua kuwa jambo hili ni gumu. Uwezo wa kuhimili nilipoteza katika harakati za kuzumbua riziki. Nilipokuona nilifikiria unaweza kunisaidia."

"Nikusaidie vipi mwenzangu? Maisha yale niliyapa kisogo. Au wataka msaada gani?" Tana aliuliza kwa mshangao.

"Huenda unafahamu aliyemwokota mtoto wangu nilipotoroka?" Tamara alimkumbusha jinsi alivyomtupa mtoto mjini Bandarini. Tana alimfahamisha kuwa alifahamu ni yeye aliyefanya hivyo pindi aliposikia. Hakumpata nyumbani alipowasili. Alipomwuliza jirani bikizee, alifahamishwa yote aliyotaka kujua. Bikizee hakutaka kulazimishwa kumlea mtoto yule ndipo akaamua kufunga mdomo. Baada ya kufikiria kwa makini, Tana alimfahamisha Tamara kuwa alimfahamu msichana mmoja aliyekuwa akifanya kazi katika makao ya watoto ya Kiruo. "Msichana huyu angetuchunguzia kwenye faili aliyemchukua mtoto yule. Nitaenda kwake ili kujaribu bahati. Nikipata ujumbe wowote nitakufahamisha." Alisema Tana. Waliagana ili kukutana tena.

Sura ya Kumi na Nne

Hofu alikuwa mganga maarufu kijijini Mikokoni. Alikuwa mzee mwenye sura ya kutia hofu. Uso wake mdogo ulikuwa wa kutisha na upara mkubwa uliojaa mikunjo. Nywele chache nyeupe zilionekana pande za upara wake. Meno yake yote ya mbele yalikuwa yameng'oka na kuacha pengo kubwa juu na chini. Ute ulikuwa ukimtiririka mdomoni wakati wote na alipenda kuutema kwenye majivu ya moto. Alikuwa anakula ugoro na hivyo mate yake daima yalikuwa ya rangi ya hudhurungi.

Mzee Hofu alimwamini chatu mtakatifu ambaye alikuwa akipita kandokando ya kijiji kwenye msitu wa Mikokoni. Alikuwa akienda asubuhi na mapema kabla ya watu kuamka ili kutafuta mizizi ya dawa huko msituni na kumtembelea chatu huyo.

Mzee Hofu aliamini kungekuwa na mvua iwapo angepata majimaji kwenye mkondo wa chatu. Endapo angepata maharagwe, mahindi, na nafaka nyingine aliamini kungekuwa na mavuno mengi.

Watu walisema chatu huyo hakuwa chatu haswa. Alikuwa babake Mzee Hofu. Babake Mzee Hofu alikuwa mzee mwenye upara mkubwa. Alipoishiwa nguvu kwa ajili ya uzee alitaka kumrithisha mtoto wake uganga. Alimchukua Hofu na kumfunza polepole. Mwanzo Hofu hakuwa akijua babake alikuwa akifanya nini.

Inasemekana kuwa siku moja babake alimchukua na kumpitishia kwenye kitu cha mviringo. Hofu hakutaka. Alihisi uchungu usiomithilika alipoingia humo. Akakataa kuingia tena ila babake naye akamlazimisha. Wakaanza kupigana. Hofu akautazama upara wa babake akaona ulikuwa dhaifu

161

kuliko sehemu nyingine za mwili wake. Alikunja ngumi yake na kumsukumia babake za utosini kwa mfululizo. Badala ya babake kuhisi uchungu Hofu alianza kulia alipoumia mkonowe. Alikuwa akipiga ngumi ukutani.

Baada ya miaka kadhaa Hofu alikuwa amekolea katika uganga. Babake alimwambia wafanye majaribio ya nguvu za uganga kwa kurogana. Baba alimroga mtoto wake akamfanya ng'ombe kwa siku moja. Hofu aliporudia hali yake ya kawaida alikasirishwa na vile babake alivyomfanyia. Akamgeuza babake kuwa nyoka. Alingojea arejelee hali ya kawaida bila mafanikio. Dawa zake vilevile hazikufanya kazi. Tangu wakati huo Hofu alikuwa akimtunza chatu huyo. Akamuita mtakatifu aliyemletea baraka. Alifanyiwa kafara kila mwaka.

Nyumbani kwa Mzee Hofu kulisimama ubao mkubwa ulioandikwa kwa herufi kubwa:

"KARIBU KWA PROFESA HOFU MKAVU: MGANGA WA WAGANGA. ATATATUA SHIDA ZAKO ZOTE: USOMAJI WA NYOTA, USOMAJI WA VIGANJA VYA MIKONO. ATAPONYA MAGONJWA YOTE: KISUKARI, PUMU, SARATANI, FIGO, NGUVU ZA KIUME, UTASA, UKIMWI, BAHATI, KAZI, MCHUMBA, NA MENGINEYO".

Watu walioenda kutibiwa kwa Mzee Hofu aliwaambia kuwa kuna upepo wa matlai ambao ukija unawaua watu kadhaa. Upepo huu haujaisha ungali na uwezo wa kusababisha hasara nyingine kubwa. Alimuomba kila mtu atoe kondoo mmoja mweusi ili atumbukizwe kwenye mto wa chatu ili kuzuia upepo huo.

Hofu alikuwa amewaoa wake sita. Kila mke alikuwa amejengewa nyumba yake yenye kuta za udongo kwenye kipande tofauti cha ardhi. Kwa pesa zilizopatikana ugangani, Hofu aliweza kununua vipande kadhaa vya ardhi na kuwaoa wake wengi. Ingawa wake zake walikuwa sita, watoto wake kutokana na wake hawa walikuwa takriban thelathini na mmoja. Wengine waliopatikana kwenye operesheni za dharura hawakujulikana idadi. Hata hivyo, walimu wa hapo karibu waliomfahamu waliziona sura chungu nzima zilizofanana na za watoto wa Hofu. Wakafahamu bila shaka alihusika.

Hofu alimpenda sana mkewe wa mwisho. Huyo aliitwa Kagwa. Alikuwa mwanamke mrembo aliyekuwa akiendelea kuumbika kila kukicha. Labda kuolewa kwake akiwa na umri mdogo kulisababisha jambo hili. Aliolewa akiwa kigori na huenda sasa ndipo ameanza kuvunja ungo.

Kuolewa kwake Kagwa hakukuwa kwa hiari. Kulisababishwa na makubaliano ya babake na mumewe Hofu. Babake Kagwa alikuwa na ugonjwa wa siku nyingi. Ugonjwa huo ulikuwa umemla kama vile mabuu walavyo mzoga. Alijaribu tiba mbalimbali na kuambulia nunge. Alisingizia mkono wa mtu katika masaibu yaliyomkumba.

Alipomtembelea Hofu, babake Kagwa aligangwa vya kutosha na kupewa hirizi ya kubebea kwenye anjali. Hili lilimgharimu kitita kikubwa cha pesa ambazo hakupata. Alikopa, akauza ng'ombe, akauza kipande cha ardhi na kubaki na deni la mganga. Kiendacho kwa mganga huwa hakirudi. Ndivyo wengine walivyosema. Ukweli huu ulijidhihirisha wakati babake Kagwa alipompatia mganga kile alichompelekea na kile alichoacha nyumbani.

Baada ya kutafuta pesa kwa udi na ambari, wazo lilimjia. Alimkimbilia Hofu ili kumsimulia aliyowaza. Alipowasili alfajiri mbichi, alikuta kuwa Hofu hakuwa na mteja. Giza lilikuwa bado halijaisha. Jua lilikuwa linaanza kusheheneza miale yake ya dhahabu iliyokumbatia vilele vya milima. Ndege wa imbaimba hawakuwa wakiimba. Walikuwa wakiwatafutia makinda wao chakula.

"Sema mzee," Hofu alitamka huku akiachilia tabasamu iliyodhihirisha pengo kubwa kwenye fizi zake. Uso wake wenye mikunjo ulionesha furaha butu iliyolazimishwa. Hofu alikuwa ametishia kumrudishia mgonjwa ugonjwa wake na kuuzidisha maradufu atakaposhindwa kumlipa deni lake.

"Tafadhali kuwa mkwe wangu," Baba Kagwa alisema kwa unyenyekevu huku hofu imemzagaa kama mbweha aliyetapikwa na chatu. Alikuwa anatambua fika kuwa jambo hili likikosa kufaulu hatakuwa na jingine la kufanya. Kurudishiwa ugonjwa uliozidi maradufu na kunyang'anywa kinga ni zaidi ya kufa. Ilikuwa ni afadhali aliyekufa kuliko yeye. Yeye aliyeachwa fukara kwa kujiingiza kwenye mambo haya. Alitambua kwamba kupanda mchongoma si ngoma kushuka ndiko kungekuwa na ngoma.

"Sikuelewi bwana," Hofu alijitia hamnazo.

"Nina msichana mrembo mwenye umri wa miaka kumi na miwili. Unaweza kumpenda. Tafadhali mchukue awe mke wako na kunisamehe deni unalonidai," mteja alijibu kwa kitete. Hivyo ndivyo Kagwa alivyoangukia mikononi mwa Hofu Mkavu. Mganga wa waganga. Tabibu wa matabibu. Alivyopenda kujinaki.

Kagwa alimtii baba yake kwa lolote. Vilevile alikuwa akimpenda kama mboni ya jicho lake. Aliposikia kuwa asipokubali kuolewa baba yake angeaga dunia, alikubali bila masharti. Mama yake alikataa kata kata lakini Kagwa akamtuliza na kumwambia maisha ya baba yake yalikuwa na thamani. Alijitolea mhanga kuyaokoa.

Hofu alipomuona msichana mchanga aliyekuwa akijaribu kuacha ugori, alifurahi ghaya. Pamoja na kumsamehe deni lake, alimpa mahari ya fahali mmoja na mfarika kama shukrani kwa wazo zuri. Toka siku hiyo Kagwa alitangazwa mke wa sita wa Hofu Mkavu mwenye umri wa miaka hamsini na sita. Kabla ya mwaka kuisha mauko yalimchukua babake Kagwa.

Hofu alikuwa mtu wa kwanza kuwasili kwenye msitu kila siku. Alikuwa akimwalishia chatu chakula. Pia alitafuta mizizi, magome, majani na mbegu za kutengeneza dawa kutoka kwa mimea fulani. Daima hakutaka mtu ye yote amwone asije kujua ni miti ipi hutumiwa kutengeneza dawa. Kabla ya kupambazuka Hofu alikuwa tayari kwenye kliniki yake akiwangojea wagonjwa na wenye shida mbalimbali.

Watoto wa Mzee Hofu hawangehesabika kwa wingi wake. Hofu aliamini kuwa watoto hawahesabiwi. Kwa hivyo hangekupatia hesabu yao wala kuwataja kwa majina. Wengi ni wale hakujua majina yao. Alikuwa na wana wengine ambao yeye hakujua hata mama zao. Wengine alikutana nao kwa siku moja pekee au usiku mmoja tu.

Aliamini kuwa uzee wake ungepungua alipoendelea kuoa wasichana wa umri mdogo au kuwadhulumu. Matokeo ya dhuluma zake yalikuwa yakionekana wazi. Hata hivyo, watu wengine waliamini kuwa dhihirisho hiyo ilionesha msaada wake kwa waja. Alikuwa amewapa huduma za afya. Aliwapa uwezo wa kupata watoto wasiokuwa nao. Aliamini watoto ni mali.

Wanasiasa kadhaa na waja wenye mapato walimwamini sana Hofu. Walifurahia huduma zake wakati wa kugombea uchaguzi na walipohitaji ulinzi wa ziada. Aliwasaidia kwa kiwango kikubwa hadi wale ambao hawakuamini wangeshinda wakajipata wakiwa washindi. Wale waliodhania walikuwa waoga wakapata ujasiri. Hirizi walizopewa ziliwapa kinga ya ajabu. Hawakudhuriwa na adui zao wala kupenywa na mitazamo ya macho mabaya.

Kafara kwa chatu ilifanyika kila mwaka ili kuwezesha kunyesha kwa mvua. Hofu na kikundi chake cha waganga waliongoza kafara hiyo. Watu mbalimbali walitoa mifugo yao na pesa zao ili kutayarisha siku hiyo. Hata hivyo, siku hizi wamezaliwa watu wasioamini. Wapinzani wengi wamepinga shughuli zake wakisema ni ushirikina. Chatu naye hakuwa na furaha ndiyo sababu unaona mvua hainyeshi. Hofu alikuwa akisema.

Hofu alitangaza vita kwa wote waliopinga kazi zake. Alitangaza vita vikali dhidi ya Fadhila pasta wa kanisa moja hapo Pango. Pasta huyu alikuwa na ushawishi mkubwa. Alikuwa akipanga mikutano ya krusedi na kuwaambia waliohudhuria wasiende kwa waganga. Kunoga kwa krusedi zake kulisababisha watu kukataa kutoa kafara kwa chatu na biashara yake ya dawa ikapungukiwa na wateja kwa kiasi kikubwa. Kuna wakati pasta huyu alizunguka akitwaa hirizi na kuzichoma. Akatoa ubao na karatasi za matangazo zilizotundiwa kutani na mitini zikitangaza kazi ya Hofu.

Pasta huyu alimdhalilisha Hofu kifedha kwa kuhubiri kinyume na kazi yake. Yeye alikuwa akiomba na kutatiza shughuli zake. Alikuwa akipigana vita vikali sana kiroho. Siku moja aliwaambia washirika wake kuwa vita wanavyopigana si vya mwili bali vya roho.

Fadhila alikuwa amemletea matatizo mengi sana. Alikuwa halali vizuri kwa kuhangaishwa na mapepo. Utabiri wake, dawa zake na mazingaombwe vikakosa kuaminika. Mtu huyu alikuwa adui wa kwanza wa mzee Hofu.

Siku moja mzee Hofu alimuita diwani ambaye alikuwa rafiki yake wa muda mrefu waongee kuhusu tisho hili. Mhila alimhakikishia kuwa angefanya juu chini kumwangamiza Fadhila. Alimwambia kuwa hata yeye alikuwa akihangaishwa sana na kijana huyu. Alisema kwamba mhubiri huyu alikuwa akiingilia mambo yasiyomhusu ndewe wala sikio. Waliungana kufanya juu chini kukabiliana na adui wao mkubwa.

***

Haiba alikuwa amehifadhi shilingi elfu hamsini kwenye godoro lake. Akazichukua na kuziweka kwenye kibogoshi chake. Alikuwa na kazi muhimu aliyotaka kufanya. Alikuwa akitaka kumtembelea daktari wa kienyeji kabla ya kukata tamaa juu ya kumpata mtoto. Alifuata njia iliyomwelekeza kwenye njia panda ya kutoka Pango. Kabla ya saa kumi na mbili alfajiri alikuwa amefika kwenye njia panda. Alichukua njia iliyomwelekeza upande wa msituni. Kilikuwa kitalifa kifupi. Alifika saa moja kamili. Alifika kwenye nyumba kubwa iliyoezekwa kwa mabati na viambaza vya udongo iliyokuwa imezungukwa na chaka kubwa ambalo lililogofya.

Alipoingia alikaribishwa na mzee mwenye upara mkubwa, uso wenye mikunjo na meno ya mbele yaliyong'oka.

"Karibu Bahati; kulingana na hatua zako niliposikia mchakacho wako ukiwa mbali, wewe ni bahati. Lolote utakalo utalipata kwa kuwa wewe ni mwenye bahati kama mtende."

Haiba alichanganyikiwa. Ingawa alikuwa amefanya kazi nyingi za mganga huyu, hawakuwa wameonana ana kwa ana. Ni kwa nini mawazo yake yalikuwa na shaka kuhusu mzee huyu. Ni kama wamewahi kukutana mahali fulani. Mnuko wa tumbaku ulimkumbusha kitu fulani. Tukio alilokazana kulisahau zaidi ya nusu ya miaka yake. Meno yake yenye mapengo pia yalimdhibitishia hofu yake. Yawezekana mzee huyu alihusika? Maswali yalisongamana katika mawazo yake.

"Asante," Haiba alisema huku akiinamisha uso wake chini kwa haya. Woga ulikuwa umemtawala na mwili wote kuanza kutetemeka.

Mzee huyo alikuwa amevalia kofia iliyotengenezwa kwa ngozi ya mbega kichwani. Kiunoni alikuwa amevaa kikoi chenye milia ya rangi nyekundu na nyeupe. Mwili wake kifuani na tumboni hapakuwa na mavazi na palikuwa pamekwatuliwa kwa rangi mbalimbali. Mikononi alikuwa ameshika mkia wa ng'ombe uliokuwa na mpini ulionakshiwa vizuri. Alitumia mgwisho huu kuwafukuzia nzi na kuupeperusha hapa na pale akiimba na kutoa maamuzi mbalimbali ya kiuganga. Wakati mwingine aliitumia kunyunyizia wagonjwa wake dawa au mafuta. Jambo ambalo Haiba hakulielewa ni kwa nini Mganga huyu alitumia lugha ambayo haikueleweka. Lugha ambayo Haiba hakupata kuisikia katika maisha yake. Huenda ilikuwa lugha ya dunia nyingine. Dunia ya waganga na miungu yao. Lugha ambayo ni miungu pekee ilielewa. Alishangaa.

"Ungetaka nikufanyie nini? kwanza toa viatu uukalie mkeka huu na kunieleza shida zako," Hofu alieleza.

Haiba alivua viatu na kuketi kwenye mkeka. Alipatiwa maji kwenye karai na kuoga miguu. Mwili wake wote ulikuwa ukitetemeka kama majani yapeperushwavyo na upepo wa tufani. "Daktari mimi nina shida kubwa sana sijui kama utaweza kuitatua. Ee ..."

"Sema mama ... sema. Hakuna shida inayomshinda mganga wa waganga, daktari wa madaktari Profesa Hofu Mkavu. Anayetia Hofu mpaka ndege wa angani wanaanguka na magonjwa yakafa hata bila mimi kuyaguza. Nakemea njaa ikiwa jangwani na kifo kikiwa kuzimu vinatoroka, wasemaje? Nauliza wasemaje? *Burrrrrrrrrr tapachi*!" Hofu alitoa madoido yake yaliyomshangaza Haiba. Woga ukamlemea na mwili kufa ganzi asiweze hata kuinua mguu wala mkono.

"Mimi nimeolewa na tumekaa na mume wangu miaka mingi bila kujaliwa kupata mtoto. Nampenda mume wangu sana na hata yeye ananipenda lakini kitu kimoja kimenifanya nisitosheke. Moyoni naona anaweza kugeuka akamtafuta mwengine au ageuzwe na marafiki zake aanze kunichukia," Haiba alidanganya.

"Sasa tumfanye nini? Tumpofushe macho yake asiweze kuona mwanamke mwengine akiwa mrembo? Au tumpofushe fikra zake asikumbuke yeye hana mtoto. Au tukupatie hirizi aendelee kukupenda zaidi. Watakaje? Nakuuliza watakaje?" Hofu alitamka akimkodolea macho Haiba.

"Ningependa sana kuwa na mtoto wangu mimi mwenyewe. Si wa kununua wala kupewa au kupanga. Ningetaka wa kumzaa mimi mwenyewe niujue uchungu wa mwana. Nimwone anapokua akionesha picha yangu mamake au ya mpenzi wangu babake," Haiba alijieleza.

"Hiyo si shida kubwa mama. Nitaitatua bila kukawia. Umeshatembelea hospitali yoyote?" Hofu aliuliza.

"Ndiyo nilipoenda Hospitalini niliambiwa kwamba mimi nina shida ya nyumba ya mtoto.

"Nimeelewa. Nimeelewa mama. Matatizo yako yataisha leo hii. *Eeeeee pruru sems sems semaaaa!*" Hofu alifoka. Alifanya madoido zaidi na kupuliza kitu kama kiriba kilichokuwa kikitoa moshi mweusi. Ndiyo mama... miungu wanakufahamu barabara. Si wewe unatoka sehemu ... kwa nini unasema huna mtoto? Ukapata mimba ukiwa shuleni na kutorokea Bandarini? Si wewe ulitupa mtoto wako na kuja mjini Pango? Mizimu inakufahamu na imekasirika.

Mizungu imekasirika kwa hivyo ni lazima uifurahishe ili urudishiwe uwezo wako. Pia mizungu inakushauri utafute habari za mtoto wako ambaye naambiwa hayuko mbali na Pango. Yeye yu hai na anaendelea vizuri.

"Hata hivyo, nahitaji pesa shilingi elfu hamsini. Na baada ya kukutibu tutamfanyia chatu kafara. Kwa hivyo, ukitaka kupata mtoto wa kiume chatu anahitaji sehemu za siri za mwanaume. Ukitaka kupata msichana utamletea chatu sehemu za siri za mwanamke aliyekomaa, matiti yake na ulimi wake. Unasikia. Nakuuliza unasikia?" Hofu alifoka.

Haiba aliposikia hivyo alipigwa na kimako cha ajabu. Haya yalikuwa ni mambo ambayo hakutarajia. Alijuta ni kwa nini wazo hili la kishetani lilimjia. Mawazo mengine yalimjia huku akimtazama Hofu aliyekuwa akinusa ugoro. Haiba alijaribu kufikiria mahali atakapotoa vitu alivyoitishwa akakosa. Kupata sehemu za siri za mtu fulani ni lazima umuue kwanza na iwapo hutakuwa umemuua atakufa pindi atakapokatwa ulimi na sehemu hizo muhimu. Hiki kilianza kuwa kizungumkuti kikubwa ambacho aliona kuwa hakuwa na budi kukiepuka kwa nguvu zake zote. Siwezi kuua. Haiba alijiambia moyoni.

"Nitakupatia pesa lakini hivyo vitu vingine mimi sitaweza kupata. Mimi ni mwanamke mnyonge ambaye hajapata kuua hata nzi. Nawezaje kuua mtu ili nipate sehemu zake za siri?" Haiba aliuliza baada ya kujasiri.

"Si kuua! Unakosea mama, unakosea. Ni kurudisha uwezo wako ulionyang'anywa na mtu fulani. Labda kwa kukuapiza au kwa kukuroga. Wewe nimeoneshwa ya kwamba umefungwa uzazi na mtu fulani. Mimi niko tayari kukufungua. Chatu anahitaji umpokonye mtu huyo nguvu zako. Mtu aliyekupokonya au atakayekupokonya. Unasikia mama? Unasikia?" Hofu alisisitiza.

Haiba aliachwa kinywa wazi. Alikuwa akidhania angemuweza mganga yule kwa urahisi lakini sasa aliona kuwa alikuwa amekosea. Aliwaza na kuwazua ni vipi angejikwamua kutoka kwa janga hili jingine lililomkabili. Aliona kuwa maisha yake yalikuwa ni kama shilingi iliyoanguka kwenye sakafu ya choo na alikuwa akiiokota. Alipokuwa akijaribu kuichukua ikaelekea kuanguka kwenye lindi la choo. Ni kama nondo aliyetaka kuufikia mwangaza, akaenda karibu na taa. Alipofika pale kwenye taa akateleza na kuanguka kwenye kikaango. Akajaribu juu chini kujinasua na akafaulu kupuruka lakini wakati huu alikuwa ameangukia moto wa makaa uliomuunguza bila huruma. Mama yangu wee! alifikiria.

"Tafadhali mimi sitaweza. Kama hakuna njia nyingine hata huyo mtoto mimi simtaki tena," Haiba alikasirika.

"Huelewi biashara hii mama. Ni kama mchongoma ambao kupanda si ngoma lakini unaposhuka hapo ndipo ngoma ilipo. Ulipomtembelea daktari ulikuwa ukiamini kwamba atakuwa suluhisho la shida yako. Anapokupatia tiba huna haja ya kupinga tiba ile. Sasa unajitia kwenye ghadhabu ya chatu kwa kusikiliza siri yake. Unapopata siri ya chatu laana inakukumba. Na iwapo wataka kujiondolea laana unaweza kufanya hivyo. Umtolee macho yako. Ukikosa kufanya hivyo laana ya chatu itakuua kwa kukupooza mwili wako polepole," Hofu alisema.

Sasa Haiba alikuwa karibu kupata mshtuko wa moyo. Alihisi ndani ya moyo wake kuwa leo amepatikana.

"Tafadhali nitalipa mara dufu nitafutie njia nyingine ya kafara. Nakusihi," Haiba alibembeleza.

"Ungetaka kutatua jambo lipi? kuondoa utasa wako au kusafisha laana ya chatu?" Hofu aliuliza huku sauti yake ikionesha kukasirika.

"Tafadhali nioneshe njia nyingine ya kumaliza shida hizi zote nimekuambia nitatoa pesa mara dufu," Haiba alibemba.

"Basi wewe utafanya hivi. Shilingi zangu elfu hamsini utaniachia, nyingine kama hizo utaniletea siku ya kliniki na hizo nyingine elfu hamsini nitakuelekeza kwa yule utakayempelekea. Huyo ndiye atakayekutafutia kafara ya chatu," Hofu alimpatia suluhu.

Moyo wa Haiba ulianza kutulia. Aliamini kuwa angeweza kujiepushia laana ya chatu na kutatuliwa shida zake bila yeye mwenyewe kuhusika katika kutafuta kafara ya chatu.

"Utakapotoka hapa pitia kwenye mtaa wa Mjini nyumba nambari 45 umwulizie Stone. Utampatia pesa hizo umwambie unataka kafara ya chatu. Yeye atakuletea mahali na siku mtakayoagana. Kumbuka kumwambia ni mimi nimekutuma. Mwambie ungetaka dume au jike," Hofu alieleza.

Haiba alizama kwenye mawazo mazito. Kuna mambo ambayo hakuwa anayaelewa hata baada ya Hofu kutumia muda mwingi sana kuyaeleza. Chatu alihusikaje na uzazi wa mtu? Chatu ndiye hutoa watoto? Au mganga huyu alikuwa akiabudu mnyama huyu wa kutisha? Aliwaza. Alimtazama Hofu kwa makini zaidi. Haiba aliendelea kumshuku Mzee Hofu. Woga ulimzidi akatetemeka mwili wote kama unyasi unapopeperushwa na upepo mkali.

"Basi tanua miguu tuanze kufanya matibabu ya awamu ya kwanza. Pesa ziweke hapa," akasema mganga baada ya kupata suluhu ya kafara ya chatu.

Akampatia ungo. Haiba alizitoa pesa zile kwenye pochi na kuzitia kwenye ungo. Hofu Alianza kuimba na kufanya mazingaombwe yake.

Mizimu ya giza lala, na ya kuzimu lala,

Nipate tunu lala, ninalolitaka lije

Ndume simama wima, kwenye kilima cha jangwa,

Ndume itue mapema, kwenye moshi mweupe

Chu chu chu chu pu!

Chu chu chu chu pu!

Mganga alikichukua kibuyu chenye ungaunga mweusi na kutia kidogo kwenye pembe iliyonakshiwa kwa rangi mbalimbali. Akatia maji kwenye bilauri na kuchanganya na unga ule. Ilianza kutoa rangi mbalimbali na kulengalengwa na matone kama ya mafuta juu.

Haiba alikuwa pale tu alipokaa kwenye mkeka. Alichukua mchanganyiko ule kwenye pembe na kumuonjesha Haiba. Haiba alikunywa dawa ile shingo upande. Aliitia mashavuni akifikiria afanye nini. Kabla ya kujiwa na jawabu Hofu alimkemea kwa sauti kali. Haiba alijawa na woga usiomithilika. Ghafla aliimeza dawa ile iliyokuwa kali kama shubiri. Mara tumbo lake likachafuka. Akaona kisunzi. Dunia ilikuwa inazunguka na kila kitu kwenda mbali naye. Akaanza kutapika. Akachukua dawa nyingine. Akauchukua mgwisho wake akautumbukiza kwenye dawa na kumnyunyizia Haiba huku akiimba na kuchezacheza.

Ndiyo, tapika kwa nguvu
Tapika mugiro, tapika
Uchawi uliokolea tapika wote
Kikwazo chote kinachoziba tumbo lako, tapika
chote
Nazo laana zao mababu wa kuukeni na
kuumeni tapika zote
Nayo mipenyo ya macho maovu tapika yote
Nayo sumu ya wanaokuonea gere tapika yote
Nayo mifungo uliyozaliwa nayo tapika yote
Tapika mugiro tapika wote.

Haiba alijikaza kutapika. Akatapika kwa nguvu zake zote bila mafanikio. Alitapika upepo. Alitapika hadi mbavu zikamuuma.

Hofu alichukua fimbo panda na ubao wenye shimo katikati na chombo kama kete na kumwambia Haiba apanue miguu alikoketi. Alikizungusha chombo hicho kwenye mapaja ya Haiba mara ishirini na moja. Alichukua ubao ulio na fimbo pana, akaiinua na kuviachilia vitu hivyo vyote vikaanguka miguuni.

"Unaona? Mganga aliuliza kwa tabasamu. "Kuna mtu mliyeishi naye ambaye alikuroga. Mwembamba mrefu mzee si mzee sana yeye ni mweusi."

Baada ya Haiba kufikiri kidogo alimwambia, "Ni baba wa kambo!"

"Ndiye huyo babako wa kambo anaonekana vizuri. Yeye na mkewe huwa wanakorofishana mara nyingi. Yeye ndiye aliyekuroga. Ili kuuondoa huo uchawi ni lazima umeze dawa hii. Hii nyingine ni hoto, utaitia kwenye chai kila asubuhi. Elewa kwamba utakaa usiku kucha kwa kuwa ukienda nyumbani na ukutane naye, akikuangalia kwa macho yake kabla ya dawa hii kufanya kazi unaweza kufa. Chukua dawa hii na hii nyingine utaiweka chini ya godoro la kitanda chenu," Hofu alieleza.

Woga uliongezeka Haiba alipoambiwa angekaa kwa mzee Hofu hadi siku iliyofuata. Alihofia huenda mambo yake yakagunduliwa. Hata hivyo, hakuwa na la kufanya. Alikuwa ameona hangeweza kufaulu kubadilisha mawazo ya mganga yule.

"Nilikuwa nikimshuku tangu zamani huyu baba, ingawa sikudhani mtu kama huyu angeweza kuroga. Yeye huonekana kama mzazi mwema," Haiba alidanganya.

"Huwezi kujua mama. Hata wazazi siku hizi ni hatari. Dunia imebadilika pakubwa. Hakuna wa kuaminiwa," Mzee Hofu aliongea kwa uhakika. Alimpa mgonjwa wake dawa akanywa. Akachukua mishumaa midogo ya rangi nyeusi iliyoonekana kama udi. Akaiwasha na kumfukizia. Akaiacha ikiteketea polepole. Akatoka. Aliporejea alimkuta mgonjwa ameingiliwa na mang'amung'amu ya usingizi.

Polepole usingizi ukamchukua Haiba asijue alikokuwa. Akalala. Hofu alimbeba na kumlaza kwenye mkeka uliokuwa nyuma ya pazia iliyogawanya chumba kile. Haiba alikaa kule mchana kutwa na usiku kucha akifanyiwa gangaganga za mganga ambazo humwacha mgonjwa akiwa na matumaini. Mengine yaliyofanyika chumbani usiku kwenye giza labda kiza kituambie kwani kiliona mengi.

Sura ya Kumi na Tano

June alikuwa mwingi wa mawazo. Usiku mzima hakupata hata lepe la usingizi. Habari alizopata kwa mganga zilimshtua. Genge hili la wezi walionyofoa sehemu za siri lilikuwa na nguvu kiasi gani? Na huyu kiongozi wao aliyejulikana kama Stone alikuwa mtu wa namna gani? Alitaka kumuona ana kwa ana. Asikie sauti yake. Aone maumbile yake. Ampime nguvu zake na baadaye kufahamu hatua ambayo angemchukulia. Hakutarajia kushindwa nguvu na mganga na genge lake. Alikuwa akitaka kutetea hadhi ya kikosi cha askari na wanadamu wenye utu. Aliajiriwa na serikali kutatua matatizo yao ya kiusalama. Haijalishi hatari ambayo angekumbana nayo. Alihitaji kufanya hivyo ili kuudhihirishia ulimwengu kwamba yeye ni mkakamavu. Masharti aliyopewa yalikuwa magumu. Lakini kilichokuwa muhimu zaidi ni heshima yake kama askari mwenye cheo.

Alipooga na kujitayarisha alichukua mkoba wake. Akatoka. Alipita njia inayokwenda Cheteni. Aliteremukia kwenye soko kuu na kupiga kona. Aliacha majumba ya Shauri Yako na kupanda kilima kidogo. Alikuwa amefika mtaa wa Mjini. Alipotazama saa yake ilikuwa saa kumi na mbili kasoro dakika tano alfajiri. Hakukawia kupata chumba chenyewe alichoagizwa. Kwani pale mlangoni palikuwa na nambari 45. Aligongagonga kwenye mlango na kungojea majibu. Hakuna aliyejibu. Akagongagonga tena mara tatu. Mwanamke mrefu mwenye rangi ya maji ya kunde alitoka huku akiyafikicha macho kwa upande wa nyuma wa kiganja chake. Mwili wake ulikuwa mwembamba kama uzi. Siwezi kusema kuwa

177

alikuwa amekonda. La, alikuwa mwembamba ndiyo lugha ya tasfida.

"Namtaka mtu anayeitwa Stone. Nimetumwa kwake," June alisema.

"Amelala. Umetumwa na nani mwanamke wewe? Au kajituma mwenyewe?" Tamara alikuja juu. June akaachwa kinywa wazi. Tamara alimwangalia vizuri June. Akaona kuwa amewahi kumuona lakini hakujua ni wapi?"

"Sina ubaya mama. Nataka kumuona tu nimpashe ujumbe wake. Kwa hivyo, haina maana kunikorofisha," June alisema huku woga umemwingia.

"Nani waita mama mwanaharamu wewe? Ukinitazama waona mimi ni mama yako?" Tamara alifoka kwa hasira. Machozi yalimlengalenga June. Hakuweza kujibu. Hasira zilimpumbaza akajikaza asijulikane kuwa ni askari. "Hapana! Sema kilichokuleta au wewe ndiye msichana anayemnyemelea mume wa ..."

Kabla hajamaliza usemi huu mwanamume aliyekuwa na mgongo uliopinda aliufungua mlango huku akifuta matongo kwenye macho yake. Alitazama kwa macho mekundu kama ngeu yaliyotokeza huku akipiga miayo.

"Ugomvi wa nini Tamara? Ingia ndani. Nimekuambia mara nyingi usiwe ukifikiria visivyo," Stone alisema huku akimpa June mkono.

"Nikufanyieje dada?" Mwanamume yule aliuliza.

"Wewe ni Stone?" June aliuliza kabla ya kujibu swali.

"Ndiyo naitwa Stone," Alijibu mwanamume yule huku akimchunguza kwa macho.

"Nimetumwa kwako na Mzee Hofu. Aliniambia kuwa ungenisaidia," June alisema.

"Ndiyo niambie," Stone alisema. June woga na hasira vilikuwa vimemfika kileleni. Mahali alipokuwa kwa mwanamume wa kutisha asiyemjua nguvu kulimpa wasiwasi. Vitendo vya Tamara navyo vilimshtua.

June alimpatia mwanamume yule kitita cha pesa alichokuwa nacho. Alihesabu na kuhakikisha hesabu yake ilikuwa sawa. Stone alizitazama akazitemea mate na kuzishika mkononi. Ulikuwa na shida gani. Stone alimwuliza June

"Jike. Jike kafara ya chatu," June alijibu huku akiinamisha kichwa chake. June alikuwa akijifanya mwenye soni chungu nzima. Stone alimtazama vizuri. Yeye hakuwa na maneno mengi. Hata hivyo, June hakuondoka mikono mitupu. Alisikia na kuona jambo. Alizingatia biashara iliyokuwa mikononi na kutupilia mbali shauku zisizo na msingi. Alikuwa akiomba mambo haya yaishe haraka iwezekanavyo kabla ya kumlipukia.

Waliagana kukutana kesho yake wakati kama ule mahali fulani karibu na msitu wa Mikokoni. Stone alimwambia kuwa angesimama kwenye njia panda karibu na ubao wa maonesho ya kilimo.

Usiku huo June hakulala. Aliwaza na kuwazua. Akajawa na woga usio na kifani. Akajuta ni kwa nini alikubali kuwa askari. Alijituliza kwamba hakuwa akijua mambo yangekuwa mazito namna ile. Aliona kuteleza kidogo kwenye mpango ule kungesambaratisha maisha yake. Maisha yake tangu awe askari alikuwa akitumikia umma kwa ujuzi mkubwa. Baba yake mlezi alikuwa akimhimiza wakati wote kufuata njia ya haki siku zote.

Siku iliyofuata saa thenashara, June alikuwa amesimama kando ya njia panda karibu na ubao wa maonesho ya kilimo. Alivaa kabuti ndefu ya kuzuia baridi. Pale kiuoni aliguza na kuipata bastola yake ilikuwa mahali pake. Mvua ya manyunyu ilikuwa ikinyesha na mwavuli aliobeba haukuweza kumsitiri vizuri. Alitulia tuli na kusema liwalo na liwe. Akaendelea kusimama huku matone ya mvua yakimtonatona miguuni.

Baada ya muda usiokuwa mrefu mwanamume aliyevaa kabuti ndefu jeusi na kujifunika kwa barakoa aliwasili. Alimtazama June na kuhakikisha ndiye. Bila kuongea alimkabidhi karatasi nyeusi ya plastiki iliyokuwa na kitu ndani.

Kabla ya kuipokea June alikuwa ameichomoa bastola yake na kumwelekeza Stone. Muda wa bana banua Stone aliepa mtutu wa bastola. Akamkamata June mkono uliokuwa na bastola akaupinda kwa nguvu zake zote. Wakang'ang'ana. Alipozidiwa na uchungu, June aliachilia bastola ikaanguka chini mbali na wao. Stone alipoona bastola imeponyoka akaachilia mkono wa June na kujaribu kuikimbilia. June aliruka mzimamzima na kumwahi teke la shingoni lililomrusha juu angani. Akaanguka kifudifudi. Alipoinua mkono kuifikia bastola, Konstebo Limo na Sajini Murima tayari walikuwa wamemtia pingu.

"Lo! Makubwa haya ya leo," June alisema huku akitazama mavazi yake. Yalikuwa yamelowa maji yenye tope.

"Asante kwa kuniokoa. Leo karibu nipatikane," aliendelea.

"Si kitu. Sisi ndio tulichelewa kufika. Labda hukumhusisha katika mazungumzo," Murima alisema.

"Mnafiki huyu hakutaka kuzungumza," June alikuli.

"Shika kago zako mshenzi wewe. Ulikuwa ukidhani utatawala milele? Arobaini zako zimefika leo," June aliendelea. Kifurushi kilichofungwa kwa karatasi nyeusi kilikuwa pale chini. Stone alikuwa amekitumbulia macho tu.

Stone hakusema kitu. Alifahamu fika kuwa kuongea chochote hakungemuokoa kutoka mikononi mwa askari watatu. Walikuwa wamemzidi nguvu. Wepesi wa June haukumpa nafasi ya kufikia bastola yake iliyokuwa kiunoni. Alijuta ni kwa nini alimwamini msichana yule. Kwa nini hakuchukua walinzi wawili au watatu? Alijiuliza moyoni. Kweli siku ya kufa kwa nyani miti yote huteleza.

June alimpiga sachi na kupata bastola na sime. Akampatia Murima ambaye pia alikuwa na bunduki kubwa. Akatazama mbali na kuona bastola yake ilipolala na kuichukua na kuirudisha mahali pake kiunoni. Akauokota mwavuli wake uliojaa tope pamoja na kifurushi cha Stone. Akafungua kifurushi cheusi na kutazama ndani. Kago alizodhania zilikuwa pale pale. Alimpatia Stone kifurushi chake abebe.

Alipomaliza kutekeleza wajibu wake June alikuwa na mpwito mpwito wa furaha. Kutekeleza jambo muhimu namna hiyo bila kuteleza au kuanguka si jambo la mzaha.

***

Familia ya Haruni Tukae ilikuwa na wasiwasi mkubwa. Tangu atoke nyumbani kuelekea mjini Pango, yapata siku moja iliyopita, hawakumuona tena Haruni. Alikuwa ametafutwa kila mahali. Rununu yake ilikuwa imezimwa. Tangu zamani Haruni hakuwa mtu wa kulala nje bila kumwarifu mke wake. Alikuwa akitembelea njia nyoofu kila wakati.

Habari zilizomfikia Haiba kuhusu kupotea kwa babake. Mamake alimpigia simu kutaka kujua iwapo alilala kwake huko Kilimani. Haiba hakuwa amemuona babake kwa zaidi ya wiki tatu. Siku ya mwisho kuonana, Haruni alikuwa amemtembelea kumfahamisha kuhusu mwanamke fulani aliyedai kuwa mamake. Walikuwa wameongea kwa kirefu kuhusu mwanamke huyu aliyeishi mtaa wa Mjini huko Pango. Haiba hakupata kukutana na mwanamke huyu. Hakujua dhamira yake wala ukweli wa mambo aliyodai.

Tangu zamani, Haiba alifahamu kuwa Tukae na mkewe hawakuwa wazazi wake halisi. Hata hivyo, aliwapenda na kuwaenzi kwa kumlea na kumuonesha mapenzi ya dhati. Aliposikia kwa mara ya kwanza, hakuamini. Watu ambao hawakuwa na uhusiano wa kidamu na wakampenda vile, walikuwa tunu kutoka kwa Mungu. Mkewe Tukae alikuwa mchangamfu na mcheshi. Hakuwa mtu wa kufichaficha. Mambo yote alikuwa akimwambia kinagaubaga.

Jambo alilosita kumweleza ni juu ya kuwapo kwa vyombo muhimu vya wanawali alivyompakia sandukuni siku zake za masomo ya shule ya msingi. Hata hivyo, alifurahia kusomea shule ya mabweni ambayo hata watoto wengi waliohusiana na wazazi wao kidamu hawakubahatika kusomea. Walisoma na watoto mabwanyenye kutoka kote nchini. Sio kwamba Tukae alikuwa mkwasi bali ni mapenzi yake kwa mwanawe na kumtakia aushi yenye tunu na tamasha.

Baadaye Haiba alipokea habari ya kupatikana kwa babake. Lililomsikitisha ni kwamba hakupatikana akiwa hai. Mwili wake ulipatikana kwenye msitu wa Mikokoni bila sehemu zake za siri. Askari waliuchukua mwili huo na kuupeleka kwenye mochari ya hospitali kuu ya Pango na kuanzisha uchunguzi.

Haiba hakuwa na raha hata kidogo. Alimpigia mumewe simu akiwa ng'ambo lakini hakumsaidia kitu. Alikuwa fimbo ya mbali ambayo haiui nyoka.

***

Tamara alikaa kwenye kiti nje ya *Travellers Wholesalers*. Duka hili lilikuwa maarufu sana mjini Pango. Alinunua soda na kukaa kwenye fomu nje. Alifyonza polepole kwa mrija huku akiwa mwingi wa mawazo. Alikuwa amekaa hapo kwa muda mrefu. Akaanza kuingiwa na wasiwasi.

Matukio ya hivi majuzi yalikuwa yakimsumbua akilini. Tangu aende kwa mganga hakuwahi kupata usingizi mzuri. Alikuwa akiota ndoto za ajabu. Huyu Stone aliyetajwa na mganga ni Stone yupi? Na kwa nini mganga alitaja nambari ya chumba chetu? Yawezekana stone wangu ndiye anayenyofoa nyeti za binadamu? Nitamwelezaje shida yangu ili anisaidie? Nikimwambia nimetumwa kwake atafikiriaje? Ni kwa nini sijawahi kumwambia nina shida ya kupata mtoto? Maswali sufufu yalimtawala Tamara.

Ghafla alihisi mtu amemguza kwenye bega lake la kushoto. Akashtuka. Alipotazama upande huo, Tana alikuwa akimtazama kwa tabasamu kuu. Tamara aliweka chini chupa ya soda aliyokuwa akiishikilia akainuka akamkumbatia Tana. Wakakumbatiana kwa furaha. Walikumbuka furaha ya zamani walipokuwa huko Bandarini. Ingawa Tamara hakuwa mchangamfu. Tana alikuwa daima hana kinyongo na mtu. Huenda uchangamfu wake ulikuwa kiungo muhimu cha kutia ladha maisha yake.

"Mbona ukachelewa? Wasiwasi ulikuwa umeniingia," Tamara aliuliza huku akitabasamu.

"Shughuli nyingi siku hizi. Mtu angeweza kujigawa vipandevipande kimoja kingeshughulikia upande huu na kingine ule mwingine ingekuwa ni afadhali," Tana alitania.

Tamara alimrudishia mwenye duka chupa yake ya soda akalipa na kuandamana unyounyo na Tana hadi kwenye hoteli ya Karuma wakajichagulia viti vilivyokuwa mkabala na kuketi. Tana aliagiza nyama ya kima kwa ugali naye Tamara akasema aletewe vivyo hivyo. Walikula huku wakizungumza.

"Naona tuahirishe ile safari yetu," Tana alisema.

"Kwa nini dada?" Tamara aliuliza kwa mshangao.

"Kuna jambo limetendeka. Hata sijui kama ni kuahirisha au ni kufutilia mbali," Tana aliendelea kusema.

"Sielewi bwana. Kumefanyika nini?" Tamara alisaili.

"Tulipoongea siku ile nilienda nyumbani nikiwa na fikira nyingi. Niliona vizuri kumtafuta Tukae mimi mwenyewe ili tupange siku ya kukutana nawe. Nilienda kwake na kumwelezea yote uliyoniambia. Kisha nikamdokezea vile tulivyokutana nawe mjini Bandarini. Nilimweleza hali yako ilivyokuwa na ulivyotoroka bila kuaga. Nikamweleza nilivyosoma kwenye gazeti kupatikana kwa mtoto aliyetupwa kwenye shimo la takataka. Tukae alikuwa ametega masikio ndi bila hata kuuliza maswali.

Nilipomaliza aliuliza maswali machache na kuniambia kwamba nipange siku ambayo mngekutana ili muongee ana kwa ana. Sikupinga wazo hilo kwa kuwa hata wewe ulikuwa ukitaka ifanyike hivyo. Nilimwambia kuwa leo tungekutana nawe ili tupange siku ya kumtembelea," Tana alisema huku ameshika tama. "Kwa nini tusikutane basi?" Tamara alikatisha kwa wasiwasi.

Juzi wachungaji wawili walikiuka sheria za msituni. Wakaingiza ng'ombe kwenye msitu wa Mikokoni. Walijificha wasionekane na askari wa misitu. Wakawalisha ng'ombe kwenye nyasi ndefu hadi wakashiba. Walifikiria kuondoka kabla ya kugunduliwa. Walipokuwa wakiwaswaga ng'ombe kwenye njia ya kichochoro walimuona binadamu akiwa amelala kwenye nyasi. Kwanza walishtuka na kutimua mbio. Mmoja wao akaona haikuwa vizuri kumuacha mtu msituni labda alikuwa mgonjwa au alikuwa ameumwa na nyoka. Wakarudi kumtazama. Wakasogea karibu. Hakika hawakuwa wamekosea. Alikuwa binadamu. Wakasogea karibu zaidi. Ulikuwa mwili wa binadamu aliyeuawa kinyama na sehemu zake za siri zikanyofolewa," Tana aliendelea kusema.

"Hili linahusikaje na safari yetu? Tana usinitanie dada. Niambie ninayokuuliza na kuachana na ya msituni ambayo tumezoea licha ya kuwa hayatuhusu ndewe wala sikio," Tamara alisisitiza.

"Wacha papara dada. Nakueleza kuwa walipotazama maiti yule kwa makini walifahamu kuwa alikuwa mtu waliyemjua ...." Tana aliendelea.

"Mbona wasimtambue kama ni wa hapo Mikokoni? Nipe ninayotaka kujua!" Tamara alimkatisha.

"Huyo maiti alikuwa Haruni Tukae tuliyetaka kutembelea!" Tana alifaulu kumalizia.

"Waona mwenzangu. Haruni Tukae aliyekuwa ameripotiwa kupotea alikuwa ameuawa kinyama na washirikina waliopagawa. Sasa tutaenda kwa nani?" Tana aliuliza.

"Tufanye nini sasa," Tamara aliuliza huku machozi yakimlengalenga.

"Tungojee vidonda kwenye nyoyo za jamaa yake vipone ili tuweze kumtembelea mkewe, huenda akatusaidia," Tana alishauri.

"Hata hivyo, msichana mwenyewe nilifahamishwa jina lake. Vilevile yeye si msichana tena. Ameolewa na mhubiri mmoja maarufu mwenye kanisa lake hapa mjini," Tana aliendelea. "Niambie jina dada huenda likanisaidia kumsaka," Tamara aliomba.

"Anaitwa Haiba Fadhila. Mumewe ni Fadhila," Tana alisema.

"Ole wangu! Namjua mhubiri Fadhila, najua kanisa lao," Tamara alisema huku machozi yakimbubujika. Akatoa kitambaa na kuanza kuyafuta. Tana hakujua ni kwa nini rafikiye alikuwa akilia. Alikuwa akiwazia kisa cha Tukae kilimhuzunisha.

"Utakunywa nini mwenzangu?" Tana alimwuliza Tamara ambaye alikuwa amezidiwa na kwikwi. Tamara hakutaka kumsumbua sana rafikiye ndipo akasema, "Ntakunywa maji ya matunda."

Mhudumu akaleta sharubati na soda ya Tana.

"Nimeona mwenzangu umebadilika kama mimi. Siku hizi sinywi pombe. Najifundisha kuwa mke nyumbani," Tana akasema.

"Mimi pia, natapika nikinusa harufu ya pombe," Tamara akadanganya.

Marafiki wawili wa zamani walimaliza kula na mazungumzo yao pia yakafikia kikomo. Tana alikichukua kibogoshi chake akaelekea kwenye kaunta na kulipa bili. Walitoka pamoja hadi kwenye stani ya magari huko Cheteni. Tana alitafuta gari la kwenda Mikokoni naye Tamara akarudi zake kwenye kitongoji cha Mjini akiwa na masikitiko.

***

Ilikuwa siku ya Dominika. Tamara alikuwa haudhurii ibada za kanisa kwa muda mrefu. Ingawa alikuwa mshirika wa Kanisa la Maji aliacha kuhudhuria alipohusishwa kwa kirefu na ile sakata ya Fadhila. Siku hii ilikuwa muhimu kwake kuhudhuria ibada ya kanisa fulani. Alioga na kuchagua lebasi mufti akavaa.

Alitembea hadi kwenye makavazi ya Pango. Akafuata barabara ya lami hadi karibu na mto Kaita. Akapiga kuruba upande wa kulia kuelekea Kilimani. Alipotembea kilomita moja aliona ubao mkubwa ulioandikwa Kanisa la Miujiza. Alielekea upande ulioonneshwa kwa mshale. Aliliona kanisa kubwa lililojengwa kwa mbao. Alipofika kwenye lango alilakiwa na bawabu mmoja na kuongozwa hadi mahali palipokuwa na kiti ndani ya kanisa. Nyimbo za kusifu na kuabudu zilikuwa zikiendelea. Maombi yakafanywa kila mtu akiombea nchi, serikali na wengine wakaombea makanisa kote duniani. Wengine waliombea watu na jamii kwa jumla.

Maombi yalipokamilika mwongoza ibada alitangaza kuwa wakati wa matangazo ulikuwa umewadia. Karani wa kanisa alisimama na kwenda kwenye mimbari.

"Bwana asifiwe! Jina langu ni Kibori katibu wa kanisa hili. Nimeokoka na nampenda Yesu. Ninamkaribisha kila mgeni aliyetutembelea. Ajisikie akiwa kwenye Kanisa la Mungu na awe huru kututembelea hata siku nyingine. Tafadhali nawaomba wageni waliotutembelea siku ya leo wasimame," akasema.

Wanaume watatu na mwanamke mmoja walisimama. Walipewa nafasi ya kusema majina yao na mahali walipotoka na kutoa salamu zao. Tamara hakunyanyuka alikokuwa ameketi licha ya kuwa mgeni. Hakutaka kujulikana. Alijitanda leso kichwani ikateremkia mabegani. Akatulia kama maji kwenye mtungi.

Katibu aliendelea kuongea, "Fadhila, pasta mkuu wa kanisa hili yuko ng'ambo. Mnajua hivyo. Anatarajiwa kufika nchini wiki ijayo. Mkumbuke kwenye maombi pamoja na wazee wawili waliosafiri pamoja naye. Mungu aweze kuwafikisha nyumbani wakiwa salama salimini.

Tumepokea habari kuwa familia ya Pasta Fadhila imepata msiba. Mkwewe pasta aliuawa kinyama na kutupwa kwenye msitu wa Mikokoni. Kila mmoja wetu anaombwa kuwakumbuka kwa maombi na vilevile kuhudhuria mazishi yatakayokuweko kwenye shamba lake kijijini Ghubani, kesho saa nane kamili.

Mahali alipokuwa Tamara alisikitika. Ingawa masikitiko ni hisia za binadamu, Tamara hakuja pale kusikitika. Malengo yake maalum yalikuwa kuhakikisha ujumbe wa Tana ulikuwa wa kweli. Alikuwa karibu kujiendea zake na kutosikiliza sehemu ya ibada iliyobaki. Sehemu nyingine ya moyo wake ilimwambia avumilie hadi mwisho wa ibada. Jambo alilokuwa ameamua ni kuhudhuria mazishi hayo kesho yake.

Alipotazama kwa makini kwenye viti vya mbele alimwona mwanamke mmoja aliyewahi kumuona.

Alimwuliza mwumini mmoja aliyekuwa ameketi kando yake, "Naomba nikuulize dada. Yule mama mwenye rinda jeusi aliyeketi pale mbele ni nani?"

"Humjui huyo? Yaonekana wewe ni mgeni hapa. Yule ni mama yetu Haiba Fadhila, mkewe Pasta mkuu," Mwanamke yule alimjibu huku akimkazia macho.

"Asante. Si neno. Niliona tu ni mkubwa hapa kanisani," Tamara alijikaza asionekane kushangaa.

Mwanamke yule ndiye Haiba? Kwa nini hakumtambua na alikuwa muumini wa Kanisa la Maji? Huyu ndiye mtoto aliyemtupa Bandarini? Kwa nini dunia huwa na mafumbo namna hii? Kwa nini hakuwahi kumfananisha na watu wa familia yake kama vile mama yake? Walikuwa wanashabihiana kama tui na maziwa. Tamara alikuwa na maswali mengi kwenye akili yake. Ibada ilipoisha alijificha karibu na mhimili wa mlangoni. Haiba alipopitia karibu akaenda kwake na kumpa mkono kama vile waumini wengi walivyofanya na kumwambia makiwa. Macho yao yakakutana. Wakatazamana. Tamara akajikokota kwa aibu na kurudi kwake Mjini.

***

Siku zilipita na wiki kuisha. Haiba aliendelea na shughuli zake za kila siku. Alikuwa na woga mithili ya kunguru. Woga huo uliisha polepole kadri siku zilivyopita. Akajasiri kwamba siku moja Mungu angempatia mtoto. Kila mwisho wa siku ulimwondolea mzigo fulani aliokuwa akibeba. Aliobaki nao ukawa mwepesi kila uchao.

Haiba alijawa na furaha na hatimaye ujasiri wake wa kawaida ukamrudia. Akaendelea na maisha yake. Akasahau kuwa alikuwa akitamani kupata mimba.

Wiki tatu zilipoisha Fadhila alirejea nyumbani kutoka ng'ambo. Alikuwa na mambo mengi ya kuzungumza na mkewe. Alimkuta akiwa mchangamfu kwelikweli. Akaona uhai mpya ambao hakuwa ameacha. Akamshukuru Mungu kwa kumfikisha nyumbani akiwa salama salimini na kumlinda mkewe kutokana na macho mabaya ya mahasidi. Waliimba, wakaomba pamoja huku wakishikana mikono na kulala pamoja.

Dalili ya mvua ni mawingu. Baada ya miezi miwili, Haiba aligundua kuwa alikuwa mjamzito. Alimfahamisha mumewe ambaye alijawa na furaha isiyokuwa na kifani. Alimshukuru Maulana kwa kumuauni wakati wa dhiki.

"Nilikwambia tulia mke wangu ukaona ni mzaha?" Fadhila alisema huku akitabasamu.

"Nimekuamini mume wangu. Ulikuwa ukisema ukweli," Haiba aliitikia huku akionesha kuona haya.

"Nilikuambia kuwa Mungu hukujia wakati usipotarajia. Thenashara ndipo yeye hupiga hodi," Fadhila alisema.

"Ni kweli," Haiba aliendelea kuchangia japo hakutaka waendelee na mjadala huo.

"Mungu ni mwaminifu na mwenye haki. Yeye hukuitika wakati usipotarajia. Ni vizuri mtu kungojea siku yenyewe ya Mungu. Mambo tunayojisumbua nayo ndiyo humzuia mtu asibarikiwe. Tunapongojea kwa haki yeye atatukumbuka na kutufanyia makuu tusiyotarajia. Anasema tumjaribu tu na atatufungulia milango ya baraka," Fadhila alisema.

Fadhila aliongea hadi usiku wa manane. Hakupata hata lepe la usingizi. Alimkumbatia mkewe na kumleta karibu naye. Usingizi ukamchukua.

Siku moja Fadhila alitaka kuhakikisha ukweli wa mambo. Yeye na mkewe walimtembelea Daktari Grace Nyaga kwenye hospitali kuu ya Pango. Daktari Grace aliwakaribisha kwa moyo mkunjufu. Fadhila alikuwa akimfahamu Grace tangu zamani. Walikuwa wakihudhuria kanisa moja huko kwao, Kanisa la Maji, kabla ya Fadhila kuanzisha kanisa lake.

Furaha ya Fadhila na mke wake ilitimia walipodhihirishiwa kwa matokeo ya maabara. Haiba alikuwa mjamzito. Alikuwa na mimba ya zaidi ya miezi miwili. Mume na mke walirudi nyumbani wakiwa na matumaini.

Sura ya Kumi na Sita

Mhila alikuwa mzee wa makamo. Alikuwa mweusi tititi na chunusi zilimjaa kwenye uso wake. Alikuwa mnene. Kichwa chake kilichojaa upara kilimetameta metumetu kilipoangaziwa na jua. Kitambi chake kilichobinukia mbele mithili ya kiriba kilitangaza hali yake. Kisomo chake hakikuwa cha juu vile.

Baada ya kumaliza kidato cha nne na kupata divisheni ya nne, alifanya kozi ya CPA na kuhitimu kuwa mhasibu. Alipata kazi kwenye manispaa ya Pango kuwa mweka vitabu vya pesa. Kwa juhudi zake alipandishwa cheo kimoja baada ya kingine na hatimaye kuwa mhasibu mkuu wa manispaa. Alifanya kazi kwa bidii na kujipatia mali si haba.

Alipojihisi kupata umaarufu, alijitosa kwenye ulingo wa siasa. Mara ya kwanza alishindwa vibaya na kuibuka wa tatu. Mara ya pili alipata ushindi mkubwa. Tangu wakati huo hajawahi kushindwa. Alipogombea umeya katika uchaguzi uliopita, alizungumza vizuri na madiwani wote wakamuunga mkono. Waliotaka kusimama akawashtua. Akapita bila kupingwa.

Mhila meya wa Pango alikuwa mtu wa watu. Ndivyo alivyokuwa akisema. Alikuwa akipendwa na wote. Wadogo kwa wakubwa. Yeye alikuwa akiwahudumia watu wa kata yake kwenye kipindi chake cha tatu. Mhila hakuwa tajiri tu bali alikuwa akinuka pesa pia. Kila mahali alikoenda harufu hiyo ilisikika.

Miaka mitatu imeisha tangu uchaguzi mkuu ufanyike. Watu bado walikuwa wakionekana kwake. Walikuwa wakitayarisha chakula, kula na kusaidia popote palipohitaji msaada wao. Tamara alikuwa mmoja wa wanawake waliosaidia kwenye upishi. Huenda watu hawa vilevile walikuwa wakipanga mikakati ya uchaguzi ujao. Mhila alisikika hadharani akisema angegombea kiti cha ubunge kwenye uchaguzi ujao. Alisema kwamba alishakomaa kisiasa kuwa mbunge.

Nyumba yake Mhila ilikuwa kasri kubwa la ghorofa moja lililokuwa na ua wa mawe wenye nyaya za umeme juu yake. Alikuwa na walinda usalama wengi wakiwemo askari aliopewa na serikali. Mara nyingi hungejua mahali pa kumuona Mhila. Watu waliomzunguka walikuwa wakali mno. Walimkubali tu yule wanayemjua. Huenda walihofia usalama wake. Labda hawakupenda mpendwa wao kusumbuliwa na wakata ambao mara nyingi walienda pale kuomba pesa.

Kati ya chaguzi zote alizowahi kushiriki, uchaguzi uliopita ulikuwa na upinzani mkubwa kuliko zote. Ilimbidi kutumia mbinu zozote zile kuweza kushinda. Kulikuwa na kijana wa miaka thelathini na mitatu aliyemtoa jasho. Alikuwa akiitwa Mose. Aliposikia kijana huyo ameidhinishwa na chama chake cha upinzani alicheka kwa dharau. Baadaye, majasusi wake walimfahamisha vile kijana huyo anavyovutia vijana wengi. Mhila alishtuka. Akamwaga pesa kwa wingi. Akanunua kura zote za vijana waliotaka pesa. Kuna wale waliobadilisha kwa shilingi mia moja na wengine wakang'ang'ana hadi shilingi elfu moja. Kwa hivyo, vijana wengi hawakupiga kura na kumfanya Mhila kumshinda Mose virahisi.

Jambo lililoshangaza watu wengi ni kuongezeka kwa wakora wa kupigana kabari. Wezi hao walikuwa na kitu kimoja walichochukua kabla ya kuuliza mtu kama ana pesa. Walichukua vitambulisho na kadi za kura. Wakora hawa waliwalenga vijana pekee. Baada ya uchaguzi rundo la vitambulisho lilipatikana katika shimo la taka.

Utajiri wake diwani ulisambaa kwenye wilaya nzima. Alikuwa na kiwanda cha kutengeneza sabuni, vinu vya kusaga na kupakia unga, kampuni ya bima na magari kadhaa ya daladala. Watu walisema kuwa amenunua uwanja mzima wa kujenga duka kuu huko Kilimani.

Pasta mmoja alikuwa amepinga ununuzi wa uwanja huo. Wakapeleka kesi hadi mahakamani. Kulingana na ushawishi wake kesi hiyo ilitupiliwa mbali. Hakukupatikana ushahidi kwamba Mhila alikuwa amenyakua ardhi hiyo.

Usalama wa watu ni muhimu. Diwani alikuwa na mpango mahususi wa kuwalinda aliowawakilisha. Aliunda vikundi vya kuihami kata. Kikundi hiki kilikuwa na wavulana barobaro wakitembea usiku kwa makundi kuzuia wizi. Vijana hawa walikuwa wakali kuliko askari. Wangemshika mwizi wangemkatakata vipandevipande kwa mapanga. Hakuna mwizi aliyethubutu kuwakaribia.

Diwani mwenyewe ndiye aliyelipa mishahara yao hapo mwanzo. Baadaye vijana wakaongezeka maradufu. Akaona pesa zake zilikuwa na mahitaji mengine ya kushughulikia. Akakiachilia kikundi aliposhinda uchaguzi. Vijana hao walikuwa wamezoea kazi hiyo. Ni kama kwamba walikuwa wamepokea mafunzo kuifanya. Pia walionekana kuapa kuilinda kata yao. Wakaona ni heri wadumishe kiapo chao cha kuilinda kata. Wakaendelea na kazi yao bila mshahara.

Walipopungukiwa na mahitaji yao wakawaza na kuwazua na hatimaye kupata jibu. Wananchi wangelipia huduma zao. Wakaanzisha mpango

wa kukusanya michango nyumba kwa nyumba.
Wananchi walisema ni afadhali, wizi ulikuwa
umepungua kwa kiasi kikubwa. Mpango wa
kugawana gharama ulikuwa sawa. Sasa wananchi
wanalalamika. Wanashindwa kuelewa ni vipi watu
wanauawa na kukatwa sehemu za siri huku kuna
ulinzi wa vijana hawa. Wengine wameanza kushuku
walinzi hao.

Diwani alianzisha miradi mingi ya maendeleo.
Miongoni mwa miradi hii ni shirika la kununua
mashamba. Wananchi waliungana kwa vikundi
kujiandikisha. Walitoa pesa kama hisa kulingana
na uwezo wa mtu ili waweze kununua shamba
kubwa na kugawana kulingana na mchango wa
mtu. Jambo hili lilikuwa na manufaa makubwa
kwa watu wenye mapato ya chini.

Hata hivyo, mambo yalienda mafyongo. Wapinzani
wa diwani walianza kulalamika vikali. Walisema
kuwa shamba lililonunuliwa liliandikishwa
kwa jina la diwani. Diwani alikanusha vikali na
kuitisha mkutano wa dharura na kuonesha cheti
cha shamba. Siku hiyo ilipowadia wananchi
waliokuwa na hisa walihudhuria mkutano huo
kwa wingi. Walioneshwa cheti chao cha kumiliki
ardhi na kamati yao. Walitangaziwa siku ya
kumkabidhi kila mwanachama hati yake. Mkutano
ulipoisha wananchi walirudi nyumbani huku
wameridhika kabisa. Walikuwa wakiimba nyimbo
za kumsifu diwani wao. Hadi sasa wanangojea
siku ya kugawiwa shamba. Mradi wa hivi karibuni
ulikuwa ule wa shirika la kuzalisha pesa. Meneja
wake alisema walikuwa wakinunua hisa za
makampuni makubwa makubwa na kuziuza kwa
faida, kisha faida ingegawiwa wale waliofungua
akaunti kulingana na kiasi cha pesa walizoweka.

Wale waliofurahia shirika hili na kuweka pesa zao walifurahi ghaya. Pesa zao zilipata faida maradufu. Walitangaza uzuri wa shirika lile na marafiki wao wakajiunga nalo.

Walirudisha pesa zile walizotoa na kuuza mali yao wapate pesa zaidi za kuwekeza kwenye mradi. Walisema kwamba penye nia pana njia. Nia yao ilikuwa kujipatia pesa maradufu kwenye mpango wa pesa zinazozaa. Hawakujua kuwa kitu kinachozaa wakati mwingine hufa.

Jambo lisilotarajiwa lilitokea. Ugonjwa wa kuambukiza kutoka Ulaya ulilikumba shirika la kuzalisha pesa. Likawa tasa. Labda kuweka pesa nyingi kwenye shirika hili kulisababisha ugonjwa. Baadaye kifo cha shirika lile kilitangazwa. Hakuna aliyeitwa kwenye mazishi. Lakini wote waliouliza waliambiwa kuwa Mungu aliliweka mahali pema peponi. Watu wakakubali yaliyotokea wakisema kuwa kinachozaa huwa kiko hai na kilicho hai huwa kinaweza kuugua na ugonjwa unapozidi kinaaga dunia. Watu wakabaki maskini zaidi ya walivyokuwa.

Mambo yasiyotarajiwa hutendeka. Yatendekapo huwa ni kama maji ambayo yakimwagika hayazoleki. Runinga, redio na magazeti vilitangaza mkasa uliotokea kwenye mji wa Pango. Moto mkubwa ulitokea na kuzichoma ofisi za shirika la kununua ardhi. Jumba lote liliteketea. Hakuna chochote kilichookolewa. Hati zote za kumiliki ardhi za wanachama na tarakilishi zilizokuwa na data, vyote vilikuwa majivu. Hakuna yeyote aliyejeruhiwa katika kisa hiki. Hitilafu ya nguvu za umeme ilishukiwa kusababisha moto huo.

Matukio mbalimbali yalimwacha mwananchi wa Pango akiwa na dhiki kuu. Wale waliokaribia kuwa matajiri walifilisika nao maskini wakawa wakata wa sina sinani. Kile kilichowashangaza wengi ni magonjwa ya kifedha yaliyoambukizwa kutoka nchi za Ulaya. Kwa nini wataalamu wa kiuchumi wasiwe na chanjo ya kuzuia maambukizo ya magonjwa kama haya. Kifua kikuu huwa na chanjo kwa nini wakaachilia magonjwa yaangamize uchumi wetu? Maswali haya hayakupata wa kujibu.

Mjinga akierevuka mwerevu yuko mashakani. La! Methali hiyo haikufaa. Asante ya punda ni mateke. Mhila alijiona taabani. Aliofanyia kazi mchana na usiku walimgeuka. Walikuwa wanapanga maandamano kupinga unyakuzi wa ardhi kwenye uwanja wa umma huko Kilimani.

Habari zilipomfikia diwani, alighadhabika si haba. Aliwakusanya majasusi wake na kuwaagiza kufuatilia habari hizo. Wangempatia majina ya waliopanga na wale wangeharibu mali yake. Aliwafahamisha askari na kuwaomba kulinda mali yake kutokana na wakata wasiokuwa na shukrani. Inspekta Macho alipokea habari hizo. Alipigiwa simu na mkuu wa askari mkoani, SS Mkubwa. Alipanga mikakati ya kuzima maandamano hayo kwa jino na ukucha.

***

Kaumu ya watu iliingia mjini kupitia barabara ya Majengo. Walibeba mabango yaliyokashifu viongozi mbalimbali wa manispaa. Walitaja unyakuzi wa ardhi, ukosefu wa kazi, uvamizi wa soko la umma na matajiri, ukosefu wa soko la wachuuzi, utozwaji wa kodi nyingi, madiwani kukataa kulipa kodi, kuhangaishwa kwa wachuuzi na askari wa manispaa miongoni mwa malalamiko mengine. Walishika barabara ya Kilimani. Wakaimba kwa sauti za juu zilizojaa ghadhabu.

Pindi si pindi walifika kwenye uwanja mkubwa uliozungushwa ukuta wa mawe na mabati. Hili ndilo lilikuwa kusudi kuu la maandamano. Uwanja wa umma ulikuwa umenyakuliwa na mstawishaji wa binafsi. Kandokando ya uwanja huo palisimama kanisa kubwa la mbao lililoitwa Kanisa la Miujiza.

Walizunguka ua na kwa pamoja waliusukuma kwa mikono yao halambe halumbe! Ukuta uliyumbayumba na kuvunjika vipande vipande. Wimbo ulisitishwa na kelele kuanza. Kila mtu alijibebea alichoweza. Mabati saruji, mabomba, mbao, misumari na vyuma vya kujengea. Ghafla bin vuu askari wa manispaa na wale wa kawaida waliwasili huku wamejihami kwa ngao za vioo, vigongo virefu, vitoza machozi, bunduki na bastola. Vuta nikuvute ikaanza. Kizaazaa cha nguo kuchanika, miguu kuvunjika na macho kutoboka. Vita vya mawe, vitoza machozi na risasi vilitawala. Waliokuwemo na wasiokuwemo walijipata wakiyakinga mawe na kupofushwa na moshi wa vitoza machozi.

Watu walipozidiwa walitundika maguu mabegani na kutokomea mbali. Uwanja ulibaki na askari na watu walioumia waliogaagaa kwa uchungu. Askari hawakujali uchungu huo. Vigongo vilifanya kazi yake kwenye miili yao. Wanne hawakubahatika. Walikuwa wameshasafirishwa jongomeo kwa mkono wa mwenye nguvu walipokosa kumpisha.

Inspekta Macho aliwasili kwa gari aina ya *landkrusa*. Aliposhuka, alifuatwa na Sajini Murima. Alitikisa kichwa kwa hasira alipoona uharibifu uliokithiri. Alisikitika kuwa hakufahamu mpango wa watu hao. Licha ya kupigiwa simu, SS Mkubwa alichezewa shere na kungojea mchana kutwa bila kuona dalili za maandamano. Alipokata tamaa maandamano yalifanyika. Alijikuna kichwa na kuonekana mwingi wa mawazo. Alichomoa pakiti ya sigara. Akatia moja mdomoni na kuiwasha. Akavuta kwa hasira hadi moshi ukajaa mapafuni. Aliuwachilia kwa nguvu ukatanda kama unaotoka kwenye kichemuo cha lori linalopanda mlima mkali.

Mtu mfupi mwenye kitambi alishuka kwenye gari jeupe la *prado*. Chunusi zimemjaa usoni. Kijasho chembamba kikimtiririka. Wasiwasi mwingi ulionesha kwenye macho yake yaliyojaa wekundu. Alionekana kama paa aliyenusa harufu ya simba. Alikaribia alipokuwa Macho na kumsalimia.

"Inspekta! nasikitika kazi yenu hairidhishi kamwe," Aliongea kwa kitetemeshi.

"Mbona haya yamefanyika na nilikuonya jana. Nyinyi mmeshindwa kabisa kuwalinda raia wema kutokana na dhuluma za nduli wasiostaarabika. Angalia walivyofanya ploti niliyonunua kwa jasho langu. Barua ndizo hizi," Aliinua stakabadhi kadhaa akiwaonesha waandishi wa habari ambao walikuwa wamewasili.

"Pole Bwana Meya, walitupaka mafuta kwa mgongo wa chupa. Walitukoroga akili kabisa. Siku hizi wahalifu wamekolea ujanja wa kufaulisha vitendo vyao," Inspekta alisema. "Hata hivyo, tumekabiliana nao kwelikweli." Aliendelea.

"Mbona hamkufahamu mapema kabla ya uharibifu kufanyika? Majasusi wenu walikuwa wapi?" Mhila aliuliza kwa hasira.

"Tulifika mapema na kuzuia uharibifu zaidi," Macho alijitetea.

Macho na diwani walipomaliza kuhojiwa na waandishi wa habari na kukagua uwanja, walipanda kwenye magari yao na kujiendea.

Kesho yake wachuuzi walikuwa wamejaa kwenye uwanja ule. Kila mtu alikuwa amejigawia sehemu yake ya kufanyia biashara. Kuna wale waliouza mboga na matunda na wengine nguo mpya na zile kuukuu. Waliitana kwa sauti wakitangaza bidhaa zao kwa wateja na wapita njia. Hungeamini ulikuwa uwanja ule wa vita. Waama, kila mwamba ngoma kamba huvuta kwake.

***

"Pesa ni jibu la kila swali," Mtu mmoja alisikika akisema. "Tazama wiki iliyopita hapa hapakuwa na kitu. Kulikuwa uwanja mtupu. Tazama sasa."

Wote walikuwa wameshangazwa na bidii waliyoiona mahali hapo. Walipopitia kwenye njia hiyo majuzi hakukuwa na kitu. Ulikuwa uwanja wa umma. Sasa kulikuwa na mashine za kisasa za ujenzi. Wajenzi nao walijaa pomoni kila mtu na kazi yake. Saruji, kokoto, mawe, vigingi na mbao vilijaa mahali pale. Mchana na usiku kazi iliendelea bila kusitishwa. Taa kubwa za umeme ziliangaza kama mchana. Jumapili yenyewe ilikuwa siku muhimu ya kazi. Wafanyikazi walipishana kwa zamu. Wajenzi hao walikuwa wageni machoni pa wakazi wa Pango. Waliongea lugha isiyoeleweka. Wahandisi nao walikuwa wazungu.

Kazi ilifanywa kwa miezi sita usiku na mchana. Jengo lenyewe lilipokamilika wapita njia walishangazwa na uzuri wake. Ngazi zake za kupandia zilizungushwa na mitambo ya umeme. Kazi ya aliyetaka kupanda ilikuwa ni kutia miguu kwenye kidato na angejiona ghorofani kabla ya kuku kumeza punje ya mtama.

Bidhaa zilizowekwa ndani hazikuwa na hesabu. Wateja wengi waliokuwa wakisafiri hadi Vijiweni kutafuta bidhaa nadra walikuwa na bahati kama mtende. Duka lenyewe lilikuwa na vyombo vingi vya kazi mbalimbali. Kulikuwa na baa, hoteli ya fahari, *Saiba* ya mtandao, benki, jumba la mazoezi, dimbwi la kuogelea, kiwanda cha uokaji mikate, duka la bidhaa mbalimbali na kadhalika.

Mhila alikuwa na utajiri ulioje! Miongoni mwa ofisi zake kama ile ya bima na benki zilihamishiwa kwenye jumba jipya la ghorofa kumi. Nafasi ya kuegesha magari ilikuwa kubwa na yenye usalama wa hali ya juu. Watu wote walifurahia kupata mahali ambapo bidhaa zote zingepatikana kwa urahisi. Matajiri nao walifurahia usalama wao na magari yao. Walipoyaegesha, waliingia kwenye jumba na kuponda mali yao bila wasiwasi. Jiji kuu la Vijiweni lilikuwa limefika karibu na watu.

***

Kipindi cha uchaguzi huwa mzigo mzito kwa serikali na wanaogombea viti. Kwanza huchunguza mipaka ya wodi na sehemu za uwakilishi bungeni. Sehemu hizi muhimu huundwa kulingana na idadi ya watu au ukubwa wa eneo lenyewe. Sehemu za mijini kwa kawaida huwa kidogo lakini watu huwa wengi. Watu wengi wanaotafuta kazi hufaidi wakati kama huu. Kamati ya kuchunguza mipaka ya zamani na kuweka mipya hubuni nafasi za kazi.

Uandikishaji wa wapiga kura ni hatua muhimu katika hekaheka za kujiandaa kwa uchaguzi. Kuna wale waliohamia maeneo mapya, wale waliopoteza kadi zao na wale ambao hawakuwa wamejiandikisha. Wanasiasa hulalamika kuwa sajili za wapiga kura zimejumuisha hata watu waliokufa.

Wakati mwingine watu hujiandikisha zaidi ya mara moja. Ni fedheha iliyoje kwa mtu kwenda kupiga kura na kukuta kuwa jina lake haliko kwenye sajili? Ni jukumu la tume ya uchaguzi kuondoa dosari zote kwenye sajili ili kuwa na uchaguzi huru na wa haki. Serikali hutumia kiasi kikubwa cha pesa kuwezesha jambo hili.

Wanasiasa wanaonuia kugombea viti kwenye uchaguzi mkuu huchezea kamari pesa zao. Wao hujiandikisha kwenye vyama vyao na kwenye tume ya uchaguzi. Katika kujiandikisha maelfu ya pesa hutozwa. Ni juu yao pia kulipia magari yao ya usafiri, walinzi wao na wafanyikazi wengine mbalimbali na kuwalisha wafuasi katika kipindi hicho cha kampeni. Wao huwanunulia zawadi sufufu za kuwashawishi. Wanaouza bidhaa hizi hupata kivuno. Wachapishaji wa karatasi za matangazo, wenye magazeti, maredio na runinga huwa na biashara nzuri ya kuwatangaza washindani.

Uchaguzi uliopita ulimfaa Mzee Hofu kwa njia zote. Yeye alipata bahati asiyoilalia wala kuiamkia. Huduma zake zilinunuliwa kama sambusa moto. Kuna wale waliotaka kununua hirizi ya kujilinda kutokana na adui zao, wengine walitaka kusomewa nyota na wengine kusomwa viganja vya mikono. Mzee Hofu alikuwa maarufu sana. Nao waliotaka huduma zake hawakupewa bure. Walilipa sawasawa. Walioshindwa kulipa kwa pesa zao miili yao iliwalipia.

Diwani Mhila alikuwa mteja wa Hofu. Yeye alipata huduma nyingi zaidi ya wengine. Hiyo inaonesha kuwa mfuko wake pia ulikuwa mzito zaidi. Alilipa kiasi kikubwa cha pesa kulingana na huduma alizohitaji. Ili kuwa kiongozi Mhila alihitaji ujasiri wa hali ya juu. Alipofanyiwa uganga alishinda uchaguzi. Pamoja na hayo alihitajika kuonesha ujasiri wa kiongozi anayetawala milki kubwa. Alihitaji mafunzo ya ujasiri.

Alilazimishwa kulala usiku kucha kwenye nyumba ya chatu akiwa uchi wa hayawani. Chatu watatu walimviringa, wakamramba na kumkanyaga. Alishtuka akaangema na mwishowe aliibuka mshindi. Mtu aliyeweza kulala usiku kucha bila kulia au kuomba msaada ndiye aliyetangazwa mshindi. Mhila hakulia, kupiga kamsa wala kuitisha msaada. Alifahamu fika kuwa ushindi wake ulitegemea ujasiri wake. Alikata kauli kuwa ni heri kufa kuliko kushindwa. Aliamini kuwa dunia humfaidi tu yule anayeasi kifo. Wale walio na moyo wa chuma. Alipiga moyo konde kuwa kiongozi aliyejaribiwa kwa moto na kushinda.

Mhila alikuwa na ujasiri uliopita kiasi. Aliibuka kuwa katili asiyetofautisha damu na maji. Asiyejua kipi cha kutumia kati ya ufito na upanga. Aliweza kufanya alilotaka bila kujali yatakayompata mwenzake. Alijipenda yeye mwenyewe tu na kutumia watu kama ngazi ya kufikia malengo yake. Malengo yake yalipotimia hakuwa na budi kuwatupa waliomwezesha. Aliwakimbilia wengine na kulenga kwingine.

Sura ya Kumi na Saba

June alizinduka kwenye usingizi wa pono. Akarusha mbali mablanketi yake na kuketi kwenye mfumbati wa kitanda. Akajaribu kutazama dirishani. Kulikuwa bado kuna mwangaza ambao uliyafanya macho yake yasiangalie vizuri. Akayafikicha macho kwa sehemu ya nyuma ya kiganja chake cha mkono. Akatazama tena. Wakati huu aliweza kuona. Akaichukua saa yake iliyokuwa kwenye kibago kando ya kitanda chake. Akaitazama. Lo! Muda ulikuwa umeyoyoma bila yeye kujua. Ilikuwa saa kumi na mbili kasoro dakika kumi jioni.

June alikuwa amelala mchana baada ya kumaliza zamu yake ya usiku. Alikuwa hana kazi jioni hiyo. La, alikuwa na kazi. Lakini wakati huu haikuwa kazi ya kulinda raia. Ilikuwa kazi yake mwenyewe. Ya kujilinda mwenyewe. Labda haikuwa kazi yenyewe. Ilikuwa ni kazi ya kujipumzisha akili na mwili. Watu wanaofanya kazi ngumu kama yeye wanahitaji kujivinjari ili akili zao ziwe makini wakati wanapofanya kazi. Usiku wa Ijumaa huwa na nafasi nzuri kwa yeyote anayejali mwili wake.

Breki ya kwanza ilikuwa ndani ya hamamu. June alijibwaga kwenye hori kubwa la bafu lililokuwa na michirizi ya maji ubavuni. Alitaka kuhisi utamu wa maji. Povu likamfunikia. Kichwa pekee na wakati mwingine mikono yake ndivyo vilivyoonekana. Mwili wake ulituama ndani ya maji. Maji ni dawa. Amewahi kusikia watu wakisema. Joto lake lilimliwaza na kumpa matumaini. Alipotosheka aliruka nje ya maji na kujikausha kwa taulo nyeupe. Akajifungia kifuani na kutoka mbio mbio.

Chumbani mwa June, mlikuwa na meza nzima ya vipodozi. Kwenye ukuta jioo kubwa lilikuwa likimwangalia. Aliichukua taulo akaitupa kitandani. Alichukua loshoni ya miguuni akajipaka. Akajitengeza nywele zile za singa kwa kichana baada ya kuzipaka mafuta. Akazilaza mlazamlaza hadi mabegani. Uso ukapakwa vipodozi. Nyusi zikapakwa wanja. Akachukua brashi na dawa ya meno akakimbia bafuni na kupiga mswaki. Kucha zilikuwa zimekwatuliwa kwa rangi nyekundu. Juu yake pakachorwa kwa rangi nyeupe na nyeusi picha ya moyo. Mdomoni akapaka wanachopaka, sijui mafuta ya aina gani hadi midomo ikaakisi mwangaza na kumetameta metumetu.

Kuchagua rinda la kuvaa kilikuwa kibarua kigumu. Alichukua hili, macho yakalikataa. Akachukua lile. Akaona halifai. Macho yakatua kwenye rinda dogo lenye makunguru ya rangi nyeupe na nyeusi, ikachanganywa na ile nyekundu na kijani. Akalivaa.

Mwana wa watu alitokea kama sanaa ya mwanasanaa aliyetia fora. Mungu alikuwa amemtunukia maumbile ya kupendeza ajabu. Mwenyewe alitosheka alipojiangalia kwenye kioo. Rinda lake halikupita magoti. Kiunoni lilikuwa kinapwaya na kwenda mbali na mwili. Likateleza lilipougusa. Mabegani lilining'inizwa kwa kipande chembamba pande zote mbili. Mikanda ya sidiria ya rangi nyeusi ilibaki bila kusitiriwa. Ikashughulikia wajibu wake. Kifuani chini ya matiti ndipo rinda lilipobana mwili. Juu yake matiti yakafunikwa nusu. Mkufu wa dhahabu ulining'inia shingoni. Kipande chake cha msalaba kilijilaza na kuchungulia katikati ya vilima viwili vya maziwa.

June alijirashia marashi ya asumini yaliyonukia kwa namna ya ajabu. Akavaa viatu vyeusi vyenye kisigino kirefu cha msumari. Masikioni hakusahau herini kubwa za mduara za rangi nyeusi. Akachukua pochi lake jeusi na kuwa tayari.

Mara mlangoni palibishwa hodi. June akatimua mbio kufungua mlango. Shababi mrefu mwenye miwani alisimama pale mlangoni. Alipomwona June hakuweza kuficha dalili ya kushtuka. Alimsalimia kwa mkono huku macho yake yakifurahia uhondo wa kazi ya mfinyanzi aliyefaulu. Hata hivyo, hakuamini macho yake. Aliushika uti wa miwani yake na kuiteremsha kidogo. Akayapenyeza macho juu ya fremu za miwani. Akakosa la kusema.

Alipotazama kando kidogo gari aina ya subaru lilikuwa limeegeshwa. June alifunga mlango wa chumba chake na wakaelekea garini. Mwanamume yule aliufungua mlango wa mbele wa abiria. Akamwashiria June aingie. Akaingia na kuketi. Mwanamume akaufunga mlango. Akazunguka na kuufungua mlango wa dereva akaingia na kuufunga. "Naomba kuvuta sigara," Mwanaume alisihi.

"Sawa," June alijibu huku akiachilia tabasamu la kutamanisha. Dereva alipiga gari moto na safari ikaanza.

Kabla ya muda usiokuwa mrefu walikuwa kwenye lango la klabu cha Pango. Lango lilifunguliwa na bawabu ambaye alikuwa anamfahamu dereva. Baada ya mazungumzo gari lilishika mwendo wa polepole hadi kwenye maegesho.

Kote kulikuwa kumejaa magari. Watu husema kuwa pesa zimeadimika kama kaburi la Baniani. Wao hudhani kuwa waja wote ni sawa. Ungeingia kwenye klabu hiki ungefikiria vingine. Pesa zimewaadimikia tu wale wanaosema. Wengine wameadimikiwa na njia zenye starehe zaidi za kutumia pesa.

Klabu cha Pango ni cha wanachama pekee na wageni wao. Hapa ndipo watu wenye kipato chao hubarizi; wakalainisha koo zao kwa maji maenge. Maji yaliyosafishwa kwa ubunifu wa hali ya juu hadi ukahisi utamu wake uyanywapo. Walipopata mahali pazuri pa kuegesha gari, June na dereva walishuka na kuelekea ndani ya ukumbi wa burudani. Miguu yao ikikanyaga sakafu kwa furaha isiyo na kifani.

***

Pango Members Club ni mahali penye utulivu wa hali ya juu. Inspekta Macho alikuwa mmoja wa wanachama waliofululiza kutembelea hoteli hiyo. Pamoja na kuburudishwa kwa vinywaji na mapochopocho, mtu aliweza kuburudika kwa muziki na kusikia porojo na siasa za nchi.

Macho aliketi kwenye kiti mathubuti cha chuma kilichonakshiwa kwa kitambaa cha maruni na mbele yake meza ya mduara ya chuma iliyopambwa kwa kitambaa cheupe chenye michoro ya maua. June aliketi mkabala na mtu wake. Macho yao yalikutana na kutazamana. Magoti yao yaliingiliana kama vidole vya mkono wa kulia na kushoto vikutanishwapo. Aliyekuwa na joto akapasha mwengine joto na mwenye baridi akamwambukiza mwengine. Ugonjwa wa kuambukizana mara nyingi hufanya maajabu. Huwafanya watu kuwa sawa. Wote wakawa wagonjwa wenye kuhitaji dawa.

"Utakula nini?" Macho alijaribu kuondoa kimya.

"Nitakuwa nimefikiria kabla ya *weita* kufika,"

Mhudumu wa hoteli alisogea karibu na meza yao nao wakaagiza walichotaka. Macho aliagiza ugali

kwa mbuzi choma. June alitaka wali kwa samaki
wa kupaka.

Punde si punde waliletewa chakula. Kwanza,
supu kwenye bakuli ndogo na maji ya ndimu
kwenye bilauri. Chakula chenyewe kwenye sinia
kubwa na kila mtu akapakuliwa chake.

Walikula polepole kila mtu akimwangalia mwengine
kwa kuviziavizia. Akitaka kujua hisia zake. Macho
alimwangalia June kutoka utosini. Akateremka
huku akifurahia kazi mufti ya usanidi. Macho yake
yalifika shingoni. Akauona mkufu wa dhahabu
umelala kwenye ngozi nyororo ya kipusa yule.
Msalaba wa mkufu ulikuwa umetulia tuli katikati
ya vilima viwili. Mkufu ukichungulia kwenye bonde.
Mbali na upeo wa macho.

"Vitu vingine huwa na bahati kama mtende.
Mkufu huu hauna habari umelala wapi," aliwaza.

Vivi hivi ndivyo dunia ilivyo. Penye miti
hapana wajenzi ndivyo wahenga walinena. Wale
wenye nafasi katika maisha hawajui. Utawapata
wakitumia vibaya nafasi zao. Hasa viongozi wetu.

"*Sir* mbona wanitazama kana kwamba
nimeundwa kwa mbao?" June alilalamika.

"Usiniite *sir* June. Utaharibu starehe zetu.
Sahau ukubwa wangu kazini ili tufurahie," Macho
alitahadharisha.

Hata hivyo, hakujibu swali aliloulizwa. Alitaka
kuweka kama siri. Siri ambayo yeye pekee ndiye
aliyeijua. Alikuwa amefanya kazi kwa miaka mingi.
Juhudi zake zote zikaelekezwa katika kulinda
raia. Akasahau kujilinda. Macho yake yakaona
udhalimu, yakaona damu, kifo na maovu mengine
ya dunia. Hayakufanikiwa kuona uzuri kama
uliokuwa mbele ya macho yake. Katika kazi yake
alikuja kugundua kuwa mtu huchagua anachotaka

kuona. Watu hukuona kama unatazama kitu na ukiulizwa umeona nini ungesema hujaona chochote.

Amekuwa akikutana na wasichana wengi lakini hakuona uzuri wao hadi alipokutana na June. Hakutaka kumkumbuka mkewe. Alijikumbuka yeye mwenyewe.

Raia hawajui kuwa sisi pia ni binadamu. Tuna hisia kama wao. Wao hutaka tuwe nje wanapokuwa ndani. Tunyeshewe na mvua wakati wao wanafurahia joto la mablanketi yao. Wao hulalamika wakisema hakuna usalama. Macho *Must go!* Na wao wenyewe ndio wanaosababisha ukosefu wa usalama. Kweli mbaazi ukikosa kuzaa husingizia jua, Macho aliwaza.

Walikula wakiwa na mazungumzo kabambe. Walipomaliza, waliagiza maji ya *buruji*. Wakaletewa. Wakalainisha makoo yao. Mara muziki ukanoga kule jukwaani. Nguvu za chakula zikawachochea. Wakasimama bila kumwambia yeyote. Wakasakata rumba kama wapenzi waliozoeana.

Macho alimshika June mgongoni kwa mkono wake wa kushoto. Mkono wa kulia nao ukakumbatia kiganja cha June cha kushoto. Naye akafanya vile. Paji la June lilisukuma kidari cha Macho karibu na bega la kulia. Wakati mwingine akatazama juu. Macho yao yakakutana. Yakatazamana kwenye mwanga wa rangi mbalimbali za taa. Wakahema kwa mihemko ya densi. Wakachemka kama wanariadha waliokimbia marathoni. Wakafunga macho kwa uhondo wa muziki. Ghafla muziki ulikatizwa.

"Ah!" Watu walilalamika kwa kuwa hawakuwa wamekinai.

Mzee mmoja mfupi mwenye kitambi alichukua mikrofoni kwenye jukwaa. "Salamu aleikum watu wangu! Nafahamu kuwa nyote mnanijua. Mimi ndiye meya wenu wa mji wa Pango. Nimekatiza muziki ili kuwapa salamu zangu. Mnajua nawapenda na ninayapa masilahi yenu kipau mbele. Mnajua kwamba uchaguzi ujao nitagombea ubunge. Tafadhali mkumbuke kunipigia kura zenu. Leo nimewanunulia pombe munywe mtakavyo hadi che. Ninasherehekea kutwaa hoteli hii ambayo nimeinunua. Nawaomba mnisaidie kuipa jina jipya, Asanteni na mfurahie."

Watu walishangilia na wengine kununa. Mzee yule aliingia kwenye chumba cha ndani nao muziki ukaendelea. "Huyu jamaa simwamini" June aliondoa kimya. "Anatoa wapi pesa zote za kununua karibu kila kitu kwenye mji wa Pango? Yeye muuza mihadarati au ana pesa za majini? Kwani madiwani hulipwa pesa ngapi?"

"Ni hali ya nchi hii ndugu yangu. Ukifikiria watu hawana pesa kuna wale wanaotoka Afrika na kwenda msalani Ulaya kisha wakarudi," Macho alieleza.

"Huyu jamaa ameniharibia hali ya furaha niliyokuwa nayo. Tuende tafadhali," June aliomba.

Wakatoka na kwenda zao. Kabla ya bakbandika zao kuwapeleka mbali, Inspekta Macho akapigiwa simu na Sajini Murima. Kulikuwa kumetokea vituko katika korokoro ya kituo cha askari cha kati. Watu wenye silaha kali walivamia kituo hicho. Katika mapambano na askari washukiwa waliokuweko walifanikiwa kutoroka. Miongoni mwao alikuwa jambazi wa kuogofya aliyeitwa Stone. Askari watano walikuwa wamejeruhiwa vibaya. Kwa mara nyingine starehe ya Macho na June ilikatika kwa huzuni.

***

Gari liliendeshwa kwa mwendo wa kasi. Dereva wa Fadhila alifahamu barabara njia za Pango kama kiganja chake cha mkono. Alipofika karibu na makavazi ya Pango alielekea upande wa Shule ya Upili ya Someni na kupita. Alipiga kuruba na kuelekea kwenye hospitali kuu ya Pango. Walipofika kwenye lango alisimamisha gari. Walinzi walilifungua lango la kuingia ndani. Fadhila alitoka kwenye gari baada ya kuegeshwa na kufululiza mwendo wa arubii hadi kwenye wodi ya kujifungulia kina mama. Ilikuwa ni takriban saa saba.

Ulikuwa wakati unaofaa wa kuwatembelea wagonjwa waliolazwa kwenye wodi za kujifungulia kina mama... Naam, ulikuwa muda bora wa kuwatembelea waliobarikiwa. Alipofika kwenye mlango alimkuta mhudumu aliyemsalimia na kumwuliza jambo fulani. Aliashiriwa angojee na akaoneshwa kiti akalie.

Muda si muda daktari mmoja alifika pale na kumuamkua Fadhila kwa heshima kuu. Alikuwa Daktari Grace Nyaga. Hakuwa mgeni kwa Fadhila. Walijuana kitambo Fadhila akiwa naibu wa Pasta kwenye Kanisa la Maji. Walikuwa wanajuana vizuri. Walizungumza kwa furaha. Fadhila alikuwa na wasiwasi kwa kuwa alikuwa amemleta mkewe hospitalini siku iliyopita. Akalazwa kwenye chumba cha kujifungulia kina mama huku uchungu wa himila ukimtatiza kwelikweli. Alimwacha kabla ya baraka kumfikia. Alipompigia simu asubuhi hakuweza kumfikia. Labda alikuwa amezidiwa na maumivu au simu iliisha chaji au pengine simu hazikukubaliwa kwenye wodi. Fadhila alifikiria.

Sasa dukuduku la moyoni ni kwamba je, mkewe yu salama salimini? Jana usiku Fadhila hakulala. Alitandaza mkeka chini akaomba Mungu amteremshie baraka chungu nzima mkewe ajifungue pasipo tashwishi. Bila shaka hilo lilitimia.

"Wewe ni baba wa mvulana mwenye afya ajabu," Daktari Nyaga alisema.

"Asante Mungu ... Haleluya ... Haleluya!" Hii ni baraka iliyoje?

Mchungaji alisema huku akirukaruka kwa furaha kuu. Alikuwa ameshinda. Alikuwa amewabwaga chini wadhabidhabina waliokuwa wamekosa la kufanya na kumtia mdomoni. Tangu zamani yeye alijiamini. Pia alimwamini Mungu. Mungu alimneemesha na kumwondolea fedheha.

Alishindwa ni vipi mkewe hakuwa na imani hiyo. Alikuwa akimsumbua siku nenda siku rudi akimtajia daktari, kupimwa na kadhalika. Ushindi wa bwana huja wakati unapohitajika. Mchungaji alifurahi ghaya. Kwenye fikira zake, Fadhila aliwaza ni nini angemfanyia mkewe akitoka hospitalini. Labda angemchinjia mbuzi na kumnunulia mtoto nguo nzuri.

"Umefanya kile wengine wameshindwa kufanya. Wiki hii yote tumepata wavulana wawili pekee na wasichana ni zaidi ya hamsini. Sijui mambo yamekuwaje siku hizi," Daktari Nyaga alisema huku amejawa na mpwitompwito wa furaha.

Daktari alimwongoza wakaingia ndani ya wodi alimokuwa Haiba. Alikuwa amelala kitandani huku kando yake kalazwa mtoto wake. Fadhila alimkumbatia mkewe kwa furaha na kumchukua mtoto mikononi mwake kwa furaha riboribo.

"Habari za nyumbani?" Haiba aliuliza kwa unyonge.

"Nzuri sana ... hatuna jambo sisi. Tulikuwa tunakuombea ... wewe tu," Alijibu Fadhila.

"Sisi hatujambo pia ... ni nguvu tu zimeniishia. Mungu alinineemesha dakika chache baada ya nyinyi kwenda. Nilikuwa na woga mithili ya kunguru. Nilikuwa nikiogopa kupelekwa thieta. Babako hakutulia. Alikuwa na uchu wa kuingia duniani. Dakika mbili kabla ya saa sita usiku aliwasili kwa mshindo mkuu," Haiba alitamka kwa unyonge.

Mtoto mdogo asiyejua dunia. Asiye na adui wala rafiki. Alikuwa kalala usingizi wa pono. Macho kayafumba na kiganja chake cha mkono kakunja. Mtoto alipewa jina la Mkeka, Baraka Mkeka. Wanawake wengine walisikika wakisema kuwa mtoto anapozaliwa huwasili huku amekumbatia bahati yake kwenye viganja vyake. Hawezi kuachilia. Aidha ndiyo maana wahenga nao walisema kuwa bahati ya mwenzio usilalie mlango wazi. Labda mwenyewe aliikumbatia na hakuacha mwengine kuichukua. Mwengine naye angeiba au kunyakua hangefahamu amenyakua nini. Kwa kuwa bahati yenyewe haionekani.

Fadhila alimfurahia sana mtoto wake aliyemlanda sana mamaye alivyokuwa kwa haraka. Yeye alikuwa wa rangi ya maji ya kunde kama mamake naye Fadhila alikuwa mweusi kama makaa. Kibonge cha mtu. Alikuwa kabugia chakula cha kutosha. Akaogopeka kwenye macho ya maadui zake. Meno yake meupe kama theluji. Utosini mlikuwa na uwanja mzima wa ndege na nywele chache kandokando. Mwanya uliokuwa kwenye meno yake ya mbele ufizi wa juu yalimfanya kuonekana mwanamume wa pekee ambaye mfano wake ni nadra kupatikana.

***

Haiba alimtunza mwanawe Baraka Mkeka kwa tunu na tamasha. Alitimiza maombi na ndoto yake ya kuwa mama. Aliamini hakuna mwanamke aliyekuwa na ndoa salama bila mtoto. Bima ya mwanamke ni uzao wa tumbo lake. Sio kwa mumewe pekee bali huwa kiinua mgongo kwa wazazi na ulinzi dhidi ya maadui wanaopenda kuingilia mali na amani ya wengine. Mkeka alikuwa mtoto mwenye afya nzuri. Hakuwa na matatizo ya kuuguaugua wala kukataa kula. Alikuwa na mwili wa kupendeza.

Katika harakati za kumlea Mkeka, Haiba aliziba mianya yote ya maneno ya wanawake wa mle kanisani. Walipenda kuongea mambo yasiyowahusu ndewe wala sikio. Kuzaliwa kwa Mkeka kuliwaacha wakitafuta mada nyingine za kuongelea. Walikuwa wameshindwa vibaya kudhibitisha madai waliyokuwa nayo kuhusu Haiba na familia ya Fadhila. Ni kweli mkono usioweza kuukata ubusu.

Muda wakati mwingine huisha bila mtu kujua. Harakati za hapa na pale humfanya mtu kushughulikia yaliyomo akasahau yaliyopita na kutokumbuka yajayo. Mtu anapopata riziki ambayo huwa haivutwi kwa kamba huwa hana mengi ya kuwazia.

Mwaka mmoja unusu ulikuwa umeisha tangu Mkeka azaliwe. Haiba alianza kuugua. Aliona kisunzi nyakati za asubuhi na kutapikatapika. Hakuelewa kilichomsibu. Alidhania kuwa alikuwa akiugua malaria. Alitembelea zahanati na kupewa vidonge vya malaria. Badala ya ugonjwa wenyewe kupona ulizidi. Mwili wake uliongezea uzito. Hakuelewa huo ulikuwa ugonjwa gani.

Siku moja Haiba alimtembelea Daktari Grace Nyaga. Baada ya kujuliana hali na kusimulia za paukwa pakawa, walifurahia maendeleo ya Haiba.

"Nilikwambia usiwe na wasiwasi, mwili wako ulikuwa *100% fit*," Daktari alisema.

"Kweli mwenzangu. Huo ulikuwa ukweli lakini sikutaka kuamini. Nilitaka kuhakikishiwa," Haiba alijibu huku akitabasamu.

Aliyazungushazungusha macho kwenye ofisi ili asimtazame daktari machoni.

"Mwenzangu ulihakikishiwa na ndume aliyekuvyoga kweli," Daktari aliendelea kutania.

"Ni kweli. Wakati mwingine alinikanyaga kwa hasira mpaka nikakosa usingizi," Haiba alikuli.

Walizungumza kwa muda hadi matokeo ya vipimo yakawa tayari. Mhudumu wa maabara aliwasilisha mafaili kwa Daktari Nyaga. Aliikagua kwa macho huku ametulia kama maji mtungini. Ghafla alimtazama Haiba huku akitabasamu.

"Ninakwambia kuwa wewe ni mzima kama ngarange ya mvuli," Daktari alitania. "Wewe ni mjamzito. Huo ndio ugonjwa pekee ulio nao iwapo utauita hivyo," Nyaga aliendelea.

Haiba alichanganyikiwa na kupigwa na butwaa. Hilo ni jambo ambalo hakulitarajia hata kidogo. Hayawi hayawi huwa. Haiba hakuamini masikio yake wala macho yake. Alikuwa na baraka maradufu. Baada ya kuagana na Daktari Nyaga, Haiba aliondoka.

Alipowasili nyumbani Haiba alikuwa mchangamfu kwelikweli. Alipomwelezea Fadhila nyumba yote ilijaa vifijo na nderemo. Kila mmoja alikuwa na deni la shukurani kwa Mungu. Mambo mengine hufaulu kwa juhudi na mengine ni kudura ya Mwenyezi Mungu. Hakika, Mungu hamsahau mja wake.

Fadhila hakuwa na wasiwasi tangu mwanzo kwa kuwa alifahamu malengo ya ndoa ni kusaidiana na wala si kutafuta watoto. Watoto ni baraka za mwenyezi Mungu kwa washirika hao. Si lazima kupata mtoto kwenye ndoa. Aliamini watu waliooana wangeweza kuvumilia mawimbi mazito kwenye bahari ya ndoa hata bila mtoto. Alikuwa amewashauri washirika kadhaa wa kanisa lake walipokabiliana na shida kama hizo. Atafutaye hachoki na akichoka keshapata. Hata hivyo, aliwaambia wanapokosa wasimlaumu Mungu bali waendelee kumtukuza kwa kuwa Mungu ana sababu ya kila jambo.

***

Wengi hupenda kusema kuwa Mungu si Athumani. Fadhila alikuwa akifahamu hivyo. Alimwabudu Mungu kwa Roho na kweli. Mara nyingi Mungu alimtimizia alichohitaji na wakati mwingine akamwambia angojee. Alifahamu ya wahenga kuwa subira huvuta heri. Fadhila hakuwa na shida kusubiri. Maisha yake yote yalijawa na subira. Kiasi kikubwa cha ufanisi wake kilivutwa na ustahimilivu wake.

Fadhila alipata ujumbe kwamba Kioni alikuwa akimtafuta. Kioni alikuwa tajiri mwenye mali. Alikuwa amenunua mashamba mengi. Wakati wote yeye alikuwa na pesa zilizowekwa tayari kumkwamua aliyekuwa kwenye shida. Aliwapatia pesa, akawalipia bili za hospitali na kuwalipia dhamana na faini kwenye mahakama miongoni mwa shida nyingine.

Hakupenda kununua mashamba ambayo hayakuwa na kesi. Alinunua yale ambayo yalikuwa yamewashinda wengine kununua. Aliweza kuyanunua kwa kiasi kidogo sana cha pesa na pengine kulipa polepole. Baadaye angeyauza kwa bei ghali na kupata faida nono. Yale aliyopenda zaidi alijenga nyumba za kukodisha na yaliyokuwa mbali na mjini aliyafanya kuwa ya zaraa.

Alikuwa na uhusiano mzuri sana na maafisa wengi wa ofisi ya ardhi. Vilevile aliwafahamu mahakimu kadhaa na makarani wao. Watu hawa waliharakisha kesi zake.

Alipomfahamu kwa mara ya kwanza, Fadhila alikuwa kwenye shida. Babake mkubwa alikuwa akimfanyia hila. Akafanya urafiki na Kioni. Alimsaidia kupeleka kesi ya urithi wa mali ya nduguye na kulitia jina lake kwenye cheti cha ardhi. Hata baada ya kubadilisha jina la stakabadhi hizo, Kibe hakutosheka. Alihofia kuwa huenda Fadhila angefaulu katika harakati za kutetea shamba la babake. Aliona kuwa jambo la muhimu la kufanya ni kuuza shamba lenyewe. Kioni alifurahia jambo hilo. Kabla ya Fadhila kufahamu yaliyokuwa yakiendelea, Kioni alikuwa amenunua shamba.

Baada ya kifo cha mamake Fadhila, Kibe alikuwa amezoea anasa na kuwa na pesa wakati wote. Alianza kuwa mlevi wa kupindukia na alipenda starehe nyingine za mjini. Hakutaka kuwapeleka wanawe kwenye shule za sekondari walipomaliza masomo ya msingi. Aliwaambia dunia ni pana wajitafutie kivyao.

Pesa alizokuwa amepata baada ya kuuza shamba ziliisha. Akashindwa kuishi maisha magumu yasiyokuwa na pesa. Akamuomba Kioni kununua shamba lake pia. Kioni aliunganisha mashamba yote mawili na kuwa na pandikizi kubwa la shamba. Kibe naye akabaki na kijishamba kidogo kisichoweza kutosheleza mahitaji ya familia yake lakini hakujali. Aliponda mali huku akingojea kifo.

Ulifika wakati ambapo Kioni alinunua shamba ambalo lilikuwa na kesi ngumu. Alikuwa ameuziwa na Meya Mhila. Maafisa waliokuwa wakimfahamu walikuwa wamehamishwa na kupelekwa sehemu nyingine ili kupunguza ufisadi. Alihitaji kujuana na wageni ili kesi yake iharakishwe. Methali ya kienyeji husema nguruwe hujikaanga kwa mafuta yake.

Aliona ingekuwa vyema kwake kuuza mojawapo ya mashamba yake ili kupata pesa za kufuatilia kesi yake. Mtu wa kwanza kufikiria alikuwa mchungaji Fadhila. Alikuwa amefahamishwa kuwa Fadhila alihitaji shamba. Alifahamu Fadhila hangekataa kukomboa shamba la babake. Kioni alifanikiwa kumuona Fadhila. Walizungumza kwa kirefu na Fadhila akanunua shamba lililokuwa la babake pamoja na lile lililokuwa la Kibe. Alipokabidhiwa cheti cha shamba, Fadhila alikuwa na furaha mpwitompwito. Alitamani kufufuliwa kwa babake ili kumuunga mkono katika kutetea hadhi yake.

Haiba alifurahia sana kitendo cha mumewe. Alikuwa akitamani kuwa na shamba la kuendeleza kilimo. Alifurahia kurudi kwenye asili ya familia. Licha ya kuwa na ploti kubwa ambapo walijenga nyumba yao na nyingine walipojenga kanisa; kuwa na kipande cha ardhi kule mashambani lilikuwa jambo zuri. Ndugu zake Fadhila walikuwa wakifanya kazi za kijungu meko mjini Pango. Aliwasaka mahali walikokuwa na kuwarudisha nyumbani. Aliwajengea nyumba nzuri ili wapate mahali pa kuishi.

Fadhila alitangaza siku ya kulitakasa shamba lake. Alifanya sherehe kubwa na washirika wa kanisa lake walihudhuria. Mapochopocho mengi yalitayarishwa na askofu mkuu wa Kanisa la Maji, Bwana Muthee, alinyunyizia maji matakatifu shamba hilo. Watu waliimba, wakaomba, wakaagana na kwenda makwao.

Sura ya Kumi na Nane

Mkutano ulianza saa tano kamili. Viongozi wapatao ishirini walihudhuria. Mchungaji Fadhila ambaye pia alikuwa mwenyekiti wa mkutano huo aliongoza kwa maombi. Baada ya maombi, ajenda za mkutano zilisomwa na katibu Bwana Kibori. Hakukuwa na kumbukumbu za mkutano uliopita kwa hivyo hakuna mambo yaliyoibuka kutokana nazo. Mkutano wenyewe uliitishwa ili kutafakari maendeleo ya Kanisa la Miujiza. Viongozi mbalimbali wa kanisa walihudhuria. Kasisi Fadhila alipenda kuwahusisha watoto, vijana, wazee kwa kina mama katika maongozi na maamuzi ya kanisa.

Kiongozi wa shule ya Jumapili alipendekeza kuanzishwa kwa shule ya chekechea ili kukidhi mahitaji ya roho na elimu ya watoto wa washirika wa kanisa hilo. Ijapokuwa Sarah alikuwa mwalimu wa chekechea aliyehitimu, hakuwa na kazi maalum. Alikuwa akiuza sukumawiki kwenye Soko Mjinga ili kukidhi mahitaji yake ya kila siku. Kutokana na vile alivyojitolea kufundisha watoto asubuhi ya Jumapili, hakuna kiongozi yeyote aliyepinga pendekezo lake. Yeye alikuwa mtaalamu wa maswala ya watoto aliyeheshimiwa. Kuanzishwa kwa shule ya chekechea kungempatia nafasi ya ajira iliyokuwa imeadimika kwake kama maziwa ya kuku.

Wazo la kuanzishwa kwa shule ya chekechea lilihitaji muda zaidi wa kujadiliana. Pasta Fadhila alitoa kauli kuwa maafisa wa elimu wa manispaa wangehusishwa ili kutoa kibali. Maafisa wa afya ya umma nao wangekagua mazingira na kutoa kibali chao vilevile. Kamati ya ufundi iliundwa ili kuchunguza kwa mapana na marefu na hatimaye kumripotia Fadhila na vilevile kuhakikisha kwamba darasa hilo limeanzishwa. Ulikuwa ni mwezi wa Disemba na mkutano ulikubaliana kuwa ifikapo Januari washirika na watu wengine wangetangaziwa nafasi za watoto katika darasa la chekechea. Fadhila alifahamu kuwa mtoto wake Baraka Mkeka alikuwa akiendelea kukua na pia yeye atahitaji kujiunga na shule nzuri atakapotimiza miaka mitatu.

Jambo jingine lililozungumziwa ni kununuliwa gari la kanisa ili kurahisisha usafiri katika kanisa. Jambo hili liliungwa mkono na Sarah ambaye aliongeza kuwa gari hilo lingetumiwa kuwasafirisha wanafunzi shule itakapoanzishwa. Pasta aliahidi kulichunguza jambo hilo.

Mzee mmoja wa kanisa alipendekeza kuanzishwa kwa zahanati ili kutosheleza mahitaji ya afya. Hoja hii pia haikupata upinzani kwani walikubaliana kuwa humo kanisani mlikuwa na vijana waliohitimu masomo ya uuguzi na utabibu na hawakuwa na kazi. Kungekuwa pia na wapiga deki, wahasibu wa fedha na walinzi. Ilisemekana kuwa bei ya dawa na huduma nyingine ingepungua na kuwanufaisha waumini. Fadhila hakulipinga jambo hili. Aliwauliza viongozi hao wampe muda wa kulifanyia utafiti.

Jambo lililozusha mtafaruku wa aina yake ni pendekezo la mwanakamati mmoja aliyedai kuwa zaka haikuwa ikitolewa kulingana na maandiko. Alisema kuwa waumini hawatoi mazao ya kwanza ya shamba, mlimbuko, asilimia kumi ya mishahara yao ya kila mwezi na mapato mengine.

Mwengine alipendekeza kuwa kila mtu aliyeajiriwa awe akiwasilisha nakala yake ya *payslip* ili hesabu ya anachopasa kulipa ijulikane na kukokotolewa. Jambo hili lilipingwa vikali sana na wafanyikazi mbalimbali ambao walisema kuwa kutoa ni moyo wa mtu na wala si kulazimishwa kwa sheria. Mmoja alisoma kifungu cha Biblia kinachosema kuwa mtu hakuumbwa kwa ajili ya sheria bali sheria ndiyo iliyoundwa kwa ajili ya mtu ili kumlinda. Alisema kuwa mtu alikuwa huru hata kutoa zaidi ya asilimia kumi kulingana na vile alivyobarikiwa.

Mwanakamati mmoja alisema kuwa wanakamati wasiwe wakitoa fungu la kumi kwa kuwa wanahusika na kazi nyingi sana za kanisa. Jambo hili halikumfurahisha Fadhila. Aliwafahamisha wanakamati kwamba lolote linalofanyika kwenye kanisa hilo huwa linahitaji pesa. Aliwahimiza wawe na moyo wa kujitolea na kutoa zaka ili mapendekezo yao ya kuanzisha darasa la chekechea, kujenga zahanati na kununua gari yaweze kutekelezwa.

Mmoja alipendekeza kuwe na orodha inayoonesha vile watu wanavyotoa zaka. Alisema kubuniwe bahasha ya zaka inayoandikwa jina la mtu ili hesabu iweze kurahisishwa. Wote walikubaliana. Mzee mmoja alisimama kwa hasira na kupinga mtindo wa wasichana wa kuvaa nguo kanisani. Alisema suruali ni vazi la mwanamume na kulingana na kifungu fulani cha Biblia mwanamke hapasi kuvaa nguo ya mwanamme wala kusuka nywele na kujikwatua kwa vito vya madini. Aliendelea kuwa mwanamke anapaswa kufunikia nywele zake akiwa kanisani na hapasi kujitia naksi kwa hina, wanja, ngeu au rangi ya kucha ili kupata kibali machoni pa Mungu.

Jambo hili lilipingwa vikali na wanawake na vijana waliokuwa kwenye mkutano huo. Walisema dunia ilikuwa ikibadilika kila uchao na haiwezekani kutumia hekima ya zamani kusuluhisha shida za kisasa. Walitaja mfano wa tarakilishi, ambayo imeimarisha kazi, walitaja ndege, gari, simu, televisheni, elimu ya shuleni na matibabu ya kisasa.

Mzee mmoja alisema kuwa kanisa hutoa huduma za roho na inatofautiana na mambo ya dunia yaliyotajwa na vijana. Alipinga vikali nyimbo za kizazi kipya zenye *rapu au kufokafoka* na miondoko inayoimbwa kwenye disko. Mama mmoja alipinga lugha ya mtaani inayotumiwa na vijana kwenye nyimbo hizo. Alipinga hata mahadhi yake na tabia za wavulana kufuga *rasta* na kuvaa herini kama wasichana.

Makabiliano makali ya maneno yalimshtua sana Pasta Fadhila. Hakuwahi kufikiria kwamba waumini wa kanisa lake wanatofautiana hivyo. Alikuwa akiamini kuwa wote ni waongofu walio kwenye safari ya kwenda mbinguni. Alikuja kugundua kwamba vile alivyokaribisha matabaka mbalimbali na hirimu mbalimbali ndivyo kulivyokuwa na tofauti ya maoni na matendo. Katika umri wake mdogo hakuna wakati aliowahi kukabiliana na mkutano uliozua hoja zilizohitilafiana kiasi hicho.

Alifahamu fika kwamba kupendelea upande mmoja kungegawanya kanisa lake na kumpotezea kondoo. Lakini kulingana na usugu wa waliotoa hoja hizo kura ya mwenyekiti ilihitajika kuamua sare iliyokithiri. Kura yake ingekuwa ya turufu. Alipoanzisha kanisa lake siku za kwanza alikuwa peke yake. Alikumbuka njama kubwa aliyofanyiwa na Pasta Minala akang'olewa kwenye kanisa bila kuwa na hatia. Aliamini msukosuko kama huu ungemnyang'anya washirika na kumuacha kutapatapa akitafuta mahali pa kuanzia tena.

Alijutia ni kwa nini aliita mkutano kama huo. Alijiuliza ni kwa nini hakupinga hoja zao kabla ya kukolea. Alijiuliza ni kwa nini hakwenda chemba na wanakamati kadhaa na kuwaambia wawe wakipinga hoja zinazotofautiana na sera zake. Kwa nini hakupinga hoja ambazo hazikuambatana na ajenda ya mkutano? Alikuwa amegubikwa kwenye giza kuu asijue la kufanya. Ndani ya moyo wake alimuomba Mungu ampe hekima kama Sulemani wa Biblia kwenye kesi ya wanawake wawili waliobishania mtoto.

Pasta Fadhila alisimama akalainisha koo lake. "Ndugu zangu mkutano huu ni wa kujadili jinsi ya kuinua maisha yetu kama Wakristo wa kanisa hili. Mkutano huu usiwe wa kuleta tofauti kati yetu. Tunajua kuwa tunalo jambo kuu linalotuunganisha. Tunajua kwamba tumeokoka na tunampenda Yesu aliyetuokoa na kutukomboa kutoka dhambini. Wokovu ni jambo la kiroho. Tunapigana vita vya kiroho na wala sio vya mwili. Kila mmoja aliokoka alipoamini na si kwamba alimuiga mwengine. Mtu awaye yote asimuige mwengine kwa kuwa amtegemeaye mwanadamu amelaaniwa. Sote ni wasafiri kwenye safari ya mbinguni. Tofauti kati yetu ni njia za usafiri tunazotumia. Kwa mfano mtu anayetembea kwa miguu na anayesafiri kwa gari wote ni wasafiri. Mtu ana uhuru wa kufanya kile anachoamini kinampendeza Mungu. Dhamiri ya mtu ndiyo itakayomhukumu. Unapovaa hivyo ulivyovaa ulikuwa na lengo gani? Mawazo yako ni kwa Mungu au ni kwa mwanadamu? Tuimbe nyimbo zetu kwa vinanda na ala zote. Tumchezee bwana kwa staili zote. Daudi aliimba hadi nguo zake zikaanguka. Kumbuka Daudi alikuwa mfalme."

Hadi hapo mkutano uliisha na kuongozwa kwa maombi na Kibori aliyekuwa katibu. Wote waliokuwemo walitoka huku wakinong'onezana. Ulikuwa mkutano wa aina yake.

***

Kilimani ni sehemu inayopakana na kitongoji duni cha Majengo kwenye mji wa Pango. Mitaa ya malazi ilisambaa sehemu hii. Hali yake ilikuwa tulivu na Pasta Fadhila aliipenda. Hakuipenda tu bali alikuwa amenunua ploti na kujenga kanisa kubwa la mbao. Vilevile alikuwa amejenga ofisi ya kisasa iliyokuwa na mhazigi wa wakati wote na tarakilishi zilizounganishwa na ulimwengu kwa tovuti.

Wakati wowote Fadhila aliweza kupiga simu kupitia kwa mtandao au kumtumia barua pepe rafiki yake Kanani. Kwa kubonyeza kidunde Fadhila alikuwa akiungana na walimwengu ulimwenguni na kufurahia uhondo wa mawasiliano ya kisasa. Waliweza kubadilishana picha za miradi iliyokuwa ikiendelea kama ule wa maji na picha za video za mahubiri yao. Wakati mwingine waliwasiliana kwa video mtandaoni.

Jumatatu ilikuwa siku mahususi ya Fadhila kupumzika baada ya kazi ya siku sita. Alitenga Jumatatu kuwa siku yake ya kutofanya kazi. Jumatatu hii alirauka saa moja kamili akanawa uso na kuelekea ofisini. Siyo kwamba alikuwa na kazi ya kufanya bali alitaka tu kumtumia barua pepe Kanani na vilevile kusoma barua pepe alizotumiwa. Alifurahia utulivu wa ofisini.

Alifungua mlango wa ofisi yake akawasha taa ya umeme na kukikalia kiti chake cha bembea nyuma ya meza kubwa. Aliwasha tarakilishi yake na kuingojea kwa sekunde kadhaa kuungana na dunia. Aliitazama ofisi yake na kupumua kwa nguvu. Aliifungulia panka iliyojaza ofisi nzima upepo mwanana wenye baridi shadidi. Alifurahia matokeo ya juhudi zake. Mungu alikuwa amembariki kwa baraka mzomzo tangu alipofutwa kazi na Pasta Minala. Kanisa lake changa lilijaa sisisi na mapato yake kuongezeka maradufu.

Alitazama mafaili kadhaa yaliyokuwa mezani. Moja lilihusu kamati ya nidhamu ya kanisa. Kamati hii ilikuwa imekutana Jumamosi na kupendekeza kuwachukulia hatua wasichana wawili waliopata mimba. Msichana mmoja aliyeolewa kisiri, msichana mmoja aliyepashwa tohara na mama mmoja aliyesemekana yuapika pombe haramu ya chang'aa.

Fadhila alihuzunishwa na yaliyokuwemo kwenye faili hili. Aliwaza na kuwazua asijue la kufanya. Kwa kanisa changa kama lake kutilia maanani adhabu kwa washirika wake si jambo la kupendeza. Kanisa changa huwa lapasa kuachiliwa liweze kukua huku maadili yakifundishwa na kukolea kwenye nyoyo za waumini unapoendelea kuzoeana nao.

Alikumbuka kifungu cha Biblia kinachosema kuwa kuna siku ambazo hakuna atakayefundishwa neno la Mungu bali litakuwa limeandikwa kwenye fikira za kila mtu. Akaitazama tena orodha yenyewe. Ilikuwa na wanawake pekee. Kwa kawaida wanawake hujipata matatani wanapoangukia mitego ya wanaume wajanja.

Alikumbuka hadithi ya Biblia iliyosimulia kuhusu mwanamke aliyeletwa kwake Yesu akiwa ameshikwa akifanya ukahaba. Wanaume walikuwa wamemleta ili aadhibiwe kwa sheria ya Musa iliyosema mtu kama huyo alipasa kupigwa kwa mawe hadi kufa. Yesu alikuwa mwingi wa mawazo kulingana na ugumu wa kesi. Alianza kuandika chini kwa kidole. Huenda alikuwa akiandika dhambi za kila mmoja wao pale chini mchangani. Huenda mwanaume ambaye mwanamke yule alikamatwa akizini naye alikuwa miongoni mwa wanaume wale. Kwa kuwa kitendo kama hiki huwa ni kati ya watu wawili. Aliwaambia wanaume kuwa yule ambaye hajawahi kutenda dhambi awe wa kwanza kumtupia jiwe. Wote waliondoka mmojammoja na kutokomea.

Kwa nini kamati hii haikutaja wanaume waliowatia mimba wasichana hawa? Kwa nini hawakuwa na orodha ya wanaume kuadhibiwa? Maumbile ya mwanamke kubeba mimba yalimwondolea lawama aliyemtia?

Fadhila alikuwa matatani kwa kuwa alihitaji waumini wengi. Wengi iwezekanavyo. Hakutaka kufukuziwa washirika wake kwa kusingiziwa vyovyote vile. Kumbuka mkutano ulidadisi jinsi wanawake wanavyopasa kuvaa na jinsi uimbaji unavyopasa kuendeshwa kanisani. Ni dhahiri kwamba kuna mtu anayetaka kumtilia kitumbua chake mchanga.

Fadhila alitazama faili jingine. Lilikuwa la kesi yake dhidi ya diwani wa sehemu hiyo aliyekuwa amenyakua uwanja wa umma uliopakana na kanisa lake. Hata baada ya kutumia kiasi kikubwa cha pesa, Fadhila alishindwa katika kesi hiyo na kuamuliwa alipe gharama zote. Ilimbidi aitishe mchango kutoka kwa washirika ili kulipa gharama. Jaji alikuwa amesema kuwa hakukuwa na ushahidi wa kutosha kuonesha kwamba diwani amenyakua uwanja huo.

Fadhila alijihusisha kwenye kesi hiyo kwa kuwa atakapoanzisha shule ya chekechea watoto wangepata mahali pa kuchezea. Vilevile watoto wa shule ya Jumapili huchezea hapo na kanisa huandaa mikutano mikubwa kama krusedi kwenye uwanja huo. Hata hivyo, diwani aliposhinda kesi alijenga jumba kubwa la ghorofa kumi kwenye uwanja huo. Aliwaza akawazua asijue jinsi ya kuukomboa uwanja huo.

Ghafla mlango ukagongwa. Mwanamke wa makamo aliingia. Alimsalimia Fadhila kwa salamu za kanisani. Fadhila alimwashiria kukaa kwenye kiti kilichokuwa mkabala naye.

"Mama Su unajua leo si siku ya ofisi, mbona umekuja?" Fadhila aliuliza huku ameghadhabika.

"Jambo lililonileta halingengojea siku ya ofisi Pasta," Mama Su alisema huku machozi yakimpukutika kama majani ya mti yapeperushwavyo na kimbunga.

"Pasta, mimi sina wa kunisaidia. Sina wa kuniitika, sina wa kuniliwaza. Mume wangu aliuawa miaka minne iliyopita akatupwa kwenye msitu wa Chawe huku amenyofolewa sehemu zake za siri. Nami nimemsomesha Su kwa mikono hii yangu miwili. Yeye alimaliza kidato cha nne mwaka jana. Alipata alama ya B-. Hakuweza kupata mwaliko wa kujiunga na chuo kikuu.

Nilienda kwenye ofisi ya diwani wetu kuomba msaada. Alinikaribisha kwa mikono miwili na kunipa sikio. Aliniambia nimwambie Su ampelekee nakala za stakabadhi zake ili amtafutie kozi kwenye chuo cha Utabibu. Nilikubali bila kusita. Su alimpelekea stakabadhi zake akamwambia angemwarifu maendeleo ya kumtafutia kozi.

Baada ya wiki moja diwani alitumana. Akasema Su ajiandae ili waende Chuo cha Utabibu akafanyiwe mahojiano. Alisema kuwa mahojiano hayo yangekuwa ya maana ili kuonesha ya kwamba mtu alichukuliwa kwa njia halali. Alisema kuwa Su alikuwa tayari amechukuliwa. Su alijiandaa vya kutosha. Alikuwa ametamani kuwa muuguzi tangu alipokuwa mtoto. Nikampatia nauli na masrufu. Akafika salama salimini mjini Vijiweni. Baada ya wiki nzima alirejea. Aliniambia kuwa mahojiano yaliendelea vizuri na akaambiwa angojee barua ya mwaliko akiwa huku nyumbani.

Sasa imepita miezi sita. Hajapata barua au diwani kutumana chochote. Wengine walipata barua za Chuo cha Utabibu na sasa wamemaliza mwezi mmoja chuoni. Su hajapata mwaliko.

Tangu alipoenda kwenye mahojiano Su si yule wa zamani. Afya yake ilibadilika. Ameanza kuchukia karibu vyakula vyote ninavyopika. Mara nyingine anaumwa na tumbo na wakati mwingine kutapika asubuhi. Sasa nimemdadisi kwa siku nyingi. Hakuniambia chochote hadi nilipopokea uvumi kutoka kwa wasichana wenzake. Nilipomkaza kwa maswali alikiri kuwa diwani amemtunga mimba walipoenda kwenye mahojiano mjini Vijiweni. Pasta nisaidie. Nimekosa la kufanya," Mama Su alitoa kitambaa akajifuta machozi.

Fadhila alishangazwa na jambo hili. Alikuwa amesikia watu wakisema namna Mhila alivyowadhulumu wasichana wanaomfanyia kazi. Lakini hakupata kukumbana na kisa chenyewe ila tu kusikia. Yeye hakumpenda Mhila lakini alimwogopa. Alikuwa mtu mwenye kiburi na ushawishi mkubwa. Alitazama faili la kesi yake pale mezani. Alikuwa amemlipa Mhila zaidi ya shilingi milioni moja kama gharama za kesi baada ya kushindwa. Angepeleka kesi kama hiyo au kuhusika katika kutafuta haki kwa msichana huyo angeshtakiwa kwa kumharibia jina diwani. Kesi zote zilizomhusu diwani ziliisha bila kupatikana ushahidi. Angemlipa mamilioni ya pesa kama fidia. Fadhila alichanganyikiwa.

Watu walisema kuwa Mhila alikuwa na nguvu za mapepo za kufunika watu macho. Kilichokuwa dhahiri kikawa usiku wa giza. Alichotaka kionekane kikawa wazi. Wengine walisema aliweza kujibadilisha mwili wake asiweze kutambuliwa. Akasikiliza maongezi yao bila wao kujua. Waliogopa kuzungumza mambo yake hata kwenye nyumba iliyofungwa milango. Walinong'onezana tu.

Fadhila alikosana na Mhila hata kabla ya kesi ya ploti. Siku moja Fadhila alikuwa na mkutano mkubwa wa Injili kwenye uwanja wa umma Kilimani. Alipokuwa akihubiri alijazwa na Roho. Akaongea mambo ambayo hayakuwa kwenye mpango wake wa kuhubiri. Akaanza mahubiri yaliyochukuliwa na maadui kama siasa.

"Ndugu zangu nawatabiria. Wakati umefika ambapo mtu hatachaguliwa kwa uzito wa mfuko wake, bali kwa uzito wa mawazo yake. Nawatabiria. Wakati umefika ambapo kiongozi hatachaguliwa kwa sababu ya lugha ya mama yake, bali kwa uzuri wa sera zake. Wakati umefika ambapo kiongozi hatachaguliwa kwa uzuri wa sura yake, bali kwa upendo wa moyo wake. Nawatabiria. Wakati umefika ambapo mtu hatachaguliwa kwa urefu wa mwili wake, bali kwa urefu wa maono yake."

Kabla ya siku kuisha alipokea simu za watu wasiojulikana wakimuonya asiingilie mambo yasiyomhusu ndewe wala sikio. Alifahamishwa kuwa ulingo wa siasa ni wa waliozaliwa wakiwa wanasiasa na wala si wa kila mtu. Alifahamishwa achague uhai wake au siasa.

Hata baada ya kuandikisha taarifa kwenye kituo cha Askari cha Kati, vitisho havikuisha. Waliompigia walimwambia hawakutishwa na taarifa aliyoandikisha. Waliendelea kumwambia hata akiiandikisha taarifa mbinguni, hangewaweza.

Sura ya Kumi na Tisa

Jumba la Koplo June lilikuwa kubwa mno. Alikuwa amehamia humo hivi majuzi. Zamani alikuwa akiishi kwenye vyumba vya askari wa kituo cha kati. Vyumba hivyo vya udongo vilikuwa vidogo sana. Chumba kimoja kilihifadhi askari wawili. Pazia ndiyo iliyowatenganisha. Hawakuwa na siri yoyote wala kukaribisha wageni. Bafu na vyoo vilikuwa vimejengwa nje ya nyumba. Bafu moja ilitumiwa na watu zaidi ya ishirini. Sasa mambo hayakuwa mabaya. Hata mshahara wenyewe umeimarika. June akajisikia yuko kazini.

Ilikuwa nyumba ya vyumba vinne. Ilikuwa nje kidogo ya mji wa Pango yapata kilomita moja kutoka kituo cha askari cha Kati. Mandhari yenyewe yalikuwa tuli kwa kukosekana kwa watu wengi. Nje palikuwa na uwanja mdogo wenye miti mikubwa. Nyumba hii haikuwa peke yake. Palikuwa na nyumba nyingine zilizofuatana kwa safu na kufanana kama shilingi kwa ya pili. Starehe aliyopata hapa haingepatikana kwenye vyumba vya askari. Atakapokamilisha ujenzi wa jumba lake kule Kilimani, atahamia huko. Lakini hilo lingetegemea mahali atakapokuwa akifanyia kazi. Wakati mwingine askari walikuwa wakihamishwa kila uchao.

Koplo June aliamka mapema kuliko siku nyingine. Kazi yake ya kwanza ilikuwa ni kufanya mazoezi kwa muda mfupi pale nje ya nyumba. Mara nyingi alikimbia barabarani lakini hii leo ilimlazimu kukatisha mazoezi hayo ili aweze kutekeleza majukumu fulani kabla ya jua kuangaza.

Alijitayarisha kwa kuingia maliwatoni na kupiga shawa ya maji ya moto. Mwangaza wa taa ya umeme

233

ulimulika kote kwenye hamamu. Koplo alijipaka
sabuni mwilini kwa haraka. Aliyafungulia maji
yakamwagikia kwa fujo. Alipotosheka aliyafunga
maji. Alitazama kwenye vioo vikubwa ubavuni pa
bafu. Hakuona kitu. Vioo vilikuwa vimefunikwa
kwa ukungu wa mvuke wa maji moto. Mwili wake
wote ulikuwa ukitoa mvuke ulioonekana kama
moshi. Alionekana kama mtu anayeunguzwa kwa
moto. Alichukua taulo yake na kuufuta ukungu
uliofunika vioo. Vikawa safi na vyenye kuonesha
dhahiri.

Koplo alijitazama kwenye kioo. Macho yake
yakipenya kule kusikopenyeka na maozi ya
watu wengine. Hakuwa na binadamu aliyejitolea
kuwa kioo chake. Kioo kisichodanganya. Au
kinapodanganya hudanganya kwa kusifia. Alikuwa
miongoni mwa wanawake waliopenda kuambiwa
ukweli. Lakini ukweli wenyewe uwe wa kuridhisha
na si kusikitisha. Ungemwambia nguo fulani
haimfai au haina rangi nzuri, hiyo ingekuwa mara
ya mwisho kwa nguo hiyo kuubusu mwili wake.
Hakuonea huruma kitu kisichomwonea huruma.

Aliridhika. Uzee ulikuwa unachelea kumwingia.
Kila alichokitazama kwenye mwili wake kilikuwa
mahali pake. Kikiwa imara kama chuma cha pua.
Mwili wake haukuwa na dalili ya vivimbe vya
unene wa mafuta ambavyo hujitokeza kwenye
tumbo. Alikuwa na kiuno cha nyigu na maziwa
yasiyochoka kusimama. Ingawa hakupata yeyote
wa kumwambia, alikinai ndani ya moyo wake.

Cheo chake kiliwafanya vijana wengi kumwogopa.
Hawakumtania wala kumtongoza. Walikuwa
wamemnyamazia tu, kama mtu asiye binadamu.
Hata hivyo, alifurahishwa sana na uhusiano wake
na mkubwa wake. Macho alikuwa jasiri ajabu.

Aliweza kumwambia yote aliyotaka kusikia. Lakini bwana huyu alikuwa ameoa na ana watoto. Koplo hakumwambia kuwa alikuwa akimpenda kwa dhati.

Alijiuliza mbona alimpenda mume wa mtu? Hakujua sababu halisi. Kilichomyumkinikia ni kwamba aliona kila kitu alichohitaji kwa mwanamume kwa Inspeka Macho. Macho alitunukiwa tunu zote za mwanamume aliyestahili kupendwa na msichana kama yeye. Kuongezea alikuwa na mali si haba. Alikuwa mtu aliyeogopewa. Mtu ambaye angekuwa usalama wa mwanamke kama yeye. Doa ya pekee aliyokuwa nayo ni uraibu wa sigara. Hiyo nayo haikumtia wasiwasi June.

Koplo alitulia. Akajikuna kichwa kwa mawazo.

"Siachi shida za watu wengine ziingilie starehe zangu," alijisemea moyoni. "Nitamuacha anayependa kumpenda anayempenda, nami nimpende ninayempenda, kila mtu na haki zake."

Ghafla alishtuka vile alivyokawia maliwatoni. Akajifuta maji na kujifunga taulo nyeupe kutoka chini ya mabega. Akachomoka mbio hadi kwenye chumba cha kulala. Akavaa nguo za raia na kufyatuka kama risasi akajiendea zake bila hata kustaftahi.

Kabla ya saa kumi na mbili kamili June alimchukua Limo, konstebo wa askari kutoka kituo cha Kati. Walipofika mjini Pango walikodisha teksi. Wakasafiri hadi kwenye njia panda. Wakamwambia dereva asimamishe gari. Koplo alilipa nauli. Kitalifa hicho kingine wakatembea kwa miguu. Kabla ya muda mrefu alimwacha Limo na kutembea peke yake. Alifika kwenye nyumba kubwa ya udongo iliyozungukwa na kichaka. Haikuwa mara ya kwanza kwa june kutembelea nyumba hii. Mara ya kwanza aliingia ndani na kupata habari muhimi zilizomwezesha kumkamata Stone. Hata hivyo alisikitika kuwa Stone alitoroka jela. Haiba alikuwa na uhakika kuwa Mzee Hofu hangeepuka mtego wake siku hiyo.

***

Inspekta Macho alitulia tuli kwenye ofisi yake. Alitazama saa yake ya mkononi. Akrabu zilikuwa zinagonga tiki taka. Ilikuwa saa nne mchana. Alikuwa amemaliza kuzitazama ripoti za usiku uliotangulia. Akatosheka na kuyaweka mafaili kando. Simu ililia akaitika, nyingine ikalia, na nyingine na nyingine. Inspekta Macho akachoka kuziitika. Kilichomshangaza Inspekta ni kwamba simu zote zilizungumzia jambo moja. Kukamatwa kwa mganga mmoja.

Inspekta alijikuna kichwa. Akawaza. Akatoa sigara na kuiwasha. Akaivuta kwa nguvu. Simu ikalia. Inspekta hakuwa na haraka kuichukua. Simu zote siku ile zilikuwa za kisirani. Zilizungumzia jambo moja tu. Simu iliendelea kulia. Ghafla Inspekta akakichukua kifaa na kukitia sikioni.

"Haloo! Inspekta Macho, nikufanyie nini? ... eeh ... SS Mkubwa? Ndiyo mkubwa ... ee ... Ndiyo mkubwa ... ndiyo ... ndiyo mkubwa .. saa hii mkubwa ... nitafanya hivyo ... ndiyo ... nitajitahidi kufanya hivyo ... Ndiyooo ... kwaheri."

Inspekta akakiweka chini kifaa kile. Akapumua kwa nguvu. Akachukua sigara yake kutoka kwenye ungo. Akaivuta kwa nguvu. Watu hawa wana nini? Na ni kwa nini wanashughulikia mzee huyu ambaye nilidhani si mtu wa maana? Nani aliyewaambia jamaa huyu ameshikwa? Kichwa cha Inspekta kilikuwa na maswali si haba. Simu aliyoipokea hivi sasa ilikuwa ya SS Mkubwa mkuu wa askari mkoani. Pia yeye aliongea kuhusu mzee huyu.

Inspekta aliinua kifaa cha simu na kubonyeza nambari. Akanyamaza. Mara sauti ya mwanamke ikaitika upande ule wa pili.

"Koplo June. Ndiyo ... mimi Inspekta Macho. Fika hapa kwangu ofisini haraka iwezekanavyo. Ndiyo ... mmmm! ... fanya juhudi. Kwaheri."

Inspekta akaweka kifaa cha simu mahali pake na kujishika tama. Kwa nini watu wanaingilia kazi yake? Itabidi tumwachilie huyu mzee. Lakini nitamwambiaje Koplo June ambaye alimkamata? Yeye huwa hapendi kazi zake kuingiliwa. Nitamshurutisha na kumtisha ili asiniletee shida," Inspekta akawaza na kuwazua.

***

Ofisini kwa Mhila kwenye jumba la ghorofa kumi ambalo alilijenga yeye mwenyewe kwenye uwanja wa Kilimani. Sakafuni palikuwa pametandazwa zulia jekundu kutoka Urusi. Kabati kubwa la mvule na kipande cha juu kilikuwa kioo cha kuzuia risasi. Madirisha yote ya pale vilevile yalikuwa na vyoo visivyopenyeka kwa risasi. Kiti chake cha bembea kilichotengenezwa kwa ngozi nyekundu kilikuwa kinanyooka kukidhi matakwa ya aliyekikalia. Mbele yake palikuwa na monita kubwa ya tarakilishi. Ukutani runinga kubwa ilimtazama. Mezani palikuwa na simu tano za nyaya. Kuna ile iliyomuunganisha moja kwa moja na mkuu wa wilaya, nyingine ikamuunganisha na mkuu wa askari mkoani.

Viumbe vingine vina ujasiri wa hali ya juu. Mhila aliwaza alipomwona buibui akiwa kwenye utando wake pembeni pa dari na kiambaza.

237

Mbona mtu huyu anayesafisha ofisi alikosa kunadhifisha kule juu? Au buibui huyu ametengeneza utando huu leo hii?

Alipokuwa akimtazama, nzi aliingilia kwenye dirisha na kuelekea kwenye tandabui. Akaugonga huku mbawa zake zikitapatapa. Akanaswa na utando.

'Hivi ndivyo binadamu wajinga wanavyonaswa na mitego ya dunia. Tazama nzi mjinga anajigongesha kwenye mtego kana kwamba hana macho.'

Buibui yule alitimua mbio hadi pale nzi alipokuwa. Alikuwa aking'ang'ana vikali ili kujikwamua. Buibui aliharibu utando wake na kumzungushia nzi huku akitoa nyuzi mpya na kumfunga ndindindi. Mhila alipigwa na butwaa.

'Kumbe buibui huwa na kusudi la kunasa windo moja baadaye anakarabati utando kuwa tayari kunasa tena? Kabla ya kunasa nzi utando ule ulikuwa kama wavu. Wavu wa kuvua samaki,' Mhila aliwaza.

Mhila alikuwa amesikia matangazo kwenye redio kuhusu watu waliopigwa marufuku kuvua samaki kwenye ziwa. Ilisemekana kuwa walitumia nyavu zilizokuwa na mashimo madogo. Wakanasa dagaa na watoto wa samaki. Ilibidi maafisa wa uvuvi kuingilia ili kuokoa watoto wa samaki. Wakivua watoto wote kesho yake watavua nini? Wanapasa kuwa na nyavu kubwa za kuvua samaki wakubwa. Hauwezi kuvua papa kwa chandarua cha mbu. Mhila aliwaza. Ebu fikiria mtu akichukua utando wa buibui kwenda kuvua nao. Samaki wataupasua vipande vipande na kutoroka nao.

Ghafla kiti cha Mhila kikashika moto. Akashindwa kukikalia. Kilikuwa ni kama kimejaa misumari yenye moto. Alizunguka hapa na pale bila ya kuwa na sababu maalum. Akachukua faili pale juu ya dawati. Akalitazama. Akafungua ukurasa baada ya ukurasa. Akalifunga. Akachukua gudulia lililookuwa na maua pale mezani. Akaliinua kwa mkono wa kulia. Akalitazama kwa karibu, akisoma lilivyoandikwa. Akapandwa na madadi kama mkizi. Akalirusha na kuligongesha kwenye ukuta. Likavunjika na kuwa vigae. Alienda karibu na vigae vile na maji yaliyokuwemo ambayo yalimwagika pale sakafuni. Akatazama akiwa mwingi wa mawazo. Akatembea karibu na dirisha. Akavuta pazia kubwa jekundu. Akatazama nje.

Akiwa kwenye ghorofa ya tatu aliona kanisa kubwa lililojengwa kwa mbao na mabati. Maspika yake makubwa yalitoa sauti kali iliyomsumbua Mhila.

"Makanisa siku hizi hayavumiliki. Sasa tazama hawa wapumbavu. Hawatofautishi siku ya kazi na siku ya maombi. Kila saa wao ni kuimba na kuomba. Wanafikiri sisi hatuna la kufanya ni kuwasikiliza wao?" Mhila aliwaza.

Macho ya Mhila yakaachana na kanisa. Yakatazama barabarani. Wananchi walikuwa wakiendelea na shughuli zao pale barabarani. Palikuwa na magari mengi na wapita-njia wengi. Abiria walikuwa wakiingia kwenye matwana na wengine wakitoka. Aliwaona wakiwa kama siafu au mchwa wanaojenga kichuguu.

Waache wajenge kichuguu. Mwenye nguvu naye atakitwaa. Yawe makao yake. Hiyo ndiyo hali ya dunia. Kwa nini paka aliumbwa na panya chakula chake? Kwa nini simba aliumbwa na paa chakula chake?

Mhila aliwaza. Akawaza. Mambo yalikuwa shwari tu hadi mhubiri huyu akaingilia. Huyu mkuu wa askari wa kituo cha kati naye ana nini? Sikuwa najua jamaa huyu ni mjinga hivi. Anamuuliza nini mzee wa watu? Mhila aliendelea kufikiri.

Ingawa askari walimkasirisha Mhila, aliyemkosesha usingizi ni Pasta wa Kanisa la Miujiza. Huenda ndiye aliyemshtaki Hofu kwa askari. Kwa nini anajitia katikati kama mchuzi kwa ugali. Ametumwa na nani? Mara anaingilia uwanja wa Kilimani. Mara shirika la kununua mashamba. Nisipojikaza kisabuni ataitisha udiwani katika uchaguzi ujao. Labda ataitisha ubunge au uwaziri. Ni lazima nikomeshe ujinga huu. Mimi ndiye mfalme wa wilaya hii. Nitasimama kidete kutetea hadhi yangu. Mhila alijisemea moyoni.

Alichukua kifaa cha simu na kubofya namba fulani. Akatikia masikioni. Akatulia hadi mtu alipopokea kwenye upande wa pili.

Haloo! Haloo! Ndiyo ... ni kama tulivyopanga. Fanya wajibu wako. Mwangamize kabisa. Anafikiri yeye ni nani? Mfundishe adabu na usimwache aishi asije akasimulia. Fanya itakavyokubidi. Ndiyo hivyo. Leo hii ... sawasawa.

Alikiweka kifaa cha simu mahali pake mezani. Akaketi kwenye kiti chake huku akionesha kutulia kidogo. Akachukua gazeti la Mtangazaji akalipitiapitia. Akikagua picha na vichwa vya habari.

Mhila alijaribu kukumbuka jinsi alivyojikaza kufika mahali alipofika. Haikuwa haki kwa yeyote kumtisha. Alikumbuka alivyohusiana na mganga maarufu. Alivyotibiwa ili kushinda uchaguzini. Na kitita cha pesa alichotoa.

***

Fikra zake zilimjengea kumbukumbu ya ajabu. Siku alipotagusana na mzee Hofu mwenyewe. Mzee Hofu alikuwa mganga wa kutajika wilayani Pango. Ingawa alipokezwa uganga na baba yake, yeye alijifunza njia za kisasa za uganga. Alisafiri nchi za nje na kuwakaribisha waganga kutoka nchi nyingine ili waweze kubadilishana mawazo. Alipoanza kuwahudumia matajiri na wanasiasa hali yake ya ulitima ilibadilika. Alinunua shamba la ekari hamsini na kupanda miti ya dawa pale karibu na msitu wa Mikokoni.

Hofu alishikana na genge la majambazi lililomfanyia kazi ngumu. Miongoni mwa kazi hizi ni kufukua maziarani ili kuiba mafuvu na sehemu za siri za binadamu ambazo alitumia katika uganga. Hawakuacha saa, mikufu na vito vingine vya thamani ambavyo maiti walikuwa navyo. Kundi hili pia lilimlinda kutokana na ghadhabu ya maadui zake.

Pia alishikana na machangudoa na watengenezaji wa pombe haramu ambao aliwapa dawa za kuwasaidia kupata wateja wengi. Wote aliwaitisha vitu vya ajabu ili uganga uweze kukolea. Kutengenezewa dawa ya kuhifadhi wateja wa pombe, mgema aliitishwa chupi ambazo hazijafuliwa. Haikuwa vigumu kuzipata. Jamaa alikuwa akinywa pombe kiasi chake. Baadaye anapewa ya bure mpaka akawa hajiwezi tena. Hakujua chupi yake ilipoibiwa.

Baada ya kutibiwa waliagizwa kuzitia kwenye pombe ili iwe kali zaidi. Waliotaka kuwa matajiri waliitishwa sehemu za mwili wa binadamu au damu ya binadamu. Aliyetaka kumchukulia mtu mwengine hatua, aliitishwa mkojo wake. Waliotaka watoto waliitishwa sehemu za siri za mtu wa jinsia wanayopenda. Wagonjwa wa kawaida nao wakaitishwa mangisi mweusi tititi. Wote walifanyiwa gangaganga na kutimiziwa shida zao. Kama kweli zilitimia ni wao wenyewe wanaofahamu.

Majina wakati mwingine huwa si majina vivi hivi. Majina hubeba maana. Lakini jina la Hofu halikubeba maana yoyote kwake. Lilikuwa jina tu. Halikuwa jina lake la asili. Mganga huyu alikuwa akiitwa Hope. Waliomwita labda walitarajia angeweza kuwaletea matumaini wanadamu ambao shida zao zilikuwa zikiongezeka kila kuchao. Na kweli alileta. Alitabiri kukosekana kwa mvua. Kukosekana kwa chakula na alifanya kafara kwenye ziwa la miungu ndani ya msitu. Akawafanya wezi wa mifugo kula nyasi na kukiri hadharani ndio walioiba. Walioiba kuku hawakuwa na bahati. Jogoo waliwika kwenye matumbo yao. Waliokosa watoto wakasaidiwa kupata na wasiokuwa na mali wakatajirika.

Majina ya kigeni wakati mwingine huwa kizungumkuti kwa wenyeji. Wanaposhindwa kuyatamka huyapa tahajia mpya. Hivyo ndivyo ilivyokuwa. Wazee wa Hofu waliposhindwa kulitamka jina Hope Mkavu wakamuita Hofu Mkavu. Yeye hakujali. Alisema kuwa jina ni lile linalomtambulisha mtu. Akawa tofauti na wengine.

Mhila aliongozwa na kuingia kwenye chumba cha kwanza. Kilikuwa kimeezekwa kwa mabati na viambaza vyake vilikuwa vya udongo. Chumba hiki hakikuwa na mwangaza wa kutosha. Hata hivyo, Mhila alijikaza kuchunguza ni nini kilikuwa ndani. Kilingo kipana kilijaa zaidi ya nusu ya chumba kile. Kilikuwa kimetengenezwa kwa vigingi na fito zilizounganishwa kwa kamba za mkonge.

Upande wa pili ulikuwa na viti viwili. Viti hivi vilikuwa vimetengenezwa kwa fito za misonobari na makuti yaliyopindwa na kusukwa. Kando kando ya viti kulikuwa na kimeza kilichochakaa. Juu ya kimeza kulikuwa na mshumaa mkubwa. Juu ya kilingo palijaa mafuvu ya watu yaliyopangwa mistari. Yale makubwa yakiwa upande wa nyuma na kufuatana unyounyo hadi yale madogo yakawa mbele. Yalikuwa yamepakwa rangi za kila aina.

Kuyatazama hivyo Mhila akaanza kutetemeka kama kinda aliyenyeshewa mvua ya mawe. Kijasho chembamba kilimjaa kipajini. Akaangema.

"Hii inaitwa *nasari*. Tazama hapa mkubwa. Haya mafuvu yametoka sehemu mbalimbali za dunia, za wazungu, Wahindi na Waafrika. Haya makubwa ni za wanaume, haya upande wa kulia ni ya zeruzeru, haya hapa mbele ni za watoto. Yale ya manjano ni ya wanawake. Yamepangwa kulingana na nguvu yao ya kutuunganisha na miungu," Hofu alisema huku amwelekeza Mhila huku akimtazama kwa kumkazia maozi. Alikuwa tayari amegundua kuwa mteja wake anatetemeka.

"Hapa ndipo taswira ya mambo yajayo hujengwa. Kwa kuwa nafsi ya zamani ya mtu ni lazima ife, mafuvu haya yatamsaidia mtu kukutana na babu zake na kujuliana hali. Mawazo na ushauri wao ungekuwa muhimu katika safari hii. Mtu anapojitokeza kwenda mapiganoni, ni lazima watu wa ukoo wake wamtokeze asije akadhurika katika safari. Hakuna wengine wanaomfahamu mtu kama babu yake. Mahali walipo huwa wanakutazama. Wao ni daraja kati ya miungu na wanadamu," Hofu akaeleza.

Mhila hakupata la kusema. Alitulia tuli kama maji mtungini. "Keti kwenye kiti hiki." Hofu

aliendelea. Mhila hakuwa na jingine ila kutii. Akaketi
huku akitazama mafuvu. Mhila alichukua kiberiti
na kuwasha mshumaa. Ukaachilia mwangaza
mwekundu. Hofu aliufikia mkoba mweusi wa ngozi
uliotundikwa ukutani. Akaufungua na kutoa njuga
kisha kuishika kwa mkono wake wa kulia na kuketi.

"Funga macho," Hofu aliamuru.

Mhila alifanya alivyoambiwa.

"Jifikirie uko katika dunia nyingine. Ufanye
vile ungetaka ifanyike katika maisha yako," Hofu
aliagiza huku akielekeza njuga karibu na macho ya
Mhila. Akaitingisha. Ikatoa mlio wa polepole.

"Jibu maswali nitakayokuuliza."

"Ndiyo mzee."

"Unaitwa nani?"

"Diwani James Mhila Kaza."

"Baba yako ni nani?"

"Kaza Matata."

"Mama yako?"

"Martha Kaza."

"Babu yako?"

"Matata Kituko."

"Unataka kuwa nani?"

"Meya wa Pango." Maswali yalifuatana mfululizo.
Mhila alijibu maswali chungu nzima mpaka
akanyemelewa na usingizi wa pono. Akaanza kuota.
Akainuka. Akaanza kuigiza anavyoota.

"Hamjambo? ... Asante kwa kura zenu ..."

Akaanza kuona amekuwa meya wa mji wa
Pango. Amevaa mavazi yake rasmi na mkufu wake
wa dhahabu na alfia yake.

"Mako njoo hapa ... njoo ... Lete miswada ya
By-Laws nitie sahihi ... ndiyo. Hakikisha zabuni
zote zimepewa ile kampuni ya Katata. Pesa

watakazotupatia hakikisha zimetumwa kwa ile benki ya ng'ambo," Mhila aliendelea hadi Hofu alipomtoa katika hali ile.

Hofu alipelekwa kwenye chumba cha pili. Chumba hiki kilikuwa na majoka matatu yaliyowakodolea macho. "Hapa panaitwa *Power Room*," Hofu alimwambia. "Kama nilivyotangulia kukuambia. Mtu ni kama mbegu. Ni lazima afe. Nafsi yake ya kale iishe apate kuwa kiumbe kipya. Mbegu inapopandwa ardhini hunyeshewa na mvua ikafa. Nafsi yake ya zamani ikaisha. Ngozi yake ya zamani ikatoka. Katika hali hiyo ikapata nafsi nyingine. Uzao ukachipua kutoka kwake. Ukastawi na kumea hadi ukazaa matunda."

Mhila hakusikia alivyokuwa akiambiwa. Alikuwa akitetemeka kama kinda aliyenyeshewa. Hajawahi kuona majoka makubwa namna ile.

Mhila angekaa kwenye *Power Room* saa ishirini na nne. Alivua mavazi yake yote akaachwa uchi wa mnyama. Ilikuwa lazima kwake kulala pamoja na majoka. Wapambane hadi atakapoibuka mshindi. Chatu wakimshinda angetoka huko akiwa maiti. Ilimlazimu kuwa mkakamavu na kuwa mwenye nguvu ili kupambana na machatu. Alipomaliza kuvua nguo zake alijilaza.

Mzee Hofu akachukua karai, akatia dawa ya ungaunga mweusi. Akatia maji na udongo uliochanganywa na samadi ya ng'ombe. Akampaka mwili wote. Akamwambia ajilaze nje ili samadi ikauke. Ilipokauka akarudi ndani. Akafungiwa kwenye kizimba cha chatu. Alimwambia kuwa angeondolewa kwenye chumba hicho wakati ambapo tope alilopakwa litakapokopoa lenyewe au kuondolewa kwa mkwaruzano atakapokuwa akipigana na majoka. Alikaa huko usiku kucha bila chakula.

Baada ya kutagusana na chatu, Mhila alifaulu kuondolewa chumbani mzima kama kigongo. Ingawa alikuwa amechoka na kuwa hoi, alikuwa na tabasamu hafifu. Hatua ya mwisho ilikuwa ya kulishwa kiapo na kufanyiwa gangaganga.

Mhina alipelekwa kwenye chumba kingine. "Chumba hiki ni zahanati. Hapa utapatiwa chanjo mbalimbali ili kuzuia magonjwa na kukukinga ili usirogwe," Hofu akamwambia.

Mhila alitolewa nguo akachanjwa sehemu mbalimbali kwa wembe mpya. Mzee Hofu alijua kuwa kutumia wembe mmoja kwa watu wengi husaidia kueneza ukimwi. Akamwambia hivyo. Kila mahali alipochanja akatia dawa nyeusi kama mpingo.

"Dawa hii imetengenezwa kwa kuchanganya dawa nyingi. Inaitwa usira. Imetengenezwa kwa kuichoma ngozi ya binadamu," Hofu alisema huku akiendelea kumchanja tumboni.

Mhila alirudishwa kwenye duka la Hofu ili kuoneshwa bidhaa alivyopasa kununua. "Lazima ununue hirizi ili kujikinga na watu wabaya" Hofu alisema huku alimwonesha hirizi mbalimbali. Hii inaitwa usiniguze. Ni ushanga wa kuvaa kiunoni. Wasichana wanaofanya kazi kwenye madanguro wanaupenda sana. Aliyejifunga huu daima hangekosa wateja. Anapasa kuufunga wakati wote," akauinua na kuutua tena kwenye meza.

"Kuna herini, vikuku na bangili. Ukitaka kutengenezewa bangili mahususi tunaweza kufanya mpango. Ukitaka ikusaidie kupata mwanamwali fulani tutaandika jina lake kwa shanga. Ukimpatia bangili iliyoandikwa jina lako na akubali kuvaa hata dakika moja, ataishi kukupenda daima," Hofu alisema huku akimwonesha bangili ya ngozi iliyonakshiwa kwa shanga maridadi za rangi mbalimbali.

"Unaweza kutengenezewa jinsi unavyotaka. Bora tu tutibu ngozi yake kwa dawa ya hirizi. Unaweza pia kutengenezewa mshipi wa kujifunga kiunoni. Watu hawatajua ni nini, watafikiria ni mshipi wa kawaida." Hofu aliendelea kutangaza bidhaa.

***

Fadhila aliingia bafuni na kuoga kwa haraka kwa maji fufutende. Alijifuta maji kwa taulo, akapiga meno mswaki na kuchukua mashine yake ya kunyoa ndevu. Aliiunganisha na stima akajitazama kwenye kioo na kujinyoa ndevu. Alijipaka dawa ya kidevu ili kisipate chunusi. Akajipaka mafuta na kujirashia marashi ya wanaume. Alivaa suti yake nyeusi, soksi nyeusi, shati nyeupe na viatu vyeusi. Ingawa Fadhila alikuwa mweusi, hakuchukia vitu vyeusi. Aliichukulia rangi hiyo kama kitambulisho chake. Yeye ni mweusi na aliishi katika nchi ya weusi.

Alipotazama kwenye meza katika chumba chake Fadhila aliiona Biblia yake ndogo aliyopewa na baba yake. Aliichukua na kuitumbukiza kwenye mfuko wake wa shati. Akauchukua mkufu wake ambao ulikuwa na msalaba mkubwa wa fedha. Akautia shingoni na kuwa tayari kwa safari.

Siku hiyo Fadhila hakutaka kumsumbua dereva wake. Alikuwa amempa ruhusa apumzike. Alilichukua gari aina ya *prado* na kuelekea mji wa Pango.

Jambo la kwanza alilofanya Fadhila lilikuwa ni kuingia kwenye benki na kutoa kiasi fulani cha pesa.

Alihitaji kulipa wajenzi waliokuwa wakimjengea vyumba vya kupangisha kule Mikokoni. Vilevile ulikuwa ni mwisho wa mwezi na wafanyikazi wake wa nyumbani pia walihitaji kulipwa mishahara. Baada ya kutoa pesa alienda posta na kufungua sanduku lake. Alichomoa kitita kikubwa cha barua na kurudi tena garini.

Kabla ya saa kumi na mbili Fadhila alikuwa amewalipa wajenzi na kukagua vile ujenzi ulivyokuwa ukiendelea. Msimamizi wa wajenzi alimzungusha huku akimuonesha vitu mbalimbali na kumweleza vile inavyotarajiwa kuwa baada ya kazi ya ujenzi kukamilika. Fadhila alifurahia maendeleo hayo. Aliinama ili kuingia kwenye chumba cha jenereta.

Mkufu wa Fadhila ulikuwa unamsumbua kwa kuning'inia shingoni alipopekua hiki na kile. Ili kuhakikisha kuwa umekaa mahali pamoja aliushika msalaba ule akautia pachipachi ya Biblia iliyokuwa kwenye mfuko wake wa shati. Mkufu ukatulia.

Alipomaliza kukagua vyumba Fadhila alipanda kwenye gari lake ili kuelekea nyumbani. Hazikupita dakika ishirini kabla hajafika kwenye lango lake. Ulikuwa wakati wa magharibi na jua lilikuwa limeaga miti. Alichukua rununu yake na kumpigia mkewe ili kumjulisha alikuwa karibu kufika. Ghafla bin vuu walitokea majambazi wenye silaha kali. Baada ya kufyatua risasi hewani kiongozi wao alimwamuru ashuke. Akashuka.

Alipomtazama hakuweza kuwatambua majambazi wale. Wote walikuwa wamevaa barakoa. Hata hivyo, kuna jambo moja analokumbuka. Kiongozi wa genge hilo ambaye alimtambua kwa kutoa maagizo alikuwa mtu mrefu kweli hadi shingo yake ikaonekana kupinda. Fadhila alikumbuka kuona mtu sampuli ile kule benkini.

"Leo tumetumwa tukuue. Usidhani tunahitaji pesa zako. Aliyetuajiri hutulipa vizuri. Tubu dhambi zako kabla hatujakupeleka jongomeo bila nauli," kiongozi yule aliamuru.

Fadhila alifanya yote aliyoambiwa. Alishuka huku ameinua mikono.

Jambo la ajabu lilitokea, king'ora cha nyumba ya Fadhila kililia. Majambazi waliomteka Fadhila wakashtuka. Wakaanza kufyatua risasi ovyo ovyo. Kiongozi wao aliyekuwa akizungumza na Fadhila pia alijawa na wasiwasi. Akafyatua risasi za mfululizo akimwelekeza Fadhila huku akitimua mbio. Fadhila akaanguka chini. Alipolala palikuwa na dimbwi la damu. Kuona vile, majambazi waliingia kwenye gari lao na kuliendesha kwa kasi. Muda si muda hawakuonekana. Walikuwa wametoweka.

***

King'ora kililia katika Kituo cha Askari cha Kati. Inspekta Macho alifahamu vizuri kuwa kilikuwa katika jumba la Fadhila. Baada ya kisa cha kupigwa na wakora Fadhila alinunua king'ora ambacho akikibofya kingeitana kwenye Kituo cha Askari cha Kati. Mara moja askari walitumwa kwenda kupambana na hatari. Haikuwachukua dakika ishirini. Walikuwa wamefika kwenye lango la Fadhila. Haiba na majirani walikuwa wakilia kwa sauti ya juu. Hakuna aliyesogea karibu na Fadhila. Alilala kwenye dimbwi la damu.

Askari walipofika walimkagua kwa kasi. "Hajakufa. Moyo wake ungali unapiga," Murima alimwambia mwenzake huku akiguza kiganja cha mkono wake. Walimuweka kwenye gari lao na kumkimbiza hospitalini.

Walipofika kwenye hospitali ya Pango, walikuta daktari wakiwangojea, machela na vifaa vingine vikiwa tayari. Haiba alikuwa amejasiri kumpigia simu Daktari Nyaga. Daktari walipompima waligundua alikuwa hai. Akakimbizwa thieta kufanyiwa upasuaji. Upasuaji wenyewe haukuchukua muda mrefu. Ulichukua saa mbili. Madaktari waliporidhika kuwa upasuaji umefaulu walimpeleka kwenye sadaruki.

"Huu ni mwujiza!" Daktari alikuli huku akitikisa kichwa.

"Wasema nini daktari?" Inspekta Macho aliuliza huku amechanganyikiwa. Alitoa sigara na kuitia mdomoni na kutoa kiberiti.

"Uko hospitalini Inspekta!" Daktari Nyaga alimwambia Macho kwa mshangao.

"Samahani daktari, akili zangu ziko mbali," Inspekta akasema.

"Sijawahi kuona jambo kama hili," daktari aliendelea kushangaa.

"Jambo gani hilo? Sikupati," Inspekta alidadisi.

"Hawa majambazi walikuwa wakali katika kulenga shabaha. Walimlenga kwelikweli. Alikuwa na majeraha matatu ya risasi. Risasi moja ilikwama kwenye paja na tumeitoa bila shida. Nyingine ilimkwaruza begani. Ya tatu ilikuwa imepima moyo wake. Ikakuta Biblia ndogo iliyokuwa kwenye mfuko wake wa shati ikapenya na kukuta msalaba wa fedha uliokuwa kwenye mkufu wake, ikauvunja vipande na kukwama kwenye msuli wa kifuani. Tumeweza kuitoa bila shida," Daktari alisema.

"Kweli ni muujiza," Macho alisema.

"Alikuwa bado hajamaliza majukumu yake duniani. Sasa jukumu ni letu kuwakamata nduli hawa," Macho alisema huku akimuaga daktari. Ilimchukua Fadhila mwezi mzima kuruhusiwa kwenda nyumbani. Ilimbidi akae hospitalini kwa vile alikuwa ameshtuka sana. Alipokuwa hospitalini alitembelewa na wageni wa kila nui. Waumini wa kanisa lake, maafisa wa serikali na wafanyi biashara. Askofu Tito Kanani aliongea naye kwa simu akiwa ng'ambo na kumtakia afueni ya haraka.

Sura ya Ishirini

Mchungaji Tito Kanani hakuyakataa mapendekezo ya Fadhila ya kuufadhili mradi wa maji. Aliongea na wahasibu na wafadhili wake na kutoa shilingi milioni ishirini. Alionelea kuwa kusaidia ni njia moja ya kuhubiri Injili. Alifahamu vizuri kuwa apeanaye ndiye hubarikiwa zaidi ya anayepewa. Vilevile, alikuwa na urafiki wa dhati na Pasta Fadhila. Tangu alipomwona mjini Pango na kumpeleka kwa masomo ya juu mjini Pato kule ng'ambo, urafiki wao ulikuwa umekolea. Aliipenda nchi ya Mwambani kwa kuwa na watu wakarimu. Alipenda kutembelea sehemu mbalimbali za Mwambani akiwa kwenye likizo. Alifurahia kuwaona wanyama wa porini wakiendelea na shughuli zao nyikani. Hata kongoni walipokuwa wakivuka mto wa Mwambani.

Fadhila alikuwa na furaha chekwachekwa alipopigiwa simu na Kanani na kuambiwa kuwa wahisani wamekubali kuufadhili mradi wa maji. Aliyaita makundi ya kina mama na kuyapasha habari ili yaweze kujiandaa. Wanawake walifurahia jambo hilo. Tayari walikuwa wamechanga shilingi milioni kumi. Waliimba nyimbo za kumsifu Fadhila kwa shangwe, vifijo na nderemo. Mwezi uliofuata mamilioni ya pesa yalitumwa.

Zabuni ilitangazwa na kampuni nyingi kutuma maombi. Kampuni ya Diwani Mhila ilikuwa mojawapo ya kampuni zilizotuma maombi ya zabuni. Licha ya kampuni hiyo kujihusisha na biashara ya kuuza magari ilisemekana ilikuwa na mashine za kutosha kuunganisha mabomba ya maji hadi kwenye mji wa Pango uliokuwa kwenye nyanda za chini za mlima Jabarini.

Kampuni ya Mhila ilikuwa ya mwisho kati ya kampuni zote zilizotuma maombi ya zabuni. Kampuni ya kwanza ilikuwa imetaja kiasi cha shilingi milioni ishirini na tano. Kampuni ya diwani ilitaja milioni thelathini na tisa. Kampuni iliyotaja kiasi kidogo kabisa cha pesa ndiyo iliyopewa zabuni. Ilikuwa ikiitwa *Mashariki Oil.*

Vijana, wake kwa waume walijitolea kuchimba mitaro ya kulazia mabomba ya maji. Wahandisi walipima na wachoraji kuchora ramani ya mkondo kutoka juu kwenye mlima wa Jabarini palipokuwa na kianzio. Kila mtu aliyejiandikisha kwenye mradi alipimiwa urefu wa futi tano ya kuchimba kila siku. Aliyekuwa mkwasi aliandika kibarua wa kumsaidia. Yule aliyekuwa mgonjwa na hakuwa na hela za kuandika kibarua alitafuta vijana wa kuchimba mahali pake na kuandikisha jina lake.

Uchimbaji mtaro ulichukua takriban miezi sita kukamilika. Mabomba yaliwasilishwa na kampuni iliyopewa zabuni na kuhifadhiwa kwenye uwanja wa ofisi kuu ya mkuu wa tarafa ya Upwa. Kila kitu kiliendelea kama ilivyopangwa. Vikundi vyote vya kina mama, makanisa, makundi ya vijana yalikuwa yamejipanga ili kusaidia panapohitaji msaada wao. Kule msituni kwenye kianzio kazi ilikuwa imepamba moto. Matanki makubwa ya mawe yalikuwa yamejengwa. Bwawa kubwa likajengwa na mitaro iliyochimbwa kulazwa mabomba yaliyounganishwa kiustadi.

Uchimbaji, uunganishaji wa mabomba na ufukiaji ulikuwa unafanyika sambamba. Kwa hivyo mahali mtaro ulipofikia paliweza vilevile kulazwa mabomba yaliyounganishwa. Tarafa mbili zilihusika katika kuchimba mitaro. Wote walitosheka kukamilisha kazi hiyo. Maji yaliweza kufika Pango na sehemu nyingine zilizokuwa karibu. Mabomba ya maji hayo yalikuwa kiasi cha kipenyo cha futi mbili.

Maji yalipofika mkutano ulipangwa ili kuwachagua viongozi watakayoyalinda na kuyahifadhi. Walihitajika kubadilisha mabomba yaliyoharibika na kusambaza maji kwenye nyumba ya kila mwanachama.

Mkutano wenyewe uliudhuriwa na watu wengi hata watu wa nyanda za juu ambao hawakuwa kwenye vikundi vilivyochanga pesa na kuchimba mitaro walihudhuria wakiongozwa na diwani Mhila. Diwani alimuunga mkono Manoti mfanyi biashara wa mjini Pango. Upande wa Pasta Fadhila ulimuunga mkono Kibori wa Kanisa la Miujiza. Afisa wa huduma za jamii wa Pango alisimamia uchaguzi huo. Maafisa wa vyama vya ushirika walikuwa makarani wa kupigisha kura na vilevile kuhesabu. Diwani na wenzake walimwaga pesa kama maji ya mvua. Wakachukua wanawake waliokuwa kwenye soko la Cheteni na vijana wa mitaani waliokuwa wakibarizi kwenye uwanja wa Kilimani. Wote walikuwa wapiga kura. Vitambulisho vya kupiga kura havikukaguliwa vizuri. Makundi ya kina mama yalipinga vikali lakini vilio vyao viliangukia masikio yaliyotiwa pamba.

Jambo jingine lililoleta mushkeli ni njia ya kufanya uchaguzi. Kundi la Mhila lilitaka kura ya mlolongo na lile la Fadhila lilisema liliunga mkono kura ya siri. Mabishano makali yalizuka na uchaguzi kusimamishwa kwa muda. Disii aliingilia kati na kuamua kufanyika kura ya siri. Kundi la Mhila lilipinga vikali na baadaye wakalegeza msimamo wao uchaguzi ukaanza. Uchaguzi ukaendelea kama ulivyopangwa.

Kura zikapigwa kwa muda wa saa sita. Ulipoisha kila mmoja alikuwa na hamu ya kujua ni nani aliyeibuka kuwa mshindi. Kina mama walirudi nyumbani kungojea matokeo nao wakereketwa walibaki kulinda haki yao.

Kura zilianza kuhesabiwa saa kumi na mbili kamili. Makarani wa kuhesabu na maajenti walikuwa na kazi ngumu ya kujumlisha kura. Giza likaingia. Taa zikawashwa ili kutoa mwangaza. Hata hivyo, wakora wasiojulikana walizima taa za umeme wakafungua masanduku ya kura na kutapakaza karatasi za kura kila mahali. Kila mtu aliyekuwa kwenye ukumbi huo hakuelewa alikokuwa. Mwangaza uliporudi watu walipigwa na butwaa. Haungetofautisha karatasi ya kura na shashi iliyotumiwa na kutupwa.

Kila mtu alinyanyuka na kuelekea nyumbani shingo upande. Wengi waliogopa vurugu zaidi ingezuka. Wakahofia usalama wao. Askari waliokuwa wakilinda walijiandaa kwa mipini na ngao za vioo. Mavazi yao yalitangaza ilani - fanya fujo uone. Wale waliokuwa na nguvu walimwimbia mgombea wao. Waliozidiwa walikimbia makwao. Wakadhani mablanketi yao yangewaepushia laana ya kuutazama ukumbi uliokuwa na kisirani.

***

Baada ya uchaguzi wa wasimamizi wa mradi wa maji kutibuka, wasiwasi ulizuka kuhusu usalama wa mradi huo. Siku ziliisha na wiki kuisha bila suluhu kupatikana. Dalili ya mvua huwa ni mawingu. Mawingu yalianza kutanda dhahiri shahiri.

Ulianza kama utani. Vijana walipoanza kuchokozana. Kwanza walisema wanataka maji. Wakawaambia kuwa hawakuhusika katika harakati za kuleta maji. Wakasema hayo ni matusi.

Wakadai kuwa hakukuwa na ugawaji sawa wa maji. Waliokuwa nayo walinyang'anywa yakapatiwa wengine. Wengine wakasema walinyang'anywa sehemu ya mashamba yao ikachimbwa mitaro ya maji. Wengine wakasema mimea yao iliharibiwa kwa kukanyagwa na wachimba mitaro. Kuna wale waliodai wamesoma na kunyimwa kazi kwenye mradi. Wakaajiriwa watu wasio na elimu.

Kila mtu alikuwa na sababu yake ya kulalamika. Hakuna aliyetaka kusikiliza mwengine wala kuchunguza ukweli wa madai yake. Kila mwamba ngoma kamba alivuta kwake. Akataka kufaidi yeye mwenyewe. Ngozi nayo ikivutwa zaidi huachilia.

"Tazama maji haya yametoka msituni. Badala ya watu wote kutoka mlimani kupatiwa maji, kila mtu kwenye nyumba yake yameunganishwa chini kwa chini na kusambazwa huku nyanda za chini. Hawa watu ndio wanaotumia. Sisi hatuna haja na maji?" Mzee mmoja alisikika akiuliza.

"Tazama mito ina maji yasiyotumika, yanateremka hadi baharini bila kunyunyiziwa kwenye mashamba yetu. Kwa nini msifanye mradi wenu na kujiletea maji?" mzee mwengine alibisha.

Kesho yake watu wasiojulikana wakachukua majembe na mapanga, wakachimbua maji kule juu msituni. Maji ambayo Pasta Fadhila na wahisani wake walikuwa wamechanga pesa kuyaleta. Maji ambayo wazee kwa vijana walijitolea kwa miezi sita kuchimba mitaro na kuyalaza mabomba. Walikatakata mabomba na kuacha maji yakichuruzika kwa milizamu na kuyaelekeza kwenye mashamba yao. Wakawaleta ng'ombe wao kwa wingi. Wakanywa, wakala na kulala.

Vijana wakajiunga kwa makundi. Walikuwa wamejitolea kwenda kuunganisha mabomba yaliyopasuliwa. Wakajihami kwa mapanga na marungu. Walipofika walikuta kuwa vijana wale wengine walikuwa wakiwangojea. Vita vikaanza. Walioweza walisema mguu niponye. Waliozidiwa walianguka kwenye mitaro. Adui akawashambulia bila chembe cha huruma.

Ulikuwa usiku wa manane Kanisa la Miujiza liliposhambuliwa. Vijana, wazee na watoto waliokuwa wametoroka vita kwenye nyanda za juu walikuwa wametafuta hifadhi kwenye kanisa hilo. Kanisa pia lilihifadhi watoto ishirini wa randaranda. Walifumaniwa bila habari. Wakapigwa kwa mapanga na marungu. Waliokimbia hawakukumbuka kulikuwa na ua wa seng'enge. Waliugonga kwa nguvu na kuanguka. Macho yao hayakuachwa kitu. Yalitobolewa kwa misumari iliyokuwa kwenye seng'enge.

Watu walionusurika kifo walikuwa na majeraha mabaya ya mapanga, sime, mishale ya sumu na hata risasi. Walipelekwa kwenye hospitali kuu ya Pango na wasamaria wema. Wahudumu na madaktari walikuwa na kibarua kigumu kuwahudumia. Painti za damu zilihitajika ili kuokoa maisha ya wahasiriwa. Zilizokuwa kwenye hifadhi zilikuwa zimeisha. Watu waliombwa kujitolea kupeana damu zao.

Fadhila alipigiwa simu na mlinzi aliyezidiwa nguvu na vijana wanane wenye miraba minne. Wote walikuwa na mabomu ya chupa na mitungi ya petroli. Wakampiga huku wengine wakimwaga petroli kwenye kanisa hilo lililojengwa kwa mbao. Walirusha mabomu ndani ya kanisa na kutoroka. Ndimi za moto zilipaa angani huku wingu la moshi likitanda angani kama msimu wa masika.

Majirani walipiga usihayi bila mafanikio.

Walichukua mandoo, karai na mitungi ya maji. Hata hivyo, hawangeweza kukaribia karibu na moto. Ulikuwa moto wa kuzimia mbali.

Fadhila alipowasili alilia kilio cha uchungu. Alikuwa karibu kujitumbukiza ndani ya moto akitaka kuuzima kwa mikono yake. Watu waliokusanyika hapo walimshika na kumrudisha nyumbani. Wakamfunga ndindindi ili asiweze kutoroka. Fadhila alishangazwa na kitendo cha watu waliochoma kanisa lake. Kanisa lake lilikuwa mjini na waumini waliokuwa wakihudhuria walikuwa wa kutoka sehemu mbalimbali za nchi ya Mwambani. Wafanyikazi mbalimbali na wafanyi biashara ndio waliokuwa wanachama.

"Ni lazima watu hao wawe wa kukodisha. Waliofanya maovu si kwa kupenda kwao bali hufanya ili kulipwa. Wanatumiwa visivyo na mabwanyenye wenye chuki na wivu," Aliwaza.

Punde si punde magari ya wazima moto yalipiga king'ora huku yakiendeshwa mbio kama swara. Yalipowasili palitokea jambo la kuvunja moyo. Tangu mabomba ya maji yatobolewe na kuharibiwa na magenge ya wahuni kule msituni na hatimaye vita kuzuka maji hayakuwahi kufika kwenye mji wa Pango. Zima moto ilizunguka huku na huko bila kufanikiwa. Maji yaliadimika kama maziwa ya kuku. Watu waliposikia hivyo waliduwaa. Kanisa likateketea na kuwa jivu. Kweli mkasa unapotokea huandamwa na mwenzake.

Sura ya Ishirini na Moja

Jumapili hiyo ilikuwa tu kama Jumapili nyingine. Waumini waliingia kanisani kama kawaida. Mmoja kwa mwengine. Waongoza pambio waliongoza nyimbo za kusifu na kuabudu. Waliabudu na kuomba. Mwongoza ratiba aliwaambia waumini waketi. Ulikuwa ni wakati wa ushuhuda. Wageni waliombwa wasimame na kutaja majina yao. Baadaye katibu wa kanisa akasimama kutangaza mambo ya kanisa. Alitangaza mengi na alipomaliza alisema kuwa pasta alikuwa na jambo la kuwaambia waumini. Walingojea jambo hilo kwa hamu na ghamu.

Pasta Minala hakuwa kawaida yake ya mbwembwe na madoido. Alionesha kuwa mwenye fikira nyingi. Kwa muda mrefu wamekuwa hawasikizani na mtu huyu au yule mwengine. Tangu abadilishe Kanisa la Maji na kuwa Kanisa la Roho Mtakatifu. Ingawa alikuwa mhubiri mwenye maono, wengi walishuku mienendo yake hasa ile ya fedha. Alikuwa ameanzisha mikakati ya ulipaji zaka. Akasema kuwa yeyote mwenye kazi lazima awe akipeleka *payslip* iwe inakaguliwa kila baada ya miezi sita. Mshahara wa kila mtu uhesabiwe asilimia kumi ambayo ni ya zaka. Hiyo nyingine mtu angeweza kutumia atakavyo. Zaka hiyo ingeweza kulipwa kupitia benki, au kutumwa kwa njia ya simu au kuleta kanisani kwa bahasha maalum iliyoandikwa jina la mtu.

"Ikiwa hulipi zaka kulingana na maandiko wewe unamwibia Mungu. Mnajua kuwa asilimia kumi ni ya Mungu. Kama hulipi hiyo pesa utatumia zote katika ulevi, hospitalini au mahakamani. Panda mbegu kwa pesa zako baada ya kutoa zaka. Panda mbegu ya imani. Nawe hutawahi kwenda hospitalini wala kuwa na kesi mahakamani. Biashara yako itapanuka na mashamba yako kuwa na mavuno mengi," Pasta Milala alikuwa amezoea kusema.

Pasta alisimama na kuwasalimia washirika. Akaongea mambo mengi kuhusu kuchaguliwa kwa wazee wa kanisa.

"Mzee wa kanisa anapaswa kuwa mume wa mke mmoja na asiyekuwa mlevi. Naye ni lazima awe wa hekima ya hali ya juu," aliendelea kuzungumzia mambo hayo kwa kirefu. Alipotosheka ndipo alipolipua fataki. "Kanisa sikilizeni tangazo hili: Kutoka leo sisi Kanisa la Roho Mtakatifu hatuna imani na mwenyekiti Mambio kwa sababu ya dhambi na maovu yake. Tutashirikiana naye wakati tu atakapotubu na kusamehewa. Asanteni." Kabla hajaketi watu walianza kunung'unika chini kwa chini.

Mara mzee mmoja akasimama. "Pasta ingekuwa ni bora ungetuambia mwenyekiti alifanya nini? Dhambi aliyotenda ni ipi na ithibati iko wapi? Usituache twaulizana maswali," mzee yule alisema na kuketi.

Pasta Minala alikasirishwa na ujasiri wa mzee yule. Alikuwa akidhani kwamba yake ni kusema tu na kila mtu anyamaze. Jambo hili hakuwahi kuliona tena. Alijikaza kisabuni kutetea hadhi yake kadri ilivyowezekana.

"Yafaa ieleweke kwamba jambo hili lilizungumzwa na wazee katika mkutano wao hapo jana. Haina maana mimi kurudia kuwaambia makosa aliyofanya kwa kuwa yeye mwenyewe atakiri makosa yake," Minala akasema.

Mzee Mambio alisimama kwenye madhabahu na kusema kwa sauti, "Bwana asifiwe! Makosa ni kwa binadamu kwa kuwa wote wamekosea na kupungukiwa na utukufu wa Mungu kama vile Biblia inavyosema. Hata hivyo, mimi sijamkosea mtu yeyote. Kama mimi nimekosa, haki ya kawaida ya mwanadamu inamlazimu anayempata mwengine na makosa kumweleza makosa yake na kumpa nafasi ajitetee. Mimi pia napaswa kusikilizwa. Kuongea na wazee pekee ambao umewanunua ili kutumikia maslahi yako hiyo si haki," watu walishangilia kwa fujo.

"Mzee, kanisa hili ni langu! Mimi ndiye Pasta hapa. Huna ruhusa kupiga siasa zako hapa. Hii ni nyumba ya Mungu. Umekubaliwa kuongea ikiwa unataka kutubu nikuombee Mungu akusamehe," Minala alisema kwa hasira.

"Mimi ni mwanachama wa kanisa hili aliyechangia ujenzi na maendeleo yake. Nina haki kujitetea nikisingiziwa uwongo," Mambio alipaza sauti.

Minala aliposikia hivyo hasira zilimpanda. Akamkimbilia Mambio na kumfunika mdomo kwa mkono wake huku akimsukuma na kumkalisha chini. Waumini waliona kama kwamba viongozi wao wanapigana mbele ya madhabahu. Wakasimama. Kelele ikaanza. Minala alipoona hivyo akatoka polepole akajificha kando ya choo cha kanisa. Akawapigia askari simu.

Kanisani hakukukalika. Waumini walijigawa vikundi viwili. Wafuasi wa pasta na wale wa mwenyekiti. Wakashikana mashati na kutoana nje huku wakiezekana magumi na kung'atana kwa meno. Purukushani iliendelea kwa dakika kadhaa. Walioshindwa kushiriki waliachilia ukemi uliowaamsha siafu waliolala.

Ghafla bin vuu askari ndio hao, waliwasili wakiwa wamejihami kwa zana za kukabiliana na ghasia. Vitoza machozi vilirushwa kila mmoja macho yakajaa ukungu. Mchanganyiko wa machozi na kamasi viliachiliwa kama maanguko ya maji. Kila mtu miguu niponye. Katika harakati za kukimbilia usalama, wengine walikosa mwelekeo. Wakakutana wakielekea mwengine alikotoka. Wakagongana vichwa kwa vichwa, vifua kwa vifua. Mshindo wenyewe ukawafanya kuanguka chali na kugaagaa. Wengine waliruka seng'enge na wengine kukabiliana na askari. Wengine wakakutana na mipini iliyotua popote katika miili yao. Askari mrefu mwenye miwani alisimama akiwa na kipasa sauti.

"Sikilizeni enyi watovu wa nidhamu! Nasema msikilize! Kanisa hili limefungwa ili kudumisha amani. Mkijifundisha kuwa raia wema mtaomba kibali cha kulifungua baada ya kusuluhisha tofauti zenu. Alimpatia mmoja wa askari wake kipasa sauti. Akachomoa sigara akaiwasha na kuivuta kwa kasi kama mtu anayefukuzwa. Aliyavuta mafundo ya moshi na kuyaachilia kwa mfululizo. Wakati huo wale walioumia ndio waliokuwa wakichechemea. Mambio na wafuasi wake watatu, mzee aliyeongea akiwepo, walikuwa wametiwa pingu na kurushwa kwenye karandingala askari.

Habari zilienea kuwa kulikuwa na vita vikali kati ya wafuasi wa askofu Minala na mzee wa kanisa ambaye alitiwa nguvuni pamoja na wafuasi wake watatu.

***

Walipotoka korokoroni Mambio aliitisha kikao na waandishi wa habari. Wakiwa na wafuasi wale wake walitoa taarifa kali.

"Chanzo cha vita katika kanisa letu ni pasta kutumia mali ya kanisa kwa masilahi yake. Kanisa letu lina zahanati, shule, nyumba ya mayatima na miradi mingine. Miradi hii haina faida? Pasta huwakusanya watoto mtaani, akawavisha mademu na kuwaambia wengine wabebe mikongojo ya kutembelea. Wengine wanafunga macho waonekane kama walemavu. Wakipigwa picha zinapelekwa ng'ambo ili kuomba msaada. Anasema watoto hawa ni mayatima. Hata hivyo, watoto wetu ndio wanaohusishwa na wanaposomea katika shule hii tunalipa karo kama shule nyingine.

Tunatoa zaka zetu kila wakati. Nadhani zaka hulipwa ili kumzuia mhubiri asijisumbue kutafuta kazi nyingine. Huyu wetu ana kazi chungu nzima. Wataka kusema kuwa zaka tunazotoa hazimtoshi? Piga hesabu. Watu kumi wakitoa zaka ipasavyo pasta atapata asilimia kumi zaidi ya mishahara yao. Wale wengine ambao sijawahesabu ni ziada yake. Hesabu ziada inayopatikana ukiwa na washirika mia tano wanaofanya kazi. Wajua vizuri kuwa kanisa hili liko mjini ambapo waumini wengi ni wafanyikazi.

Miradi ya kanisa haitusaidii hata kidogo. Sisi wanachama wa kanisa hatupunguziwi bei ya dawa wala matibabu yoyote katika zahanati yetu. Tunalipa kama wagonjwa wengine. Hatuambiwi hii ndiyo faida inayopatikana tupate mgao wa faida kama mashirika mengine yanavyofanya. Yanafaidika katika biashara zao na kuwasaidia wengine wasiojiweza. Hili ni Kanisa la Miujiza na limehusika katika muradi huu wa maji, shirika la simu likadhamini mashindano ya wanafunzi na vilevile kuwajengea shule. Sisi nasi kama Kanisa la

Roho Mtakatifu tumefanyia umma nini? Hata shule za umma si tunabinafsisha?

Kuuliza jambo kama hili ndiyo sababu nikafukuzwa kanisani eti mimi mwenye dhambi. Mambo gani hayazungumziwi watu wakaelewana na aliyefanya dhambi kujua bayana. Kwa nini Pasta ananunua magari kila siku nasi tunaendelea kumaskinika. Uchumi unabagua watu wa kuharibikia? Sisi tumesema Pasta atuoneshe vitabu vya hesabu ya pesa nasi turidhike kila kitu kiko sawa. La sivyo basi tukutane mahakamani. Hayo ndiyo tulikuwa tumewaandalia. Asanteni," Mambio alikamilisha hotuba yake.

Mwandishi mmoja aliuliza, "Katiba ya kanisa inasemaje kuhusu kumpeleka mwanachama mahakamani?"

Katiba imesema mizozo ya kanisani ishughulikiwe kanisani. Lakini ni nani aliyewaita askari waje kuturushia vitoza machozi? Huko ni kusuluhisha mizozo kanisani? Sisi tumekuwa ndani usiku mzima, Aliyetusaliti alikuwa nani? Tutaenda kusuluhishia huko mahakamani. Katiba imetengenezwa makusudi ili iwafaidi wakuu.

Mwandishi mwengine akauliza, "Cheti cha kumiliki ardhi ya kanisa na magari vimeandikishwa kwa majina ya nani?"

Yameandikishwa kwa majina ya Pasta. Wajua vizuri alibadilisha jina asili la kanisa ili kujitenga na matawi yale mengine. Akalifanya kuwa lake. Lakini hili ndilo tunalotaka kubadilisha. Kanisa ndiyo kubwa kuliko mtu. Watu watakuja na kwenda na kuacha kanisa likiwa pale. Mapasta wengine watakuja.

Mkutano ukaisha na kila mmoja akarudi makwao akiwa na hasira. Siku zilizofuata watu waliona maajabu. Watoto hawakuweza kwenda shule kwa kuwa shule ya kanisa ilifungwa. Kanisa lenyewe hakuna aliyehudhuria kwa kuwa kufuli kubwa lilikuwa kwenye lango. Walipofuatilia shamba lilikuwa limeuzwa na pasta kutorokea jijini Vijiweni kuanzisha kanisa jingine.

***

Siku ziliisha na wiki kuisha. Watu waliongea mambo yaliyofanyika kanisani kwa kunongonezana. Labda waliogopa shetani kusikia asije akajivunia kuanguka kwao. Wengine husema mwangaza na giza ni vitu pinzani tangu zamani. Vitu hivi vimetoa ushindani tangu kuumbwa kwa dunia. Vinapishana wakati wote visije kupigana.

Mwanadamu daima alitamani kutembea kwenye nuru. Lakini wakati mwingine nuru imejisitiri kwenye giza nene na kumfanya asiwe na la kufanya ila kutembelea gizani. Mara nyingine nuru ilijitenga naye kama ardhi na mbingu. Wengi wanauliza panaweza kuwa na mwangaza kwenye kiza? La hasha. Giza ni ukosefu wa mwangaza. Mchanganyiko wa mwanga na kiza husababisha kiwi ambacho hupofusha macho. Lakini mwangaza unapotawala kila kitu huwa dhahiri kama mchana.

Giza hujficha mambo. Mambo ambayo kwa kawaida wanadamu hawangeweza kuyafanya kukiwa na mwangaza. Mwanadamu hadiriki kufichua mambo ambayo hufichwa. Mtoto ndiye kiumbe asiyejua lipi lifichwe na gani lifichuliwe. Tabia yake ni kumwaga mtama penye kuku wengi. Hiyo ndiyo asili ya binadamu.

Hekima aliyopata mwanadamu hapo baadaye ameitumia kumwezesha kuficha ukweli. Utaweza kumuona mtu akikudanganya hata bila kupepesa macho. Lakini wahenga husema ukweli ukidhihiri uongo hujitenga. Ukweli uliozua mzozo kwenye Kanisa la Roho Mtakatifu ulikuwa dhahiri. Wakristo hawa hawakuwa na kanisa tena. Iliwapasa kutafuta mahali pengine pa kujisitiri. Walikuwa wamelaghaiwa na mtu waliyemwamini kwa miaka mingi. Mtu waliyemwita kusuluhisha shida zao hata za ndoa zao. Msiri wao aligeuka msiri kama usiku. Watu walishangaa.

Askari waliokuwa wamelinda uwanja wa kanisa walikuwa wameondolewa. Walikuwa wamelinda kanisa kwa wiki mbili. Jumapili zote tatu waumini wa Kanisa la Roho Mtakatifu hawakupata mahali pa kuabudia. Jumapili ya tatu walikusanyika kando ya barabara na kufanya maombi yao. Hawakuweza kuingia kwenye lango la kanisa.

Walipokuwa wakielekea makwao walianza kunong'onezana. "Sisi tulijenga kanisa hili," mmoja wao alisema, Mbona hatuwezi kuabudia huko? Mabati yale ni mimi nilitoa, mimi nilinunua lango lile."

Kukawa na sokomoko. Walivyokuwa wakielekea nyumbani walirudi. Wakatafuta mawe, mitaimbo, nyundo na zana nyingine. Wakabomoa kanisa la mabati walilokuwa wamejenga. Kila mmoja alipeleka kwake nyumbani kile alichodai alichanga.

Hayawi hayawi huwa. Wanaopenda kusema walisema. Siku iliyofuata Minala na Muhindi aliyenunua ploti wakiandamana na askari walitembelea kila nyumba ya memba. Wakikusanya kila kifaa kilichochukuliwa kanisani. Kila aliyechukua mabati alionesha alikoyaweka. Akalazimishwa kuyabeba hadi kwenye uwanja wa kanisa. Hakuna kilichobaki mikononi mwao. Ila ukiwa, upweke, uyatima, mazigazi na maswali yasiyokuwa na majibu. Walikuwa wayajibu wao wenyewe na Mungu wao. Baadhi yao wakawa wageni wa serikali kwa siku kadhaa.

Sura ya Ishirini na Mbili

Msitu wa Mikokoni ulikuwa na miti ya kiasili. Miti yenyewe ilikaribiana na vichaka vikashamiri kati yake. Kim na Ken wavulana mapacha walikuwa kwenye msitu wakitafuta kuni. Mama yao Tana hakuwa na budi kuwatuma. Alikuwa ana kazi nyingi na alihitaji kuni. Walipotosheka kuwa kuni walizotafuta zilitosha, walizificha kwenye nyasi ndefu. Wakaenda kwenye magofu ya Wazungu kuyatazama. Walikuwa wakifahamu kuwa kuna mizimu na majini yaliyokuwa yakilinda majumba hayo mabovu. Hata hivyo, hamu yao ya kutalii ilikuwa sugu na haingekatizwa na maneno waliyoyasikia tu bila kujionea wenyewe.

Majumba yalionekana mazuri ni vile yalikuwa na siku nyingi bila watu. Wazungu walipohama wenyeji waliogopa kuishi kandokando ya msitu. Majini yalipoona hakuna aliyetaka kuyarithi yaliyarithi. Pengine wazungu walipoondoka waliacha majini yao nyuma ili yaweze kuwalindia majumba yao.

Mchwa na wadudu wengine walizifanyia haki mbao za majumba hayo zikaanguka kwa kishindo. Matofali na mitambaa panya vilianguka na maji ya mvua kupenya ndani. Vichaka na miti vilimea ndani ikawa mirefu hata kuliko majumba yenyewe. Aliyetaka kuingia ndani alivyoga vichaka na kuepa miti ili kufika ndani.

Kim na Ken walifurahia kujificha kwenye vichaka vilivyokuwa ndani ya majumba. Hawakuona dalili ya majini yoyote. Chumba kimoja kilionekana kizuri kuliko vingine. Kilikuwa na paa lakini mlango wake ulikuwa umevunjika. Walipotazama chini waliona alama za wanyama fulani waliokanyaga na kuufanya mkondo uliotoka nje na kupotelea ndani ya msitu.

Vijana walishangazwa na jambo hilo. Kim alipendekeza waende nyumbani lakini Ken hakutaka abadan kataani. Kim alisikia nyayo zikikanyaga na kudhania zilikuwa za majini lakini Ken hakusikia chochote. Waliendelea kucheza michezo ya nyani mpaka giza likaingia. Wakakumbuka walikuwa wametumwa na mama yao kwenda kutafuta kuni za kupikia jioni hiyo. Wakaingiwa na woga. Mama yao alikuwa mkali kama pilipili. Angewachapa kwa kutowasilisha kuni kwa wakati unaofaa.

"Ken! Tuko taabani," Kim alimaka.

"Usiwe na wasiwasi Kim. Tucheze mara nyingine moja tu," Ken alipendekeza.

"Giza limeingia na mama anangojea kuni za kupikia. Tafadhali tukimbie nyumbani kabla ya majini kuwasili," Kim alisihi.

Alipoona ndugu yake anaendelea kucheza alitimua mbio kuelekea walikoficha kuni. Kim alitafuta bila mafanikio. Ken naye aliwasili na kumsaidia kuzitafuta kuni. Hazikuwako. Pengine walisahau walipoficha au majini yalikuwa yamezichukua. Waliwaza.

Mara waliona vivuli vitano vikipita huku vinaandamana unyounyo. Wakasikia vikinong'onezana. Vilifuata mkondo ule hadi kwenye mahame yale. Vikaingia kwenye gofu walimokuwa Kim na Ken. Vijana waliachwa wamepigwa na butwaa.

Kim alitimua mbio kadri miguu yake ilivyoweza. Alipoangalia nyuma hakumuona Ken. Alikuwa amemuacha kwa mbali. Alikimbia hadi nyumbani huku akihema. Alipomwangalia mama yake hakusema kitu. Aliangua kilio kisichomithilika.

"Yuko wapi Ken?" Tana aliuliza kwa hamaki. Kim alinyamaza kama bubu.

"Nakuuliza nduguyo yuko wapi?" Tana aliendelea kuuliza.

"Nimemuacha msituni," Kim alijibu huku akitetemeka kama unyasi kwenye upepo mkali.

"Kwa nini umemuacha zumbukuku wewe? Na kuni ziko wapi?" Tana aliendelea.

"Tulikuwa tukitafuta tulipoziacha kuni ndipo majini yakajitokeza. Mimi nimefanikiwa kutoroka. Sijui kwa nini Ken hakunifuata. Huenda ametekwa na majini," Kim alifaulu kuongea.

Tana kusikia hivyo aliachilia unyende uliofanya mwangwi ulioishia msituni. Akalia kilio cha kuogofya.

Usiku huo Tana hakupata hata lepe la usingizi. Ripoti ya Kim kuwa kulikuwa na majini kwenye magofu ya Wazungu ilimkumbusha maneno aliyosikia. Alikuwa ameelezewa hapo awali kuwa watu wengi wamepotelea msituni baada ya kutekwa na majini. Yawezekana majini haya yamemchukua Ken. Msituni pia kulikuwa na wanyama wa porini na nyoka wakali.

Walizunguka msituni kumtafuta bila mafanikio. Walipochoka walirudi nyumbani kwa masikitiko. Tana aliwapenda wanawe kwa dhati. Walikuwa wamemliwaza baada ya kurudia hali ya kawaida kutoka mjini. Hakutaka kukumbuka maisha yake ya hapo awali. Alitaka kuyazika katika kaburi la sahau. Alilia, akalia asipate wa kumliwaza.

Usiku wa manane Tana alipokea simu ya kumjulisha kuwa mtoto wake amepatikana. Aliruka juu kwa furaha belele. Labda alikimbilia kufurahi bila kutarajia mengine aliyoambiwa.

"Ngoja kidogo dada," Mwanamume aliyepiga simu alisema. Tunataka kiokosi kutoka kwako. Elfu mia mbili. Usiwaambie askari. Ukifanya hivyo umemchimbia mwanao kaburi. Weka pesa kwenye karatasi nyeusi ya plastiki urushe kwenye magofu ya Wazungu," Sauti nzito ya mwanaume ilisema.

Tana hakuamini masikio yake. Hawa ni watu au ni majini ya magofuni? Aliwaza katikati ya kilio kisichokuwa na mfano.

Tana alipotulia kidogo, alimkumbuka askari mmoja ambaye alidhani angemwokolea jahazi. Hakuwa na kiasi hiki cha pesa na alipiga moyo konde liwalo na liwe. Alichukua simu na kumpigia mumewe aliyekuwa dereva wa lori mjini Pango. Simu ya pili akampigia askari wa kituo cha kati ambaye alijuana naye kwa muda mrefu akiwa mjini Bandarini. Mpaka asubuhi hakuwa na suluhisho. Saa moja kamili kasoro dakika kumi hivi, mumewe Tana alifika. Alikuwa amejihami kwa shilingi laki mbili ndani ya karatasi nyeusi ya plastiki. Baada ya kumjulia hali Tana, alikimbia magofuni na kuirusha karatasi ile. Saa mbili kamili June na wenzake walikuwa washafika huku wamevaa mavazi ya raia. Baada ya mazungumzo mafupi Koplo na watu wake walielekea msituni kujaribu bahati yao.

***

Karuma Bar haikuwa mbali sana na katikati ya mji wa Pango. Baa hii haikuwa ya watu wa tabaka la juu. Ilikuwa ya watu wa kiwango cha katikati hasa wafanyikazi wa kawaida. Ungeitembelea mwisho wa mwezi hungepata mahali pa kukaa. Wafanyikazi wa serikali na walimu walikuwa wakiufanyia haki mshahara wao kabla ya majukumu mengine kuwalemaza. Ungeenda kule katikati ya mwezi au mwishomwisho ungekuta viti vitupu. Wateja walifika mmoja mmoja mara nyingi wale wenye biashara zao. Baa hii ilikuwa mahali pazuri sana pa kukutania na kuzungumza faraghani bila kelele nyingi.

Inspekta Macho aliketi kwenye ukumbi mdogo ambao haukuwa na wateja wengi. Alikuwa akimumunya kwa taratibu bia ya Tusker kubwa. Alichukua gazeti la *Mtangazaji* akalifungua. Alilipitiapitia akisoma vichwa vya habari pekee. Alipofika kwenye ukurasa fulani alisita kuendelea. Akasoma kwa makini na kutikisa kichwa chake. Akaachilia tabasamu.

Askari waua wezi wa nyeti

Askari mjini Pango wakiongozwa na koplo mwanamke waliwafumania majambazi sita waliokuwa na bunduki kali. Wezi hao walikuwa tayari wamemuua mvulana wa miaka kumi na kumkata sehemu za siri. Majambazi watatu waliuawa na wengine wawili kukamatwa. Mwengine mmoja ambaye alikuwa na bunduki alifanikiwa kutoroka. Askari wangali wanamsaka. Wametoa wito kuwa atakayemuona mtu mwenye majeraha ya risasi aripoti kwenye kituo cha askari kilicho karibu naye.

"*Yes we got them!*" Inspekta alijisemea moyoni. Alikuwa amewatuma askari kwenye shambulizi hilo. Koplo June ndiye aliyetumwa kushambulia. Alikuwa amefanya uchunguzi wa kina. Akawafuata watu hao kwa muda mrefu. Ndipo akaja kuwafumania.

Inspekta Macho alitoa sigara na kuiwasha. Akaivuta huku akiwa mwingi wa mawazo. Alitazama picha kubwa iliyochorwa kwenye kiambaza cha ukumbi ule. Ikateka mawazo yake. Ilimwonesha mwanamume mmoja ambaye alikuwa akikata mti mkubwa uliokuwa kando ya mto mkubwa wenye mamba. Ulipokuwa karibu kuanguka simba akatokea akinguruma kwa ukali tayari kumshambulia. Mtu yule akaamua kukwea juu zaidi mtini. Alipofika kwenye panda alitazama alipotaka kushika. Nyoka mkubwa alikuwa amemkodolea macho kwa ukali huku ameutoa ulimi nje. Jamaa yule aliteleza mahali alipokuwa amekanyaga. Akajishikilia tu kwa mikono yake huku amening'inia karibu kuanguka mtoni. Alipoangalia chini mtoni aliona mamba amepanua kinywa chake akimsubiri aangukeili amle.

Alijaribu kulinganisha kisa hicho na kuviziwa kwa majambazi na askari wake. Akawaza. Watu hawa walikuwa wametusumbua kwa muda mrefu. Kweli siku za mwizi ni arubaini. Tazama vile walivyozingirwa kama jamaa aliyechorwa kwenye picha hii. Wazungu wanasema ni katikati ya jiwe na kitu yabisi. Alipokuwa amezama kwenye mawazo alinusa harufu ya mtu akiingia kwenye ukumbi ule. Kwa haraka aliichomoa bastola yake. Akamwelekeza.

"He he he! Inspekta hii ndiyo njia ya kumsalimia mkubwa?" Mhila aliuliza kwa dharau.

"Wacha Inspekta! Sina ubaya, nimekuja kwa amani."

Sauti nzito ya mzee wa takriban miaka hamsini na tano hivi. Mvi zilikuwa zinaanza kuota. Zikaota kwenye ncha ya nywele chache. Zikazunguka kutoka kichwa kizima na kuufanya mstari. Ilionekana kana kwamba alizipaka rangi katikati baada ya upara akaacha mduara upande. Alikuwa mfupi lakini mwenye nguvu. Mweusi wa rangi na uso uliokuwa na matuta ya chunusi. Alicheka kwa simango na kejeli.

Kuona ni nani Inspekta Macho alirudisha bastola yake kiunoni. Akampa mkono mtu yule. Wakasalimiana.

"Karibu ukae Mstahiki," Macho alimwambia huku akimwashiria kiti.

"Utakunywa nini? Macho aliuliza.

"Haina haja Inspekta. Haina haja. Starehe ni siku nyingine," Mhila alisema huku akionesha wasiwasi.

"Sitaki kuzunguka hapa na pale na kupoteza muda. Nitagonga ndipo. Tumejuana nawe kwa muda mrefu sasa. Unafahamu kuwa eneo hili ni langu mimi nikiwa diwani. Mimi nalitetea ndani na nje ya baraza la manispaa. Mimi naliletea maendeleo. Usidhani kuwa maendeleo yanakuja yenyewe.

Wapasa kujua kuwa mtu hula anapofanyia kazi. Wewe hula kwenye kazi yako na sijakuzuia. Lakini hivi karibuni unatuwinda kama simba awindavyo paa. Sijui utapata nini ukituzuia kula. Utakuwa joka la mdimu ambalo ndimu si chakula chake. Analinda ndimu mpaka zinaozea kwenye mti. Juzi umewaua walinzi wangu na wengine ukawakamata. Walio kwenye biashara za matatu hamtaki kuwaona. Nyinyi mwataka nini? Kwa nini husemi tukakusikia?" Mhila aliuliza.

Mhila alifululiza mambo. Hakumwacha Macho kufanya jambo wala kujibu. Akamwita mmoja wa walinzi wake aliyekuwa nje.

"Sijakuelewa unasema nini," Macho akasema.

"Usijitie kujua Inspekta," Mhila akasema huku akisimama.

Mlinzi wake akaja huku amebeba sanduku jeusi. Akampatia Mhila. Mhila akalifungua na kulitua juu ya meza. Manoti yalikuwa yamejaa kwa mpango wa kupendeza. Macho alikuwa ameona mambo lakini hakuwa amewahi kuona kiasi kikubwa cha dola za kimarekani kama zile. Akaangema. Hata hivyo, alijikaza kuzuia asionekane wazi eti kashangaa.

"Hii ni zawadi yako. Lakini hupewi zawadi bure. Utatufanyia jambo fulani. Utafunga macho. Usipofunga ujifanye huoni. Sisi hatutaingilia kazi yako. Mwachilie huru mlinzi wangu na useme hakufanya kitu," Mhila aliendelea kusema.

"Tuko pamoja au sio?" Mhila alisaili.

"Mstahiki leo umenishtua kweli. Haya ni mambo niliyokuwa nikifikiria. Sikuwa na uhakika nayo. Lakini kwa nini unafikiria kuwa askari hawana hiari. Mbona unatudharau namna hii? Wacha nikwambie ndugu yangu. Usidhani kuwa pesa ni kila kitu," Macho alisema huku akijizuia kupandwa na kiruu.

"Usipokuwa nasi utajuta Inspekta. Hata ukifanya kazi miaka kumi hutapata kiasi hiki cha pesa, usiwe mjinga ndugu yangu," Mhila alisisitiza.

"Tafadhali chukua pesa zako na uende kabla sijakuchukulia hatua kali," Macho alijasiri.

"Fikiria kabla ya kusema ndugu yangu. Huwezi kunifanya chochote. Wewe u peke yako nami nina watu wangu. Ukizua fujo ni wewe utaumia. Fahamu kuwa mimi ndiye meya. Najuana na waziri naye atanipeleka kwa Mkubwa. Utakachosema hakuna atakayekusikiliza," Mhila aliendelea.

"Sitaki pesa zako. Nenda zako. Unapotoka utazame pale mlangoni. Unaona vijana wale? Ni askari wangu. Wako tayari kushambulia nitakapowaamuru," Macho alisema.

"Nimeenda lakini kumbuka utajuta. Utakufa bila kuona pesa kama hizi kwa macho yako, ukibadilisha nia unipigie simu," Mhila alisema huku akichukua mkoba wake. Akaufunga na kutokomea mbali. Macho alibaki ameduwaa.

"Wanadamu ni wa kushangaza. Huyu ni yule aliyekuwa mgeni wa heshima katika sherehe ya kumtuza Koplo June? Siku ambayo tulisemezana kuhusu mchango wa raia katika usalama wao? Si hata yeye anahitaji usalama? Dunia haiishi vituko." Macho aliwaza.

Alikumbuka kisa cha juzi ambacho kilikuwa tofauti kabisa na hiki. Wananchi kadhaa walikuwa wamemkamata mwanamume fulani na kumwasilisha kwenye Kituo cha Askari cha Kati. Wakasema kuwa walimshuku kuhusu kupotea kwa mwanamume wa miaka ishirini na tano hivi. Baada ya kuhojiwa kwa siku mbili alikubali kuwa alifahamu alikokuwa mtu huyo. Macho na askari wake waliandamana naye hadi kwenye kinamasi katikati ya msitu wa Mikokoni. Baada ya kutafuta kwa muda walipata maiti yake ndani ya gunia. Haikuwa na sehemu za siri ulimi na moyo. Walipomhoji zaidi aliwaambia kuwa alikunywa damu ya marehemu na kula moyo wake. Ulimi na sehemu za siri alimuuzia mganga mmoja maarufu kule Mikokoni. Ulimwengu umepasuka. Aliwaza Inspekta Macho. Ghafla bin vuu aliinuka na kwenda kwenye kaunta, akalipa na kwenda zake.

***

Licha ya kukaa na Stone kwa muda wa mwongo mmoja, Tamara hakujua kazi yake halisi. Wakati mwingine alimuona akiwa dereva wa teksi au matatu. Wakati mwingine akawa manamba. Kuna wakati alikuwa mlinzi wa Meya Mhila. Alikuwa akimudu kila kazi aliyopewa.

Wakati mwingine Stone alikuja amelewa, akalala fofofo. Kuna wakati alikuja usiku wa manane akiwa amechoka hoi bin tiki. Tamara hakulalamika. Alifahamu barabara kuwa akilalamika huenda akamtoroka. Alikuwa akihitaji chakula ambacho kilikuwa haba. Stone alimpatia pesa ambazo alitumia kukidhi mahitaji yao.

Tangu siku ile msichana mmoja alipomtafuta Stone asubuhi, Tamara hakupata kumuona tena. Alikuwa na mambo chungu nzima ya kumwuliza hasa kuhusu alivyotumwa na mganga. Hata hivyo haikuwa mara ya kwanza kwa Stone kutoroka nyumbani. Kuna wakati Tamara alimkosa kwa mwaka mzima. Alikuwa akisikia kuwa ameonekana hapa na pale. Aliamini kuwa wametengana kabisa. Hakujiwa na wazo kuwa huenda wakarudiana. Alifahamu kuwa hawakuwa na mkataba. Walikuwa na muungano wa kusikilizana. Muungano wa nipe nikupe na nikikosa cha kukupa nawe usinipe.

Tamara aliamini safari huanzia kwa hatua moja. Kwa hivyo hatua ya ndoa ingefika na rafiki yake akakubali wakae kama mume na mke. Hata hivyo, jambo hili halikutimia. Waliishi maisha ya kuviziana. Kilichomhuzunisha Tamara ni kuwa, Stone hakutaka kumkuta mwanaume mwengine akimzungumzia. Alikuwa na wivu usio na kifani. Angekuta mtu, wangekorofishana na mara nyingine kukatokea vita. Vita hivi havikuishia katika hali ya kupendeza. Stone alikuwa amezoea vita. Aliishia kumuumiza waliyepigana naye. Wakati mwingine mapanga na sime vikatumika.

Tamara alichoka kumngojea Stone. Akataka kumtafuta mwanamume mwengine kuziba nafasi yake. Jambo hili alilishughulikia kwa hali na mali lakini hakufaulu. Uzee ulikuwa umemwingia na wanaume waliotaka mwanamke wa rika lake ni walevi wasio na be wala te. Alipokosa mtu aliyemtaka, alisalimu amri. Akaendelea na kazi zake za kijungu jiko. Akauza makaa, pombe na wakati mwingine mihadarati. Meya alipokuwa na sherehe walipiga kambi kwake ili kupata mlo.

Jioni moja, Tamara alikuwa amekosa chakula kwa siku mbili. Alikuwa ametumia vibaya pesa ambazo angenunulia makaa ya kuuza au bidhaa nyingine alipompelekea mganga. Akajilaza kitandani kungojea kifo. Akazama kwenye bahari ya mawazo. Kwa nini maisha yakawa magumu hivi? Kwa nini watu wengine wakafanikiwa baada ya kufanya jambo ndogo tu nao wengine wakalifanya maisha yao yote na kukosa kufanikiwa?

Alikumbuka vile mhubiri mmoja alivyokuwa akisema. *Usidharau maskini ukawaona kama watu wajinga. Huenda wao hawakupata nafasi.* Kama yeye hakupata nafasi yoyote kwenye orodha ya watu waliotakiwa kufaulu. Alikuwa akipata masazo kutoka kwa watu wengine. Akachora picha katika mawazo yake. Picha ya kikombe kikiwa ndani ya sufuria. Mtu akaja kujaza maji kwenye kikombe. Sufuria ilipata maji kikombe kilipojaa. Alijiona kuwa yeye alikuwa ndani ya sufuria. Alipata maji baada ya waliokuwa kikombeni kukata kiu chao.

Tamara alishtuka alipousikia mgoto mlangoni. Hakuamini kuwa mtu yeyote angetaka kumuona wakati ule. Majirani walikuwa wanafurahia kuanguka kwa biashara yake. Hawangethubutu kubisha kwake. Labda wakitaka kujua iwapo amekufa au angali hai. Alijizoa polepole na kuelekea mlangoni.

Nani aliyesimama mlangoni? Hiki kilikuwa kitendawili kilichoshindwa kuteguliwa na ambacho mji wa kukitegua haukupatikana kwenye mawazo ya Tamara. Stone alikuwa amesimama mlangoni huku kashikilia ukuta kwa mkono wake wa kushoto. Kwenye mkono wake wa kulia alikuwa ameshikilia bastola pamoja na karatasi nyeusi ya plastiki. Alikuwa akihema kama mbwa aliyeangaziwa na jua la kiangazi. Damu ikimtoka puani, mdomoni na masikioni. Aliposimama tayari kulikuwa na dimbwi la damu.

Mlango ukafunguliwa. Tamara karibu aachilie ukemi alipomwona. Stone alimwashiria asiseme kitu. Akajikaza kuingia akichuchumaa huku amejishikilia goti la kulia.

"Nani kakufanya hivi? Umegongwa na lori au umejiangusha kutoka ghorofani?" Tamara aliuliza huku ameyatoa macho pima na kuupanua mdomo kama mtu aliyemuona shetani.

"Tafadhali usiulize maswali. Nipatie maji ninywe, mengine nitakuelezea baadaye," Stone alisema kwa kujilazimisha.

Tamara alikuwa ameona mengi. Maisha yake ya mjini yalikuwa yamemfunza mambo mengi. Mtu anapokuomba kitu mpatie kama unacho. Huenda ukabaki kujuta kwa nini hukumpatia. Labda ni mara yake ya mwisho. Mtungi wa maji ulikuwa pembeni pa nyumba. Tamara alichukua kata akachota maji na kuyatia kwenye kikombe cha plastiki, akampatia Stone. Akayanywa kwa shida. Akampatia kibago akalie. Akachemsha maji. Akamwosha. Akachoma majeraha kwa kitambaa kilicholowekwa kwenye maji moto. Akamkanda mwili kwa mafuta ya samli huku akilia na kuguna. Akafunga kwa kipande cha leso jeraha la risasi lililokuwa kwenye paja lake la kushoto. Damu iliyokuwa ikitiririka ikapusa. Akamlaza kitandani.

"Fungua hiyo karatasi. Utakachopata ficha vizuri. Utahitaji siku za baadaye. Nunua unachotaka. Stone alisema katikati ya kilio na kuguna.

Tamara alipigwa na nyota ya jaha. Angeenda mochari kununua alichoitishwa na mganga. Hii ni kwa sababu hakutaka kugunduliwa na Stone. Nyingine, angenunua dawa na kumtunza Stone hadi atakapopona. Kwenye karatasi ya plastiki kulikuwa na laki moja pesa taslimu.

Tamara hajapata kushuhudia jambo kama lile. Kulala kwenye nyumba moja na mtu mwenye bastola! Labda hakuwa na habari kuwa haikuwa siku ya kwanza kwa Stone kuwa na bunduki chumbani mle. Aliweza kuificha vizuri Tamara asiione.

Stone alipopona alitoka na kwenda zake. Hadi leo Tamara hajapata kumuona. Kuna watu waliomwambia kuwa alitorokea nchi jirani na wengine kumwambia kuwa alishikwa na askari. Wengine wakasema aligongwa na gari. Tamara hakujua amwamini nani.

Sura ya Ishirini na Tatu

Koplo June alipohamishwa kwenda kwenye kitengo cha trafiki hakufurahia jambo hilo. Inspekta Macho alikuwa akimwonea. Mbona alimtoa kwenye ofisi yake baada ya kufanya kazi ya maana ya kumkamata yule mshirikina na kuwaua wezi wa nyeti? Yaonekana kuna mkono wa mtu mwengine. Mbona walimwachilia huru hata bila kumfungulia mashtaka mzee yule? Hakuamini maelezo yaliyotolewa na Inspekta kuhusu kuachiliwa kwake. Macho ni wangu awe ameoa au la. Anitupe mbali na yeye au akose. Nampenda. Namtaka. Asije akadhani ataepuka wavu wangu. June akawaza.

June alikuwa amekosana na mkubwa wake kwa jambo fulani. Alikuwa amekusudia kuiacha kazi lakini akachelea kufanya hivyo. Kusimama barabarani mchana kutwa huku jua likikuchoma na upepo usiokuwa na huruma kukuambukiza nyumonia ni jambo lisilopendeza. Askari hao walisemekana kukaa usiku kucha huku wakisimamisha magari na kuyakagua.

Kwenye msitu kama wa Mikokoni kulikuwa na wawindaji haramu waliokuwa wakiwasaka tembo na vifaru. Pembe zao zilikuwa zikiuza kama sambusa moto katika nchi za Uarabuni,Uchina na Afrika Kusini. Wasasi hawa walikuwa hatari kwa usalama wa askari hasa nyakati za usiku. Walijulikana kuwashambulia walinda usalama kwa bunduki zao za kisasa na magruneti ya kurusha kwa mkono. Wakati mwingine, walichoma kichaka kuwachanganya mawazo askari ili wapate nafasi ya kutoroka.

Msitu huu ulipakana na msitu wa Jabarini uliokuwa na mashamba makubwa ya bangi. Wenye mashamba haya walikuwa wakisafirisha bidhaa zao usiku wa manane. Magari yao ya fahari yaliwachanganyisha akili askari wa barabarani wakadhani kwamba ni raia waaminifu na kuwaruhusu kupita. Vilevile, kiasi kikubwa cha pesa walizotoa kununua uhuru wao walipogunduliwa kiliufanya usafiri wao usiwe na mushkeli.

Konstebo Mathanje ndiye aliyekuwa askari mwenza mpya wa Koplo June. Yeye alikuwa askari mkakamavu, mwenye urefu wa mlingoti na mweusi tititi. Alikuwa maarufu sana katika barabara ya Mikokoni. Madereva wengi na manamba wao walimwogopa sana. Walipomkuta barabarani walimjulia hali kwa heshima na taadhima. Ilikuwa ni muhimu kudhihirisha heshima yao kwa askari aliyejitolea. Hakuchelea kuwatia mbaroni waliokiuka sheria za barabarani kwa mfano kuwa na abiria kupita kiasi, kuwa na magari yasiyokuwa na vidhibiti mwendo au mikanda ya usalama na kutokuwa na vibali mbalimbali kama vile bima na ithibati ya gari kukaguliwa. Ukali wake uliwafanya madereva kufanya juu chini ili kuwa marafiki naye. Baada ya muda wa siku kadhaa walifaulu.

Siku hiyo ilikaribishwa kwa nyimbo tamutamu na ndege walioifurahia. Huenda ingeleta bahati njema kwenye maisha yao yaliyogubikwa kwa woga wa miaka na mikaka. Nyuni asipowindwa na kipanga, nyoka na wanadamu walimkodolea macho. Nyimbo ziliweza kuwaondolea fikira za woga na kuwaletea uchangamfu wa ajabu huku wakimhusisha muumba wao kwenye mipango ya usalama wao.

June alijitayarisha kama kawaida. Alirauka majogoo akavaa mavazi yake ya michezo na kuzunguka barabarani kwa dakika hamsini kama alivyozoea ili kunyoosha viungo. Baadaye alirejea kwenye chumba chake akaoga na kuzivaa sare zake za kazi zilizopigwa pasi zikanyooka twaa. Alivaa viatu vyake vilivyopigwa rangi na kupigwa msasa kwa kitambaa cha hariri. Vilimetameta metumetu na kuwa kioo cha kujitazamia. Alistaftahi na kwenda moja kwa moja hadi ofisini kupewa kazi ya siku hiyo.

Saa moja unusu, June alitia sahihi kwenye sajili ya kazini kuonesha wakati kila mmoja alipofika kazini. Alipewa askari aliyezoea gange za trafiki na gari aina ya *landkrusa* lililoendeshwa na Sajini Murima. Alipowashusha mahali pao pa kazi kule msituni, Murima alirudisha gari kwenye stesheni ya Kati ili kuhusika kwenye kazi nyingine.

June hakuwa amezoeana na Mathanje. Alikuwa akimuona tu katika pilikapilika za hapa na pale kwenye stesheni. Hata hivyo, askari waliopokea mafunzo sawa kwenye chuo kile kile walikuwa kama Waswahili waliojuana kwa vilemba. Wao walielewana kwa kutumia uzoefu wao kazini wa kutatua shida iliyoibuka kwa mtazamo mmoja waliousoma. Kwa hivyo, haikuchukua muda kuelewana. Walifanya kazi kwa moyo mmoja na akili zilizokomazwa na kazi ngumu ya askari.

Kazi ya uaskari haikuwa rahisi. Ilikuwa kazi iliyomulikwa na watu chungu nzima wa siri. Waandishi wa habari wa runinga na magazeti walijulikana kuwavizia askari na kuwapiga picha za video wakiwa katika harakati za kuzunguka mbuyu. Wakati mwingine waliwanasa kisiri wakiwatesa washukiwa na kuwadhulumu.

Makachero wa shirika la kupambana na ufisadi vilevile hawakuachwa nyuma. Walijificha msituni na wakati mwingine kupanda kwenye miti mirefu ili kuwafumania askari wakipokea hongo. Wakuu wa kikosi pia walitembea hapa na pale kukagua kazi ya wadogo wao ilivyokuwa ikiendelea. Inspekta Macho alikuwa akijulikana sana kwa kusafiria kwenye daladala akiwa amevaa mavazi ya raia ili kukagua utendakazi wa askari wake. Hata hivyo, macho ya chura hayawazuii tembo kunywa maji. Wa kale walisema.

Walipozoeana Konstebo Mathanje na Koplo June walifanya kazi bila kiwewe. Mathanje alikuwa mstaarabu aliyejibebea maji aliyonunua kwa kibuyu cha plastiki. Jua lilipochoma utosini , maji haya yalimpunguzia joto na kumwondolea kiu. Alivyoendelea kuyanywa, ndivyo macho yake yalivyoendelea kukolea wekundu. Mara kwa mara aliomba kwenda zake kichakani labda haja ya dharura ilimwalika. Alimwacha June pale kandokando ya barabara huku akiendelea na kazi. Baada ya muda mfupi angerejea akitabasamu. June hakuwa na wasiwasi kwa kuwa kazi waliyokuwa wakifanya haikuwa ngumu kumshinda. Walifurahia.

Ilikuwa saa tisa hivi June alipomngojea Mathanje kwa muda usiokuwa wa kawaida. Kulingana na mafunzo waliyopokea kila askari ni mlinzi wa mwenzake. Alianza kuwa na wasiwasi. Alipenya kwenye kichaka akifuata mkondo. Kabla ya kwenda kitalifa kirefu, alichokiona kilimshtua. Mathanje alikuwa taabani. Pandikizi la chatu lilikuwa limemzingira na kumgugumia hadi kiunoni.

Alikuwa amepiga kamsa bila mafanikio. Huenda mngurumo wa magari ulimfanya June asiweze kusikia. Alikuwa ameishiwa na nguvu akatulia tuli. Hakuwa na nguvu za kupambana. June bila kujua anafanyaje alipandwa na kiruu kama mwehu na kummiminia chatu yule risasi hadi chemba ya risasi ikaisha. Chatu yule akafa polepole huku akimtapika Mathanje. Alikuwa hoi bin mahututi.

Koplo June alipiga simu kwenye kituo chao cha askari. Akajaribu kumfanyia mgonjwa gangaganga bila mafanikio. Alikuwa amezirai. Aliposhindwa kumfufua June alisimamisha daladala moja tayari kumpeleka hospitalini.

Pindi si pindi Inspekta Macho alikuwa keshawasili. Murima aliegesha gari kandokando ya barabara. Wakatoka na kuwasiliana na June aliyekuwa kwenye matatu. Waliagana kuonana baadaye matatu ikaelekea kwenye hospitali kuu ya Pango. Inspekta alipenya kwenye kichaka kuona kilichotendeka. Pale alikuta joka kubwa lililomkodolea macho huku limepanua kinywa. Lilikuwa tayari lishakata roho.

Watu tayari walikuwa wamegundua kulikuwa na jambo. Halaiki kubwa ilikuwa imekusanyika kandokando ya joka lile. Alipotazama kwa makini Inspekta Macho alishangazwa na urefu wa joka lile. Hazingepungua futi kumi na kitu kulingana na ujuzi wake wa kiaskari. Alitia mkono mfukoni na kuchomoa pakiti ya sigara na kuitia moja mdomoni. Aliiwasha na kuivuta kwa nguvu. Aliachilia moshi uliopanda kwa mbwembwe na madoido.

Murima alimzunguka chatu yule huku akitazamatazama. Watu waliokuwa wamemzunguka walitazama upande fulani naye akawafuata kwa macho yake. Kandokando ya joka kulikuwa na kibuyu cha maji. Mbele yake, mabarobaro kadhaa walikuwa wakipigania mkebe ulioshika kutu. Katika kuupigania mkebe ule ulianguka na kufunuka.

Manoti ya shilingi hamsinihamsini yalitapakaa miguuni mwao. Wote walisukumana na kupigana miereka wakiziokota.

Murima alipofika pale hakukuta chochote. Alishangazwa na jinsi walivyotulia kana kwamba hakuna kilichotendeka. Hakuwauliza walichokuwa wakifanya wala kumwambia yeyote alichokiona. Labda, alikumbuka yaliyokuwa yakisemwa kuwa mkondo wa chatu ulionesha hali halisi ya nchi. Ukipata mahindi, maharagwe, wimbi, mawele kungekuwa na mavuno ya kutosha. Huenda kupatikana kwa manoti ni ishara ya kuimarika kwa hali ya uchumi nchini Mwambani.

Baada ya kumaliza udadisi wao, waliingia garini na kurejea kwenye kituo cha Kati. Baadaye walimtembelea Mathanje katika wodi ya saba hospitali kuu ya Pango. Walimkuta bado hajaamka. Alikuwa kwenye usingizi wa pono. Daktari aliwaambia kuwa alikuwa amevunjika miguu yake na mbavu kadhaa. Waliposikia hivyo walimtakia kupona haraka na kwenda zao.

***

Habari za kuuawa kwa joka kubwa lililokuwa limemmeza askari zilienea kama moto kwenye kichaka kikavu. Zilipomfikia mzee Hofu alishtuka sana. Alihofia kuuawa kwa mojawapo wa chatu wake aliotumia kutabiria watu na kuwatibu. Alikuwa anamwachilia kwenda Mikokoni kujitafutia lishe wakati mwingine. Mkondo wake ulikuwa ukionekana vizuri siku zote. Alishangaa ni vipi alivyofika karibu na lami. Ili kuelewa zaidi kilichotokea, Hofu alijihami kwa silaha kali na kuelekea kwenye zizi lake la nyoka.

Alishika njia ya kuelekea Mikokoni. Alipofika kwenye ubao wa maonesho ya kilimo, aliacha njia panda na kuingia msituni. Kabla ya muda usiomruhusu jogoo kuwika, alikuwa keshafika. Alimuita mlinzi wake ambaye alikuwa amelala. Baada ya kujuliana hali walikagua zizi la majoka huku wakizihesabu. Alichohofia kilikuwa kimetendeka. Chatu mtakatifu hakuwapo. Alipiga mluzi kumwita bila mafanikio.

Alipoambulia nunge alitimua mbio hadi mahali aliposikia joka limeuliwa. Aliona mahali palipokanyagwa na watu pakabaki vumbi tupu. Kiumbe aliyekuwa akimtafuta hakuwako. Watu wasiojulikana walikuwa wamemchinja na kubeba nyama yake. Pale palikuwa na kichwa na mkia pekee. Alibeba alichopata na kupeleka kilingeni.

Jambo hili lilimkasirisha sana Hofu. Alijaribu kufikiria ni vipi chatu wake alivyouawa akakosa jibu. Alifikiria mtu mmoja aliyemchukia. Pasta Fadhila wa Kanisa la Miujiza. Alimwelekezea lawama zote. Kweli mbaazi ukikosa kuzaa husingizia jua. Alidai kuwa maombi yake yalikuwa yametatiza pakubwa biashara zake. Huenda ndiye aliyemchanganyisha akili chatu wake. Alikuwa ameishi na watu tangu azaliwe. Ni vipi alivyojaribu kummeza mtu? Hofu alijiuliza moyoni.

Hofu alihuzunika kwa wiki nzima. Hasara aliyopata kwa kumpoteza chatu wake haingekadiriwa. Alimchukia zaidi Fadhila kwa kuingilia kazi yake. Aliapa kumtafuta na kulipiza kisasi. Angemrushia upofu asiweze kuona tena.

Si Hofu pekee aliyekuwa na mpango maalum. Barobaro waliokula nyama ya chatu walipandwa na madadi. Utamu wa nyama yake uliwapelekea kudadisi alikotoka. Walifahamishwa kuwa mganga maarufu alikuwa amewafuga nyoka lukuki. Walikusanyika wakajihami kwa silaha kali hadi kwenye zizi la nyoka. Walimshika mlinzi na kumfunga ndi. Waliwashambulia nyoka wale kwa hasira. Nyoka wanne waliangushwa siku hiyo.

Inspekta Macho aliposikia habari za kuuawa kwa nyoka wengine, alimaka. Hakuwa na habari kwamba nyoka aliyeuawa hapo awali alikuwa amefugwa na mtu. Alidhania alikuwa nyoka wa kawaida wa msituni. Alimuita Murima wakaketi huku wakinywa kahawa na kuongelea jambo hilo. Walipiga gumzo kwa muda mrefu bila kupata ufumbuzi wa fumbo hilo.

***

Babake Haiba, Haruni Tukae aliaga dunia yapata mwaka mmoja uliyopita. Mkasa uliingia tena kwenye nyumba yake. Mkewe Tukae naye aliaga dunia. Katika kijiji cha Ghubani kulikuwa na huzuni kubwa kupoteza mke na mumewe katika muda mfupi hivyo.

Wanakijiji walikuwa wameshangazwa na vifo hivi. Mkewe Tukae hakuwa na ugonjwa. Alikuwa mwanamke wa makamo aliyekuwa mcheshi siku zote. Alimpenda kila mtu. Aliongea na yeyote aliyemtegea sikio na kufurahia. Jambo lililowashangaza watu wengi ni kuwa, alianguka kwenye bafu akioga. Alipopelekwa hospitalini hakupatikana na maradhi yoyote. Akapatiwa vidonge na kuruhusiwa kwenda nyumbani. Kabla ya kufika nyumbani alizidiwa. Akayatoa macho pima na povu kumtoka mdomoni, masikioni na puani. Kabla ya kufika hospitalini alikuwa keshakata roho.

Daktari walidai kwamba huenda alikuwa na ugonjwa wa moyo. Lakini ni ugonjwa upi wa moyo uliompata ambao madaktari hawakuuona pale alipokuwa hospitalini? Kwa nini ukaonekana tu alipokufa?

"Huenda ulikuwa ugonjwa wa moyo wa kufikirika tu au mkono wa mtu ulihusika," mwanamke mmoja alisikika akisema.

Watu wengine walisema kuwa Tukae alipouawa na wakora ugonjwa wa moyo ulimkumba mkewe kwa vile walikuwa wakipendana kama chanda na pete. Mawazo yalimpata kwa kuachwa peke yake na kusababisha ugonjwa huo. Wengine walisema kupendana kupita kiasi si vema kwa kuwa wanaofanya hivyo hubadilishana roho zao. Roho moja inapokufa inaivuta nyingine na kwenda pamoja.

Mchungaji Fadhila aliongoza ibada ya mazishi na mkewe Haiba alihudhuria. Haruni alikuwa babake mlezi wa Haiba. Mose alikuwa mwongoza ratiba kwenye ibada hiyo.

"Tangu babangu afe na mama akamfuata, nimekuwa na huzuni kubwa. Maisha yangu yaliwategemea. Mkasa kama huo sasa umefanyika kwa wakwe zangu. Umenifanya kugundua siri. Tukae na mkewe walikuwa wametubu dhambi zao na Mungu akawakubali waende nyumbani. Heri wao waliokufa katika Kristo kuliko wenye dhambi wasiojua wataitwa lini nyumbani. Geuzeni mioyo yenu na kuokolewa na Mungu; atakapowaita muwe katika kitabu cha uzima," Kasisi Fadhila alinena huku akiwaruhusu watu wateremshe jeneza la mkwewe kaburini.

Watu walipita kandokando baada ya kutoa heshima yao ya mwisho na kurusha mchanga kaburini. Wanaume wenye misuli wakizika kabisa na kwa haraka. Maua mazuri yaliwekwa juu na mengine kupandikizwa huku mbolezi zikiimbwa kwa huzuni.

Inspekta Macho alikuwa amehudhuria mazishi ya mkewe Tukae akiendeleza upelelezi wake. Alisimama mahali pamoja na kuyazungusha macho yake hapa na pale. Hakuwa amevalia sare rasmi wala kuandamana na walinzi wake. Mke wa Tukae hakuwa na lolote wala chochote katika ufanisi wa nchi, uchumi na siasa. Alikuwa mkata wa hohehahe. Kazi yake ilikuwa ya kijungujiko na ushawishi usiohisika hata na viroboto na kombamwiko walioishi nyumbani kwake. Kwa hivyo watu maarufu kama Meya Mhila hawakuhudhuria.

Mbali na haya Inspekta Macho aliona vema kuhudhuria mazishi haya labda kwa vile kifo cha awali cha mumewe kilikuwa mojawapo ya vifo alivyokuwa akichunguza. Alikuwa kwenye kazi yake ya kutegua vitendawili. Kazi ya kuendeleza falsafa yake kuwa ibilisi wa mtu ni mtu.

Bwana Macho mara nyingi hakujulikana na watu wengi jinsi alivyojificha kwenye maguo yasiyoeleweka. Mienendo na mikondo isiyomtangaza. Miwani ilikuwa mahali pake na bastola yake ikafichwa kiunoni. Koti zito alilovaa lilimfanya awe mzee zaidi ya alivyokuwa.

Macho hangeweza kujulikana iwapo hakujitangaza yeye mwenyewe. Tabia yake moja ilimwudhi na kumfanya mara nyingine ajulikane ni ile ya kuvuta sigara kwa mkururo. Hata hivyo, tabia hii ilijitokeza alipokabiliwa na jambo la kuwazia au kushtua. Uraibu huu ulimnasa barabara akashindwa kujinasua.

Mazishi yalipoisha kila mmoja alijitayarisha kuondoka. Vijana waliotumia majembe kurushia mchanga walinawa mikono na kuifuta kwa nguo zao ili kujiendea zao. Marafiki na jamaa walioishi miaka mingi bila kuonana walipata nafasi ya kuamkuana na kujuliana hali.

Inspekta Macho pia alikuwa anajiandaa kwenda zake kwa kuwa alikuwa ameambulia patupu kwenye malengo ya safari yake. Hakuona jambo lisilo la kawaida. Alinusa, akatazama, akaonja na kutumia hisi nyingine za askari.

Mara mzee mmoja alionekana akitazamia juu ya ua uliozunguka nyumbani kwa marehemu Tukae. Yeye hakuwa miongoni mwa waombolezaji. Hili lilidhihirika dhahiri shahiri. Aliangua kicheko kikali cha dharau. Alipotoa tabasamu alionesha pengo kubwa kwenye ufizi wa chini na juu. Uso wake wenye makunyanzi na upara mkubwa ulimetameta kwa mwanga mwekundu wa magharibi uliashiria mkosi usiokadirika.

"He he he! Mambo ndiyo hayo wafu wakizika wafu. Mambo bado," mzee alipasa sauti. "Upepo wenyewe wa matlai unakuja. Niliwatahadharisha kutoa kafara kwa chatu mtakatifu hamkusikia. Sasa hata kuua mshamuua. Jitayarisheni mtaendelea kuwazika wengine kwa mfululizo, " akaongezea.

"Wasema nini baradhuli wewe? Umekosa adabu kabisa?" Mzee mmoja alifoka.

"Nasema muendelee kuchimba makaburi, mtazika mchoke hadi wengine waliwe na fisi na tai," Mzee mwenye mapengo alipayuka.

Hisia za kiaskari zilimpapasa Inspekta Macho kwenye uti wake wa mgongo. Alishtuka na kuyakaza macho yake. Alitambua kuwa kazi aliyoingojea kwa hamu na ghamu ilikuwa imewadia. Alijua kuwa kizaazaa ambacho kingezuka hakingekuwa na mfano. Alisimama wima na kuiguza bastola yake kuhakikisha kwamba ilikuwa mahali pake. Mawazo yake yalimwelekeza kwa mzee mwenye upara na dharau. Alidhania kuwa alikuwa na maelezo au maelekezo muhimu kuhusu vifo vya kutisha vilivyozagaa kwenye milki yake.

Kabla ya kuku kumeza punje ya mtama vijana waliokuwa wakinawa mikono walipandwa na hasira za mkizi wakaruka ua na kumwendea mzee yule.

Si mzee huyu ni yule tuliyeachilia huru? Kwa nini tulikubali kupotoshwa? Inspekta alijiuliza.

Jambo lililomshangaza Inspekta Macho ni kuwa wepesi wake wa mbio ulishindwa na wepesi wa barobaro waliopandwa na kiruu. Mzee alipoona mambo yamemwendea segemnege alitimua mbio za farasi kwenye uga wa mashindano. Alipita kwenye shamba la minazi, akatokeza kwenye barabara kabla ya kujipata kwenye baraste. Alipoona barobaro wale wamemkaribia, aliacha baraste na kupitia kwenye shamba la mahindi. Alitazama nyuma na kuwaona vijana wale nyuma yake.

"Huyoo! huyooo! Huyoooo!" barobaro walipasa sauti huku wakimfukuza asiyesikia wala kuhisi kichapo cha uzee uliomjaa.

Mzee Msasa mkwewe Tana alikuwa akichimbua yugwa kwenye shamba lake. Hakuwa amehudhuria mazishi ya mkewe Tukae. Vifo vya mfululizo vilikuwa vimemwatua moyo. Hasa kile kifo cha Ken mjukuu wake. Alikuwa akidhani kisirani kilitoka kwa majirani zake. Hasa huyu Tukae ambaye alishukiwa kuwa na majini. Watu walisema kuwa alipokosa kumtoa kafara mtoto wake wa kupanga Haiba, majini yakamrudia pamoja na mkewe. Alikuwa amechimbua mayugwa yaliyoweza kutosheleza familia yake aliposikia ukemi uliopasua kimya. Alikishika kijiti cha kuchimbua alichokuwa nacho kwa uimara wa ajabu. Walitazamana na mzee aliyelowa jasho macho kwa macho. "Majini wa kifo ndio hao wametoka kaburini. Hata hawakungojea mwili wa Tukae kuoza?" Msasa alijiuliza.

Alipomuona mtu anayemngojea kwenye shamba, mzee mwenye upara aligeuza njia na kuelekea kulia. Hata hivyo, Mzee Msasa alipoona hatakuwa na la kufanya alimrushia kijiti kile. Kikapitia katikati ya miguu yake na kumtega. Hofu akaanguka kwa kishindo kama gunia la viazi na kushindwa kuinuka.

Inspekta Macho aliyekuwa nyuma ya umati alinusa hatari. Aliichomoa bastola yake na kuielekeza juu. Akafyatuka mbio kuelekea eneo la hatari. Hata hivyo, alikuwa amechelewa.

"Tafadhali msimuue," alisema Inspekta alipofika eneo la mkasa. Alipiga risasi hewani kuwashtua watu wale. Barobaro waliochemshwa damu na ujana wao walikuwa wametumia mawe na silaha nyingine butu na kumpiga mzee yule.

"Msichukue sheria mikononi mwenu tafadhali," Inspekta aliomba. Hata hivyo sauti yake haikuweza kusikika vyema kwani palikuwapo na kelele, nguo kuchanika na mtu kuumia.

"Halo! Halooo! Haloo! Tafadhali njoo haraka," Inspekta Macho aliongea kwa simu. Alikuwa akiwaita dereva na mlinzi wake. Alipomaliza kuongea alitia mkono mfukoni na kuichomoa pakiti ya sigara akatoa moja akaiwasha na kuivuta huku akizunguka zunguka kuzungumzia vijana waliokuwa wakipiga kelele.

"Nyinyi hamsikii kuwa si haki kuua?" hata kama mtu amekosewa kuna sheria zinazofuatwa. Nani aliwafanya kuwa walalamishi, askari, hakimu na mwisho kuua?"

"Hatuna la kufanya amekufa tayari," ghashi mmoja mwenye kofia alisema.

Mzee mwenye upara alikuwa amelala pale chini. Hoi bin mahututi. Akainua kichwa chake akatazama juu. Damu yamtoka midomoni puani na masikioni. Uso wake ulikuwa mwekundu. Akajaribu kuketi huku amejishikilia kwa mikono yake miwili nyuma ya mgongo wake. Akashindwa kuketi. Akayumbayumba na kuanguka tena. Akalala chali.

"Mwangalie! Mtazame! Damu imemkauka!" jamaa mmoja alisema.

"Du! Majini yamekunywa damu yake," mwengine alidakia.

"Wananchi sijui kama mnanifahamu. Mimi ni Inspekta Macho wa Kituo cha Askari cha Kati. Nawatahadharisha mkae kando kwa kuwa atakayeleta fujo atashtakiwa kujaribu kuua mtu huyu," Macho alisema.

Kusikia kuwa ni Inspekta Macho aliyeogopwa sana, watu walijikunyata. Wakasonga nyuma na kufanya mduara kando na mzee yule. Inspekta Macho alisikitishwa sana na kupigwa kwa mzee Hofu. Sio kwamba alikuwa rafiki yake wala hakuhusika naye kwenye biashara zake. Alikuwa amesikia kwamba Bwana Hofu alikuwa mganga aliyeheshimiwa. Lakini kulingana na uchunguzi wake mzee huyu huenda alikuwa na uhusiano na genge la majambazi lililokata-kata watu sehemu za siri na kuwaua. Kwa nini alisema watu wajiandae kuzika watu wengine? Yeye alikuwa na uwezo juu ya uhai na kifo? Kwa nini alijitoa hadharani kuwafanyia watu stihizai? Aliyoyasema yalikuwa ukweli au alikuwa akiwafanyia utani? Lakini kuna mambo anayojua kuhusu kuuawa kwa watu hawa. Kwa nini afe kifo kama hiki? Amekufa akiwa na majibu mengi ya maswali yaliyokuwa yamesongamana kwenye akili ya Macho. Mzee mwenye upara alikuwa pale chini kalala usingizi wa pono.

Inspekta Macho alikuwa wa mbari moja na Tomaso wa Biblia. Hakuamini chochote hata kile alichokiona kwa macho yake. Hakumwamini mtu ye yote hata mama yake mzazi. Alikuwa na tabia ya kushuku kila kitu. Kwa upande mwingine Inspekta aliamini kila alilowaza. Akaamini hisi ya ziada ya moyo wake kando na hisi tano alizofundishwa. Hisi ya ujuzi wa miaka mingi ya kufanya kazi ya askari. Hisi hii ilimwambia kuwa mwovu huwa na uhai uliofichamana. Ukawa mbali na macho ya binadamu. Si haki kukata tamaa na kukata shauri kuwa mtu ameaga dunia kabla ya daktari mwenyewe kuamua.

Macho alitia bastola kwenye uo wake kiunoni na kuujongea mwili wa mzee Hofu. Akautazama kwa makini bila wahaka. Akaguza mkono wake karibu na kiganja. Akaufinya kwa kidole chake cha gumba. Akajaribu kila mbinu ya kuhisi. Hakuhisi kitu chochote. Akafunga macho yake ili kujiondolea utata wa kutazama. Akaelekeza hata masikio yake kwenye hisi ya kidole chake. Akafungua macho na kuachilia tabasamu. Akauachilia mkono ule na kuutia mkono wake mfukoni. Akachomoa pakiti ya sigara na kutia sigara moja mdomoni na kuiwasha. Akaivuta kwa nguvu zake zote na kuuachilia moshi kwa kuviringisha mdomo wake huku akiuelekeza juu. Mara kelele zilianza upande wake wa kushoto. Sajini Murima na Koplo June walikuwa washafika tayari.

***

Madaktari wa hospitali ya Pango walifanya juu chini kuyaokoa maisha ya Mzee Hofu. Baada ya kuwa kwenye sakarati kwa wiki nzima mwishowe alifungua macho. Madaktari wakamweka kwenye wodi ya kawaida.

"Waovu hawafi kifo cha ghafla," Pasta Fadhila aliwaza alipopashwa habari kuwa Mzee hofu amefufuka kutokana na kipigo alichokipata. Labda Mungu hakutaka kujaza kuzimu.

Fadhila alichukua Biblia yake na kumuita mkewe. Kabla ya muda usiokuwa mrefu Prado ya Fadhila ilikuwa imeegeshwa kwenye uwanja wa hospitali ya Pango. Fadhila na mkewe wakaelekea kwenye wodi ya tano ya wanaume. Askari walikuwa kila mahali wakilinda mshukiwa namba wani Hofu Mkavu. Kitandani alikuwa kafungiwa kwa pingu na askari alikuwa ameketi karibu na kitanda hicho huku ameweka tayari bunduki yake aina ya AK47.

Baada ya maombi Fadhila alisoma kifungu cha Biblia na kuzungumza mambo machache. Alitia mkono wake kwenye mkoba wake na kutoa chupa iliyokuwa na mafuta. Akaifungua. Akatia mafuta kwenye kichwa cha Hofu ambaye alikuwa ameketi kwenye kitanda chake. Baada ya maombi mengine Fadhila alivuta kiti kilichokuwa karibu na kitanda cha Hofu akakikalia. Wakazungumza kwa mapana na marefu na mzee ambaye wakati huu alikuwa amerudiwa na fahamu na kuweza kuzungumza.

Mlango wa wodi ulifunguliwa na Inspekta Macho na Sajini Murima wakaingia. Fadhila alisimama ili kuwaamkia. Baada ya salamu Macho na Fadhila walikumbatiana kwa furaha. Wao walikuwa wakifahamiana. Ingawa kazi zao zinahitilafiana kama ardhi na mbinu, zilikuwa zikishabihiana kama kurwa na ndoto. Wote walikuwa wavuvi. Walikuwa wamekutana Mwambani.

Baada ya mazungumzo mafupi. Sauti ya Mzee Hofu ilisikika.

"Njoo mwanangu!" Hofu alisema huku akimwashiria Mchungaji Fadhila.

Pasta akajongea karibu huku Macho akimfuata kwa macho. Akaketi kwenye ncha ya kitanda huku akimtazama usoni mzee Hofu. Ingawa upara wake ulikuwa ukiakisi mwangaza mdogo uliokuwa kwenye chumba kile. Vidonda vya kipigo alichopata vilikuwa vikionesha wazi havikuwa vimepona kabisa. Akatoa tabasamu hafifu ya mapengo na kuushika mkono wa Fadhila juu ya kiganja chake. Pasta Fadhila alishtuka. Mwili wake ukaanza kutetemeka kama kifaranga aliyenyeshewa na mvua ya masika.

Alipovuta taswira aliona kuwa tukio kama hilo aliwahi kuliona katika maisha yake. Japo ilikuwa kitambo kumbukizi yake ilikuwa wazi kama mchana. Baba yake alikuwa kwenye hospitali hiyo hiyo ya Pango. Alikuwa kwenye chumba kile kile cha kuwalaza wagonjwa. Kitanda chake kilikuwa pembezoni mahali pale pale. Alikuwa ameketi palepale kwenye kitanda huku wakitazamana na baba yake Fakari. Sadfa iliyoje? Fadhila machozi yalianza kumlengalenga.

"Nitazame... nitazame... usione aya mwanangu wala kuogopa chochote. Kila jambo huwa na mwisho wake. Wengine walisema hakuna refu lisilokuwa na ncha. Nimekukosea sana mwanangu. Nimekosea watu wengi duniani na pia kumkosea Mungu. Sikudhani ungeweza kunitembelea hapa hospitalini. Ninafahamu kuwa lila na fila havitangamani. Nilikuwa kwenye ulimwengu tofauti

299

na wewe. Ulimwengu wa giza totoro. Hata hivyo kuja kwako kumeuguza moyo wangu nikaona kuwa mimi ni mwenye dhambi. Nimesababisha maafa makubwa kwa uroho wangu na ulafi usiomithilika.

Inspekta Macho awe shahidi wangu kuwa ni mimi niliyesababisha kuuawa kwa watu wengi ili kunyofoa sehemu zao za siri ambazo nilidhani kafara yake ingetatua shida za watu. Hata hivyo, nimegundua kuwa watu niliowafanyia kafara hii wamekuwa hayawani wasio na hisia. Mwangalie meya wenu alivyoibuka kuwa. Watazame wanasiasa wengi niliowatibu. Wamekuwa majoka yasiyokuwa na huruma baada ya mimi kuwafanyia gangaganga. Nimewadhulumu wanawake chungu nzima nikijifanya nawatafutia dawa za utasa huku nikifahamu fika sikuwa nazo.

Nimewakosea wasichana wasiohesabika. Tazama huyu binti... nasikia anaitwa... anaitwa... Tamara. Mtazame alivyotafunwa na dunia. Chanzo cha masaibu yake ni mimi. Mimi mwenyewe... Akaacha shule nilipomfanyia unyama. Niliambiwa na wadadisi wangu alimtupa mtoto na sasa anamsaka mtoto yule. Sijui kama keshampata au la. Nina hakika kama mauti kuwa mtoto huyu alichukuliwa na Mzee Tukae. Sikutaka kumuona mzee huyu na familia yake. Walichukua kilicho changu na kusema ni chao. Kipigo hiki nilipata nilipokuwa katika harakati ya kuwaangamiza. Mzee alisita na kugeuka ili akae vizuri. Akaguna kwa kuumwa na mbavu. Akapumua kwa nguvu kama mtu anayekata roho.

Watu wote waliokuwa kwenye wodi ile walitazamana kwa mshangao. Hakuna aliyezungumza na mwengine. Fadhila naye kwikwi za machozi zilikuwa mto uliovunja kingo zake baada ya mvua ya mafuriko. Haiba akainamisha kichwa chini. Machozi yakimchuruzika kama michirizi ya maji ya malimau yaliyobanwa katikati ya vidole. Haikuwa mara yake ya kwanza kusikia hadithi hii. Lakini mzee huyu mwovu alikuwa amemdhibitishia hofu yake. Hofu kuwa alikuwa mtoto wa Tamara. Kuongeza chumvi kwenye jeraha Haiba hakuwa ametia masikio yake nta. Alisikia vizuri kwa masikio yake. Akajaribu kuelewa. Mzee huyu huenda ndiye babake mazazi? Haiba alikuwa na swali ambalo hangepata nafasi ya kuuliza wakati ule. Alibaki na mashaka moyoni.

Inspekta Macho alitoa kijitabu chake kidogo na kalamu. Akaandika yote aliyoyaona muhimu kwa uchunguzi wake. Mzee alitoboa, akatoboa na kuomba msamaha katikati ya kilio na mguno. Ungefikiri alikuwa mbele ya kiti cha enzi siku ya kiama. Ama mtu aliyeita nasaba yake ili kuwarithia alipoashiriwa na kifo. Aliombewa maombi ya toba Fadhila alipojizuazua na kuyafuta machozi.

Sura ya Ishirini na Nne

Mhila alikuwa ameandamwa na masaibu yasiyomithilika. Kesi nyingi dhidi yake zilikuwa zimewasilishwa mahakamani. Nyingi zilikuwa zimeamuliwa tayari na akajipata matatani baada ya kushindwa na kulipa gharama kubwa. Waliokuwa wakishirikiana nao hapo awali kwenye ofisi mbalimbali walikuwa wafutwa kazi na wengine kufungwa. Jumba lake la ghorofa kubwa lilikuwa linadiwa na madalali alipokataa kuwalipa wadeni wake. Akabaki na masikitiko yasiyo na kifani.

"Maadui zangu wamepanga njama kunimaliza," alipenda kusema.

Juzijuzi, chama cha mawakili wanawake kilikuwa kimewasilisha mashtaka kikimtuhumu kwa kuwadhulumu wasichana kadhaa kimapenzi. Mojawapo ya kesi hizi ni ile ya msichana aliyeitwa Su aliyeshambuliwa vibaya na Mhila. Siku moja alipoenda kwake kumlalamikia baada ya kumzalia mwana, alimkabili Mhila na kumwachia mtoto sakafuni na kwenda zake. Alikimbizwa na walinzi na kukamatwa. Akarejeshwa kwa Mhila ambaye alimzaba makofi na mateke. Alimlazimisha kumchukua mtoto wake na kwenda zake.

Mhila alipotoka kazini yapata saa tano za usiku alipitia kwenye kilabu cha Pango. Akalewa chakari. Alikuwa amehuzunishwa sana na kifo cha mganga wake aliyefariki usingizini baada ya kutoka hospitalini. Hakutaka kisirani cha mkewe. Walikuwa wameteta juu ya tuhuma mbalimbali za kuwa na uhusiano na wanawake wengine. Alikuwa amewasilisha daawa mahakamani akitaka talaka. Mhila hakutaka

303

kubishana naye. Alipewa chumba cha kulala kule kilabuni. Aliingia kwenye chumba chake na kujibwaga kitandani. Badala ya kujifunika gubigubi alilalia blanketi na baada ya dakika kadhaa akaibwa na usingizi wa pono. Sijui kama alikumbuka kuufunga mlango.

Diwani alikuwa kwenye ulimwengu mwingine. Alijiona akiwa ndani ya jangwa la Sahara. Alikuwa hana viatu. Kitu kilikuwa kimemsakama kooni na kijasho kumtoka. Hakuona kiumbe kingine kwenye upeo wa macho yake. Alikaza mwendo kwa shida akiufuata mkondo wa kwato za mnyama asiyemjua.

Baada ya kuvyoga mchanga kwa saa kadhaa aliiona baraste mbali kwenye milima. Akajikaza kuifikia na bila shaka alifika barabarani salama salimini. Alipotembea kwa mwendo usiopungua kilomita moja alikuta watalii walioliacha gari lao mlango wazi kandokando ya barabara. Walikuwa wakitazama bonde kubwa lililojaa mchanga. Alitazama garini na kuuona ufunguo wake ukiwa mahali pake. Wenyewe walikuwa na shughuli zao hawakumuona.

Aliingia ndani ya gari na kulitia moto. Gari lilishika lami kwa kasi. Watalii waliita bila mafanikio. Alikuwa ametokomea mbali. Gari lilitafuna lami sawasawa. Mhila alikanyaga aksereta hadi ukomo wake. Njia yenyewe iligeuka na kuwa uzi mweusi wa kushonea nguo. Ghafla akatokea mwanamwali mrembo mbele yake. Alikuwa akimsimamisha. Kwa tamaa aliyokuwa nayo kwa wanawali alihofia kumuua. Akamkwepa. Hakuweza kudhibiti gari tena. Lilibingiria na kuanguka kwenye bonde lenye kina kirefu. Aliumia sana na mwili wake kuvuja damu nyingi. Alipoushika moyo wake haukuwa unapiga. Ndipo akagundua kuwa hakuwa hai. Alikuwa amekufa.

Mhila alijiona akiwa ahera. Kwenye mlango wa paradiso aliona mahakama kubwa ya wazi. Mtu aliyeamini kuwa Mungu alikuwa kwenye kiti cha hakimu huku amevaa mavazi meupe ya mfalme. Malaika walimzunguka wakimlinda. Malaika mmoja alimshika Mhila na kumrusha kwenye kizimba. Akasomewa makosa yote aliyowahi kuyafanya duniani. Video ilionesha vitendo vyake viovu. Alivitazama kwa kimako kikubwa. Akajipa moyo kwamba mwungwana ni mwungwana hata akiwa kuzimuni.

"Mhila umeshtakiwa kula mlungula, kubaka wasichana wadogo, kuwadhulumu wanyonge, kuiba mali ya umma, kushiriki ushirikina na kuiba roho yako mwenyewe. Unakiri makosa au unakataa?"

"Nakataa katakata bwana, mimi sina hatia!" Mhila alisema.

Aliulizwa mara ya pili na ya tatu na kukataa. Hakimu alipandwa na madadi, akaipiga nyundo ya jaji juu ya meza kwa hasira. Ikavunjika vipande vipande. Kipande kilichobaki kwenye mkono wake kiligeuka ghafla na kuwa bastola. Akaruka mkikimkiki akamshika Mhila kooni kwa mkono wake wa kushoto huku mkono wa kulia ukifinyilia mtutu wa bastola kwenye jicho la kushoto la Mhila.

"Unasema huna hatia baradhuli wewe! Hukutazama picha kwenye video? Nitakumaliza juha wewe!" Hakimu alisema. Mhila alipiga unyende kama mtu aliyeumwa na siafu. Akasikia mlio wa risasi mara tatu. Akazinduka usingizini.

Diwani alijiona akiwa katikati ya msitu mkubwa. Alikuwa uchi wa mnyama. Mikono yake imefungwa kwa kamba. Alijaribu kuinua miguu bila mafanikio. Ilikuwa ikivuja damu. Uso wake ulikuwa umevimba na jicho lake la kushoto lilikuwa limefumba, halioni. Kumbe wakora walikuwa wamemteka nyara na kumtupa msituni.

Alitambaa kwa makalio yake na mikono iliyofungwa huku akiomba mwanga wa machweo ufike haraka ili kumfahamisha alikokuwa.

***

Fadhila aliketi sebuleni. Miguu kaitua kwenye kibago. Mkononi kashika kiunga mbali cha *dikoda* ya runinga. Baraka Mkeka naye alikuwa akizunguka hapa na pale akichezea kigari kidogo cha plastiki. Tunu mziwanda wake alikuwa amekaa kwenye kigari chake akimumunya chuchu ya mpira. Simu ya rununu iliyokuwa pale mezani ikalia. Akaichukua na kuitazama. Mtu fulani alikuwa amemtumia arafa. Akaisoma na kurudisha simu mezani huku akitabasamu. Mkewe alikuwa amemtumia ujumbe akiwa jikoni. *"I love you so much honey,"* arafa ilisema.

Maisha yake ya kisogoni yalimshangaza Fadhila. Duniani huwezi kumhukumu mja yeyote. Alitazama maendeleo aliyopata akatosheka. Mungu alikuwa amemtoa mbali. Hakuwa na mke. Sasa anaye, tena mrembo kuliko wote duniani. Hakuwa na mtoto. Sasa ana watoto wawili, msichana na mvulana. Hakuwa na chakula. Sasa anakula na kusaza. Hakuwa na viatu. Siku hizi hata gari analo. Shangingi ambalo likipita barabarani watu wanapinda shingo. Alijaribu kukumbuka alivyopata gari hilo. Kweli ya Mungu ni mengi.

Ilikuwa imepita miaka sita alipomuona mwanaume fulani muhindi kwa mara ya kwanza. Alitaka kuombewa pamoja na mke wake ili apate mtoto. Akawaombea na kusahau tukio hilo. Baada ya miaka miwili walikuja ofisini pake huku mke kabeba mtoto. Walikuwa na furaha isiyokuwa na kifani. Baada ya kupiga gumzo kwa muda walimkabidhi funguo za prado iliyokuwa nje ya ofisi pamoja na cheti cha kuimiliki.

Tena alivitazama vidole vyake ambavyo wanafunzi wenzake waliviita marungu, wakamwombea dua la kupiga gitaa. Na kweli vilipoziguza nyuzi za gitaa muziki wa kuvutia ulitokea. Hakuna aliyekumbuka marungu tena. Wote walinengua viuno wakimsifu Mungu.

Akatazama nyumba yake ya ghorofa aliyokuwa amejenga yenye vyumba vitano vya wageni. Wahubiri atakaowaalika hawatakuwa wakilala kwenye mahoteli tena. Isipokuwa mtu akichagua kufanya hivyo. Aliitazama sebule yake. Ilikuwa na jokofu kubwa, kabati kubwa ambalo lilikuwa na vitu vya kutosha. Runinga ya *plasma* iliangikwa ukutani. Makochi meusi ya ngozi na meza za vioo. Sakafu ilitandazwa zulia jekundu kutoka Italia. Kiyoyozi kilikuwa darini. Kando kwenye kona kulikuwa na mashini ya kuchemsha na kutilia maji ya kunywa.

Fadhila hakumwibia mtu yeyote. Hakumtapeli mwanadamu. Mungu aliwaguza. Wakaja kwenye kanisa lake. Wakapenda mahubiri yake. Akafanya kazi yake nao wakambariki kwa mali yao. Alikumbuka alivyoambiwa na baba awe mstahimilivu. Kweli Mungu ni mkuu.

Alikuwa na maono makubwa kuhusu aushi yake. Alitaka kuwa mhubiri mkuu mwenye upako. Atimize ahadi kuwa wahubiri wazunguke duniani wakihubiri. Akishindwa kufikia nchi nyingi awe na vipindi vya redio na runinga. Angeweza kuhubiria wengi kwa wakati mmoja. Talanta yake ya uimbaji pia ilihitaji kukuzwa. Alikusudia kurekodi nyimbo na kuuza dividii. Angesambaza nyingine kwenye mtandao. Uwanja mwingine aliotaka kujaribu ni kuandika vitabu. Angeandika tawasifu juu ya maisha yake ya uvuvi. Kichwa chake angeita Wavuvi. Pia angeandika vitabu vya dini. Vitabu vingi vya dini alivyokuwa akisoma ni vya waandishi wa ng'ambo.

Elimu ni muhimu katika maisha ya adinasi yeyote. Fadhila hakutosheka na shahada moja aliyopata. Alitaka kuendelea na elimu. Huenda siku moja hata jina lake likabadilika. Akaitwa Askofu Daktari Fadhila. Aweze kuanzisha chuo cha Biblia ambacho siku moja kingekuwa chuo kikuu. Chuo hicho kingekuwa na uzoefu wa kufundisha wahubiri wengine. Tayari alikuwa ameuziwa uwanja mkubwa uliokuwa wa Kanisa la Roho Mtakatifu. Alikuwa ameanza ujenzi wa shule ya msingi na ya upili. Jumba hili kubwa la ghorofa kumi kwenye uwanja wa Mwambani alishindwa kununua lilipokuwa likiuzwa na madalali. Akampigia simu Pasta Tito Kanani ambaye alilinunua.

Ni dua la kila mhubiri kuanzisha miradi, kuwa na magari, maduka na makampuni makubwa. Wengi wamejaribu na kufaulu. Fadhila aliomba Mungu kuwa siku moja angefanikiwa katika uwanja huo. Watoto wa randaranda walioishi kwenye kanisa lake wangesomea kwenye shule mpya ujenzi ukikamilika.

Hata hivyo, walihitaji zaidi ya masomo. Wale ambao hawangeweza kuendelea na masomo walihitaji kazi ili kujikimu. Fadhila alikuwa na maono ya kutengeneza vibanda vya biashara na kiwanda cha kutengeneza nguo za kuuza ng'ambo.

Alikuwa akijikaza kisabuni ili kufanikiwa kwake kusimfanye kuwa na kiburi. Kiburi humfanya mtu kuwapuuza watu waliomfaa na wale wasiojiweza. Hutupilia mbali marafiki wa zamani na kuwatafuta wengine wa tabaka la juu. Maisha yake yalimwonesha kuwa Mungu anaweza kumfaulisha mja yeyote. Hata yule anayesimangwa na watu. Angekuwa mchache wa fadhila kuwasahau watu wenye shida.

Mapato ya mhubiri kama yeye yalitokana na ufadhili wa waumini kupitia zaka zao na misaada mingine. Angekuwa mtovu wa shukrani angekosa kutoa zaka zake. Yeye alisaidiwa katika masomo yake ya shule ya upili. Kanisa likamlipia kwenda ng'ambo kusoma. Akapata kazi. Alipopata shida, Mungu akamuokoa. Kwa nini awaangalie mayatima wakitafunwa na baridi ilhali ana nyumba? Kwa nini watoto wafukuzwe shule kwa sababu ya kukosa karo naye ameweka pesa kwenye mabenki ya ng'ambo? Kwa nini waumini wakose kazi huku mapato ya kanisa yanaweza kutengeneza kazi ndogondogo? Alitumaini kuwa siku moja angemfaa mtu kama vile wengine walivyomfaa.

***

Stone alifahamu vizuri kuwa maisha yake yalikuwa hatarini. Askari walikuwa na habari kamili kuhusu biashara zake. Walikuwa wanamsaka kwa kila njia. Picha yake ilikuwa imechapishwa kwenye magazeti na kuoneshwa kwenye runinga. Nyingine zilitundikwa viambazani mwa maofisi ya umma na mitini kwenye bustani za starehe. Ahadi ya zawadi ya shilingi elfu mia mbili ilitolewa kwa yeyote ambaye angewezesha kukamatwa kwake.

Licha ya mtaa wa Mjini kuwa duni, haungekosa mtu aliyesoma magazeti na kusikiliza redio. Hungekosa mtu aliyemfahamu Stone. Vilevile wakora wenzake walikuwa wakimsaka ili wamuue kabla hajakamatwa na askari. Walifahamu kuwa angekamatwa angetoa siri nyingi ambazo zingehatarisha maisha yao. Maafisa wa serikali na Meya Mhila ambao walishirikiana nao walikusudia kummaliza. Alimkumbuka askari mwanamke aliyejifanya kuwa ametumwa na mzee Hofu na kuishia kumkamata. Kwa hivyo ilimwia vigumu kuendelea kukaa kwa Tamara.

Alfajiri kabla ya kikwara kufahamu kulikuwa kumekucha, Stone aliwasha kibatari na kukitua kwenye stuli. Akachukua bastola yake na kuificha kiunoni. Akamtazama Tamara ambaye alikuwa kwenye usingizi wa pono. Aliyafumba macho na kuutanua mdomo kama kinda anayelishwa na mamaye. Aliforota kama tingatinga linalopanda mlima. Uderere ulifululiza godoroni kama maji.

"Kwaheri!" Stone alimwambia kwa sauti ya kunong'oneza huku akimpungia mkono.

"Sijui hadi lini lakini siku itafika. Kama ni duniani au ahera basi mimi sijui. Kwaheri Tamara."

Tamara aliinua kichwa huku ameyafumba macho. Akaweseka. Badala ya kujilaza jinsi alivyokuwa, akajigeuza na kulalia ubavu ule mwingine. Akamwelekeza Stone mgongo. Tena akaanza kukoroma.

Polepole Stone aliufungua Mlango na kutoka. Akatembea kwa mwendo wa kasi wakati mwingine akionekana kama anakimbia. Baada ya muda usiokuwa mrefu alikuwa kwenye msitu wa Mikokoni. Alifahamu vizuri alikofukia alichofukia. Alichomoa sime yake kwenye uo na kufukua.

Alitoa kibuyu cha plastiki kilichofunikwa. Akakifunua na kutoa karatasi nyeusi ya plastiki iliyokuwa ndani. Akaifungua. Manoti ya shilingi elfu mia moja yalikuwa salama. Aliyagawa na kuyatia kwenye mifuko mbalimbali. Mengine ndani ya soksi zake. Akainuka na kuanza safari yake.

"Kiasi hiki kitanifikisha kwenye nchi ya Changaraweni," alijisemea moyoni.

"Nikifika huko nitatulia tuli kama maji mtungini. Niwe kiumbe kipya. Baadaye nitatafuta kazi au kufanya kibiashara changu."

Saa kumi na mbili kamili, Stone alikuwa kwenye baraste kuu katika kitongoji cha Matukano. Alikodi teksi impeleke mjini Bandarini. Walipofika kwenye msitu wa Ghubani, alitoa bastola yake akamwelekeza dereva. "Sikiliza vizuri kama hutaki kufa. Simamisha gari," Stone akafoka. Dereva alisimamisha gari kama alivyoagizwa.

"Fungua mlango na utoke," Stone akaamuru. Dereva akatoka. Stone akamfuata nyuma. Akafungua buti ya gari na kumwambia aingie ndani. Akafanya kama alivyoambiwa. Stone akamfungia ndani ya buti.

Stone aliushika usukani wa gari. Akaliendesha kama ndege. Kwenye kizuizi cha Ghubani askari walikuwa washafika. Wakamsimamisha. Akawaendea kwa mwendo wa polepole na kusimamisha gari.

"Naomba kuona leseni yako," Askari aliyekuwa na bunduki akamwambia.

Stone alijifanya anatoa leseni yake kwenye mfuko wake wa suruali. Dereva aliyekuwa kwenye buti akaanza kuitana. Askari akatazama huko. Stone akatoa bastola na kumwahi askari aliyesimama mlangoni risasi ya kifuani. Akafungua mlango kwa mwendo wa matiti na kuonana ana kwa ana na yule aliyekuwa akikimbilia buti. Akamfyatulia risasi iliyomlambisha chini. Magari kadhaa yalikuwa barabarani. Madereva wakasimamisha kuona kulikoni na wengine wakapita kwa kasi. Walidhani walikuwa na bahati kwani askari hawakuwasimamisha.

Kabla ya kuzuka kizaazaa, Stone alikuwa akiliendesha gari kwa mwendo wa arubii. Akatazama mteremko wa Gurufani. Akapunguza mwendo kwa kukanyaga breki. Hazikushika. Akashindwa kuthibiti usukani. Gari likabingiria mara moja kwenye mtaro na kukuta mti. Likaugonga na kusimama. Boneti ilifunguka. Buti pia ikafunguka. Dereva aliyekuwemo alipojihisi hajaumia, alishuka. Hakuwa na maumivu. Macho ndiyo yalikuwa yameingia vumbi. Akayafikicha kwa mkono wake. Akamkimbilia Stone akitaka kuichukua bastola. Gari lilikuwa limegongwa vibaya kwenye mlango wa dereva na Stone akarushwa nje. Manoti ya shilingi elfu elfu yalikuwa yametapakaa karibu naye. Mengine yaliloa damu na mengine kupurushwa na upepo. Bastola nayo ilitua kwenye miguu yake. Dereva alipogundua kuwa jambazi lilikuwa limekata roho, alifahamu pindi si pindi watu wangejaa hapo. Akajiokotea pesa alivyoweza na kuketi kwenye jiwe.

Kabla ya kuku kumeza punje ya mtama, watu walikuwa wamejaa kwenye eneo la ajali. Wasafiri walishuka kwenye magari yao kuona kilichojiri. Askari wa Gurufani walikuwa wamewasili wakiwa tayari kudadisi kilichosababisha ajali.

Sura ya Ishirini na Tano

Mkutano mkubwa wa Injili ulikuwa umetangazwa kwa majuma kadhaa kwenye vyombo vya habari. Runinga, redio na magazeti vilitumiwa. Mabango na karatasi za matangazo vilitundikwa kwenye viambaza, mitini na kwenye mabasi na magari ya matatu. "MKUTANO MKUU WA INJILI," vilitangaza.

Uwanja mkuu wa michezo wa Upwa ulipambwa ukapambika. Jukwaa kubwa lilisimamishwa na kukwatuliwa kwa vitambaa vya hariri vyenye rangi za kupendeza. Maspika makubwa yaliwekwa vilingoni na mengine kulaliana huku mdundo na midundiko ikitetemesha uwanja mzima. Bendi za muziki wa Injili na kwaya za makanisa mbalimbali zilitumbuiza usiku kucha. Mikutano hii ilikuwa imeendelea kwa siku nne mfululizo tangia siku ya Alhamisi na siku ya Jumapili ingekuwa kilele na mwisho wa mikutano hiyo.

Watu waliingojea siku hiyo kwa hamu na ghamu. Watoto kwa wazima, wake kwa waume, shaibu kwa ajuza. Wote walirauka alfajiri mbichi hata kabla ya kikwara kuwika. Kuna wale waliosafiri kwa miguu, wengine kwa mabasi, daladala na magari ya binafsi. Wengine hawangeweza kufika wangeanzisha safari siku hiyo. Walifika siku moja kabla na kukodisha vyumba vya malazi au wakalala kwa jamaa zao waliokuwa wakiishi karibu. Wengine walilala barabarani na kwenye veranda za maduka. Azma yao kuu ikiwa kumuona nabii wa Mungu ambaye angemaliza shida zao.

Jua liliangaza kwa hasira. Upepo nao ukatulia tuli kama maji kwenye mtungi. Saa saba kamili, uwanja wa Upwa ulikuwa umejaa sisisi. Wachuuzi wa soda, maji, peremende na vyakula vingine vya dharura walifurahia biashara iliyonawiri. Wauzaji Biblia na vitabu vya dini vilevile walikuwa na biashara nzuri. Waliokuwa wakiuza kanda za video, *CD* na *DVD* za nyimbo za Injili na mahubiri walifurahia mapato ya kuridhisha.

Tamara alikuwa amejiandaa vya kutosha kuhudhuria mkutano huo. Yeye alikuwa mgonjwa wa siku nyingi. Hakupata tiba hata baada ya kutembelea hospitali kadhaa. Pesa zote alizopewa na Stone ziliisha akitafuta tiba. Tiba ya magonjwa na utasa. Dawa alizotumia zilimwongezea maumivu badala ya kumpunguzia. Labda kutoweza kupata chakula cha kutosha kulidhalilisha mwili wake.

Alitumia pesa alizokuwa nazo na kuachwa hana hanani. Alikonda na kukondeana kama ng'onda. Nguvu zilimwishia mwilini akawa kiumbe dhalili. Aliposimama miguu ilitetema kama unyasi uliopeperushwa na upepo mkali. Mavazi yalikuwa yamemwishia hadi ikambidi kuazima. Waliompa nao walimchagulia matambara. Alijutia ni kwa nini hakuhama mjini angetunzwa na wazazi wake huko vijijini.

Hata hivyo, kumbukumbu yao haikupendeza moyo wake. Ilitonesha donda ndugu ambalo alikuwa akijikaza kuliuguza. Donda ambalo kupona kwake kulitegemea au shi yake. Maisha tofauti na aliyokuwa nayo. Maisha ambayo yangeweza kumliwaza na kumfuta machozi. Tamara alikuwa keshakata tamaa kuyapata. Yalikuwa yamemponyoka na kutokomea mbali. Yakajitenga naye kama ardhi na mbingu.

"Mwenda tezi na omo marejeo ni ngamani," wazee wa kale walisema. Ndimi hizi za wahenga hazikumfurahisha Tamara. Zilimtia wasiwasi zaidi. Kwa nini arudi alikotoka? Alipotoka huko hakuwa akifurahia yaliyokuwako. Angewezaje kurudi kwenye taabu alizotaka kuzitoroka? Alikuwa asha haribu heshima ya nyumba yao kwa kupata mtoto akiwa na umri mdogo.

Mchama ago hanyeli huenda akauya papo, ni methali nyingine ambayo hakutaka kuisikia. Wahenga waliendelea kumtia msumari moto kwenye kidonda. Hawezi kamwe kurudi. Hawezi. Hangekubaliwa na babake wa kambo aliyetaka kumuua. Baba ambaye hajawahi kumwelewa hata chembe.

Ungemwambia asiyefunzwa na mama hufunzwa na dunia ungemwonesha stakabadhi alizopata katika mafunzo ya dunia. Aliamini kuwa mafunzo huwa yenye manufaa. Manufaa aliyopata ni yapi? Hakupata tulizo wala liwazo. Huko si kufunzwa bali ni kufurushwa. Kuonewa na dunia. Kufanyiwa njama na kila mtu aliyekutana naye. Hakuna aliyekuwa na utu. Hakuna aliyejali mtu mwengine bali walijijali wao wenyewe.

Neno alilojua kwenye kamusi yake ni kukata tamaa. Kutamani lisilowezekana si kutamani bali ni kutamauka. Alikuwa tayari amekufa moyo. Moyo unapokufa sidhani kuwa sehemu nyingine za mwili hufanya kazi. Hakuwa na haja ya kujiua kwa kuwa alikuwa amekufa tayari. Alikuwa anataka kuwa na usingizi mwanana katika kifo chake. Usingizi usio na mwisho. Usingizi ambao hakuna yeyote angemwamsha hata kwenye siku ya kiama. Hangetaka kuulizwa maswali yasiyokuwa na jibu.

Kwa nini wahenga walisema asiyesikia la mkuu huvunjika guu? Tamara angekung'ata kwa meno yake ungemwambia hivyo. Yeye hakuvunjika mguu peke yake. Alivunjika mkono, shingo na moyo wake pia. Hakuwa na sehemu ya mwili wake

315

ambayo haikuvunjika. Aliwachukia wahenga kwa kumtabiria mabaya.

Tamara aliposikia mambo ya mhubiri huyu aliyetoka ng'ambo, mwanga ulipenya kwenye moyo wake uliogubikwa kwa giza nene. Alikuwa amefahamishwa kuwa maombi ya mtu huyu yalitosha kumrudishia afya yake aliyonyang'anywa na dunia. Alifahamu kuwa ukurasa mpya ungefunguliwa katika maisha yake. Ya kale yangepita na kupisha mapya. Maisha yenye raha. Maisha yasiyo na misukosuko ya panda shuka za waja.

Tamara alikuwa ameishi mjini kwa zaidi ya miaka thelathini tangu kuzaliwa kwa mwanawe. Habari za kupatikana kwake hapo awali zilikuwa zimemletea furaha kwenye moyo wake. Furaha ya kumtazama kwa mbali mwanawe. Hakuthubutu kufika karibu naye wala kumsalimia. Alikuwa amechanganyikiwa angeanza vipi.

Kitendo alichomtendea mumewe kilimtia huzuni. Kwa nini alimsaliti mtumishi wa Mungu? Kwa nini alimtendea unyama mtu aliyepasa kumpenda, kumsaidia na kumuita mkwe? Alikosa kujua ni kwa nini alifanya vile. Labda alipenda pesa kuliko utu.

Dunia ilikuwa imemfunza hivyo. Pesa alizopata kutoka kwa kasisi Minala zilimtia kwenye dhiki zaidi. Kumbe alikuwa akijipalia makaa? Zilimtia korokoroni alipozitumia kununulia vifaa vya kupika chang'aa. Alikamatwa na askari waliomfumania. Alikaa korokoroni kwa wiki nzima. Alipotoka korokoroni alikuta wezi walikuwa wameivunja nyumba yake na kuiba chochote kilichokuwa na thamani. Ilimbidi aanze maisha upya. Alipokumbuka hayo machozi yalimlengalenga.

Tamara alikumbuka somo walilofundishwa na mwalimu wa dini alipokuwa shuleni kuhusu jamaa mmoja kwenye Biblia aliyeitwa Zakayo. Alikuwa mbilikimo tajiri. Alikuwa ameajiriwa katika shirika la serikali la kukusanya ushuru. Alikuwa amejitajirisha kwa kupokea rushwa na kutowasilisha baadhi ya darahima alizotoza ushuru. Hata hivyo, aliposikia Yesu angepitia kwenye barabara iliyoelekea kwake, alikuwa na hamu kuu kumuona. Hamu hii ndiyo aliyokuwa nayo Tamara. Hamu ya kukutana na mtumishi wa Mungu uso kwa uso.

Hata hivyo, kwenye hadithi yake, maumbile yake Zakayo hayakumkubali kumuona Yesu. Yeye alifichwa na halaiki ya watu waliomzingira. Ufupi wake ukawa kikwazo kikubwa.

"Akili ni nywele kila mtu ana zake," Zakayo aliwaza moyoni mwake.

Aliwaacha watu waking'ang'ania. Akatimua mbio na kupanda kwenye mkuyu. Alikuwa na furaha mpwitompwito alipomtazama Yesu kwa kina bila kufichwa na yeyote.

Naam, mambo ni kangaja bila shaka yalikuja. Yesu aligundua kuna mtu anayemuotea alipohisi mpenyo wa mtazamo wake. Alimuita na kumwomba ashuke ili ampeleke kwake. Walipokunywa na kula kwenye nyumba ya Zakayo, hayawi hayawi yakawa. Aliasi matendo maovu na kuokoka. Alitangaza kurudisha mali ya wizi na kuyazidisha mara dufu.

Tamara alishangazwa na hatua ya jamaa huyu. Alifanya mambo yaliyoonekana magumu machoni pa wanadamu kuwa rahisi kama kuku kumeza punje yamchele.

"Kwa nini wanaotubu siku hizi hawarudishi mali ya wenyewe? Kwa nini wanakaribisha maisha

317

mapya huku wakisherehekea mali yasiyokuwa yao?
" Tamara alijiuliza.

Alikuwa tayari kukutana na Yesu kupitia kwa
mhubiri Tito Kanani. Alikuwa tayari kupanda
kwenye miti ya kila aina kutimiza wajibu huu. Lakini
hakuwa na chochote cha kuwalipa waliomdai.
Tamara alifika uwanjani saa nane unusu. Majirani
wema alimbeba kwa toroli ili aweze kuhudhuria
mkutano huu muhimu. Alishangaa jinsi uwanja huo
ulikuwa umefurika. Ungerusha jiwe halingeweza
kupata mahali pa kuangukia. Lingetua kichwani
ama mabegani mwa watu. Zulia lililotengenezwa
kwa mabega haya ya binadamu lingelibana
barabara. Watu waliokuwa wafupi walijipata
matatani. Walibanwa mabega kwa mabega na watu
wengine na kuinuliwa juu hobelahobela, maguu
yao yasiweze kukanyaga chini.

Fadhila naye hakuachwa nyuma. Alikuwa na
kibarua kigumu cha kuwashughulikia wageni
wake. Alikuwa ameenda kuwachukua kwenye
hoteli ya *Three Stars*. Alikuwa amewapokea wiki
iliyopita kwenye uwanja wa ndege wa Bandarini.
Wakatembelea miradi mbalimbali ya maendeleo.
Walipanda Kilimani kwenye msitu wa Jabarini
kuona marekebisho yaliyokuwa yamefanyiwa mradi
wa maji baada ya vita.

Kanani alikuwa ametoa ufadhili mwingine
wa kupanua mradi ule. Akahakikisha kuwa maji
yamesambazwa kwa kila mtu kutoka kianzioni.
Hata wale ambao hawakuchimba mitaro walipata
maji. Matanki makubwa yalijengwa na pampu
kuwekwa ili kusukuma maji milimani. Wakalikagua
Kanisa la Miujiza lililochomwa. Kasisi Kanani
alifungua kanisa la ghorofa ambalo alisaidia
kujenga. Wakafungua jumba kubwa la hypa

ambalo Kanani alinunua kandokando na Kanisa la Miujiza. Wakakagua na kufungua shule kubwa iliyojengwa kwenye uwanja wa zamani wa Kanisa la Roho Mtakatifu.

Walikuwa wamezunguka kote kulikokuwa na vita wakihubiri Injili ya Yesu, amani, upendo wa dhati na haja na umuhimu wa watu kuishi pamoja kwa kuvumiliana. Wakasema kuwa kila mmoja ni kiumbe wa Mungu. Aliwaambia kuwa tofauti za mila zao si jambo baya bali ni dhihirisho la kuwaonesha jinsi wanavyohitajiana kila mmoja.

Aliwapa mfano wa viungo vya mwili wa binadamu ambavyo ni vingi na kila kimoja huwa tofauti na kingine. Tofauti hii huviwezesha kufanya kazi tofauti inayofaidisha mwili mzima. Kiungo fulani kikiumia mwili wote huwa unaathirika vibaya. Kimoja kikipata uchungu mwili mzima unahisi uchungu. Aliwaambia wasiwe kama Kaini ambaye hakuona haja ya kumlinda nduguye. Sote tuwe walinzi wa ndugu zetu.

Alilinganisha uharibifu wa mali na kisa katika ngano za kale. Fisi mmoja alijeruhiwa kwa kukwaruzwa na simba katika pitapita zake. Jeraha hili likatoboa tumbo la fisi na kufanya matumbo yatoke. Fisi alipoona matumbo yake yakining'inia badala ya kuyarudisha na kutibiwa alidhania ni ya mnyama mwingine. Akayakwangua kwa meno yake na kuyala hadi akafa.

Fadhila alikumbuka mkutano mkubwa walioufanya kwenye uwanja wa kanisa jipya walipokuwa wakilitakasa na kulifungua. Mkutano huo ulikuwa umehudhuriwa na kadamnasi ya watu. Tito Kanani, mhubiri kutoka ng'ambo, alihubiri na kuguza hisia za watu. Karibu kila mtu aliyehudhuria alibubujikwa na machozi. Alihubiri kuhusu upendo. Mtu asiyependa mwenzake hawezi kumpenda Mungu. Akasoma kitabu cha Wakorintho wa kwanza mlango wa kumi na tatu.

Kasisi mwenye nywele nyeupe alisali sala ya toba kwa niaba ya wote waliokuwamo na wale ambao hawakuhudhuria. Aliinua juu mkono wake wa kulia na kupasa sauti:

"Mwenyezi Mungu katika amri zako umesema tusiue, lakini tumeua wenzetu pasina huruma. Umesema tupendane, nasi tukachukiana, ukatufahamisha kuwa tulitoka kwa baba mmoja na mama mmoja, ambaye ni Adamu na Hawa, nasi tukagawanywa kwa lugha zetu kama mnara wa Babeli. Tumefanya dhambi na kupungukiwa na utukufu wako. Tusamehe, tuoshe udhalimu wote, tupe upendo, tuunganishe sote. Tuondolee mawazo mabaya yanayotupoteza. Tupe nguvu za kuuchunga ulimi unaotuchochea. Tuache ya kale na kuganga yajayo. Amina"

Fadhila alikumbuka vizuri siku hiyo. Kanani alikuwa na uso wenye huruma. Alikuwa mchungaji aliyebugia chumvi si haba. Nywele zake ndogo zilisheheni mvi. Alikuwa wa kimo cha wastani. Ngozi yake haikuwa na weusi mwingi. Alikuwa mkwasi wa kutajika. Watu walisema kuwa alikuwa na ndege za abiria na yake ya binafsi.

Kanani alipohamia ng'ambo alitoka nchi ya Kaniki, alikuwa anaenda huko kusoma. Alipomaliza masomo, akapata kazi na baadaye kuanzisha kanisa lake. Hakutaka kurudi kwao. Aliendelea kuhubiri Injili na kukuza kanisa lake. Miongoni mwa watu wengi weupe, Kanani aliibuka kuwa mhubiri mashuhuri wa runinga na mwenye mtandao kote duniani.

Fadhila alikuwa na furaha mpwitompwito kuweza kuandaa mkutano mkubwa namna hiyo. Mkutano huo ulikuwa mama wa mikutano iliyokuwa imeendelea kwa siku tatu mfululizo na hiyo ilikuwa siku ya Jumapili ambayo ingekuwa siku ya kutamatisha. Alifurahia jinsi makanisa mbalimbali yalivyojitolea kumuunga mkono.

Alijihisi kukomaa katika mipango ya kimisheni na uinjilisti. Alikumbuka maisha yake yenye milima na mabonde ambayo yalikuwa yameimarika kwa kiasi kikubwa. Hakushtuliwa na waliochoma kanisa lake. Hakushtuliwa na waliowaua watu. Hakuogopa hata wangemwua yeye. Alikumbuka kifungu kwenye Biblia kinachomwambia asimwogope anayeua mwili bali aogope atakayeua mwili na roho kule jehanamu. Alifahamu fika kuwa Mungu ni mwenye nguvu na hatahitaji mwanadamu yeyote kumpigania.

Saa nane hivi kulikuwa na nyimbo za waimbaji chipukizi wa muziki wa Injili. Waliimba kwa miondoko ya kila aina. Miongoni mwa wanamuziki waliokuweko ni, Nyimbotone na Girlstone. Vijana kwa watoto walifurahia muziki uliojaa uwanjani ukiporomoshwa kutoka kwenye maspika makubwa. Wapiga picha wa runinga walikuwa wakifanya kazi yao juu ya kilingo walichojengewa. Kwaya ya watoto ya *Melody Makers* ilikuwa kivutio kikubwa. Mavazi yao ya rangi ya milia yalipendeza. Mtindo wao wa densi ulikuwa wa pekee. Watoto hao walikuwa wamepokea mafunzo maalum ya kucheza.

Muda uliongojewa kwa hamu na hamumu uliwadia. Mchungaji Fadhila aliinuka akawajulisha kwa kaumu waliomsaidia kuandaa mkutano huo. Aliwataja wengi kwa majina yao na madhehebu yao. Aliwashukuru kwa muawana wao. Alimshukuru kila mtu aliyeweza kufika na kumtakia kila la heri katika kungojea muujiza wake kutoka kwa Mungu.

Fadhila alipomaliza kutoa shukrani, mwalishi alitangaza kukaribishwa kwa mtumishi wa Mungu kwa nderemo, shangwe na hoihoi. Kasisi Tito Kanani aliinuka akiwa amejazwa roho. Watu wakafungua mioyo yao ili Kanani awapeleke Kaanani wana wa Mwambani. Pia Pasta Fadhila ambaye alikuwa mkalimani wake, aliinuka. Kwanza maombi yalifanyika kisha mahubiri kutolewa.

Mahubiri ya Kanani yaliguza hisia za kila mtu. Kweli watu walioitwa kwenye mwito huo walikuwa wamekosa njia. Walikuwa wamesahau walikuwa wameitiwa nini. Wakarudi kwenye njia zao za zamani. Walipoitwa waliambiwa kuwa ya kale si ndwele wagange yajayo. Vilevile ya kale yalikuwa yamepita na mapya yakawasili. Kwa nini kurudia yale ya zamani?

Mahubiri yalipomalizika, Kanani alitangaza kuwa fursa hiyo ilikuwa ya kuwaombea wagonjwa. Upepo ulizuka. Upepo wa roho ukapita kama kimbunga. Ukawaangusha watu kama magogo. Wengine wakaangukiana na kulaliana. Waliolemewa na nguvu hizo walibebwa hangahanga na kuwekwa jukwaani. Fadhila alishangaa kumuona Tamara ambaye alizidiwa na nguvu za roho zilizotawala kwenye mkutano huo.

Baadaye wale wote walioponywa walikuwa na jambo la kusema. Hata hivyo, ni wachache waliopata nafasi. Miongoni mwa waliofaulu kutoa ushuhuda ni Tamara. Alipowasili kwenye uwanja huo alikuwa amesukumwa kwa toroli. Sasa alikuwa akitembea mwenyewe bila msaada wa yeyote.

Alitimua mbio jukwaani kuwaonesha ithibati tosha wale ambao hawakuamini. Fadhila alimtazama kwa mshangao mkubwa. Alikumbuka kashfa aliyomhusisha nayo. Akawa na maswali kwenye akili yake.

"Hili ndilo amelipwa?" alikumbuka kifungu cha Biblia kuwa aliyefanya dhambi atalipwa kwa mauti na anayemtumikia Mungu atapata uzima wa milele.Tamara mwenyewe alikumbuka njama zake na mchungaji Minala. Alivyokuwa akidanganya ameponywa ili apatiwe hela. Akaigiza jukwaani. Leo hii hakuwa akiigiza alikuwa mgonjwa kindakindaki. Kumbe mcheka kilema hafi hakijampata. Kila kitu kilitulia. Kanani alitangaza fursa ya wale waliokuwa wamebeba mizigo mizito ya dhambi wampelekee mwana wa Mungu ili awapumzishe. Aliwauliza wale waliojihisi wangetaka kuacha mambo mabaya na kumkubali Yesu aokoe maisha yao wapande juu ya jukwaa.

Halaiki kubwa ya watu ilipanda kwenye jukwaa. Aliyewashangaza wengi ni Diwani Mhila. Alikuwa amevaa mavazi ya magunia ya katani yalilochakaa. Mwili wake akapaka jivu. Nywele zake za kivunga zilionesha siku nyingi za kutojali. Alionekana kama mtu aliyepagawa. Alipanda kwenye jukwaa polepole huku akitetemeka kwa woga. Watu walibaki vinywa wazi. Hakuna aliyeongea na mwengine.

Fadhila alipomtazama diwani, maswali sufufu yalisongamana kwenye akili yake. Akakosa mtu wa kuuliza jambo. Akawaza moyoni mwake. Wakati huu wavu umenasa Samaki Mkubwa.

Kabla hajamaliza kuwaza, alimuona mkewe Haiba akiwa miongoni mwa waliookoka, kando yake alikuwa Tamara. Naibu wa pasta wa Kanisa la Miujiza alikuwa na mengi ya kutubu. Alimlilia Mungu kwa unyenyekevu. Alitamani ya kale yaishe haraka ili aweze kukaribisha maisha mapya. Fadhila alipomuona mkewe katika hali ile alishangaa na kuduwaa. Msasi wakati mwingine husakwa.

Maswali chungu nzima yaliendelea kuhanikiza kwenye akili yake. Amekuwa na mke asiyeokoka?

Na wakati huo wote waliohubiri naye? Fadhila alianza kushuku kitu fulani.

Kumbe mimi simjui mke wangu? Ama kumetokea nini? Ni jambo lipi lililotokea bila mimi kujua? Au Haiba amejitolea kutubu kwa ajili ya kanisa, nchi nzima na watu wake? Kwa ajili ya misukosuko iliyotokea? Kwa ajili ya wenye dhambi wasiotaka kutubu? Aliwaza moyoni.

Waama, Fadhila alikuwa na maswali chungu nzima ya kumwuliza mkewe watakaporudi nyumbani. Huenda Haiba angemweleza alivyopata ujauzito. Fadhila aliwaza na kuwazua asipate jibu. Jambo ambalo lilikuwa mbele yake lilikuwa kama sinema. Kama ndoto kwenye usingizi wa mang'amung'amu. Lilikuwa kizungumkuti kwake. Aliinamisha kichwa chake chini kwa haya. Machozi alimtiririka kama kijito cha maji. Labda yalikuwa maji yale yaoshayo dhambi na udhalimu wote.

Bila kufahamu, Fadhila alipiga magoti. Labda alijihisi mwenye dhambi. Ni muhali kusema alikuwa akitubu kwa niaba ya kaumu ile. Labda alikuwa na yake ya kumwambia Muumba. Haiyumkiniki kama dhambi zake zilikuwa za kutenda au kukosa kutenda. Machozi yalimbubujika.

Tamara na mwanawe Haiba waliotenganishwa na hali ngumu ya maisha kwa miaka thelathini na kitu walikutana wavuni. Wote wakiwa na kosa lililohitaji toba. Macho yao yakakutana, wakainuka walikopiga magoti. Wakakaribiana na kukumbatiana wakiwa na kwikwi za kilio. Tamara alimfahamu Haiba, Haiba aliona kuwa sura hiyo ya Tamara haikuwa ngeni ingawa alishuku kama waliwahi kutana. Fadhila alipowatazama machozi yaliendelea kumtoka. Mama huyu anaendelea kutafunwa na shida huku sisi watoto wake tunakula na kusaza? Aliwaza. Alionelea ni muhimu kumchukua na kumtunza Tamara baada ya mkutano ule. Hapo samaki mwingine mkubwa alikuwa amevuliwa.

Aliyeongoza pambio akapanda kwenye jukwaa kwa mwendo wa asteaste. Wacheza vyombo vya muziki walicheza kwa sauti ya chini kwa chini. Akachukua mikrofoni na kuanza kuimba.

Watu wote wadogo kwa wakubwa, wake kwa waume, shaibu kwa ajuza waliitikia kwa pamoja. Wakipaaza sauti zao zilizonata. Zikapaa na kufaa. Katika hali hiyo ya kutafakari bila kufahamu yanayotokea, maafisa watatu wa askari wenye sare zao za kijeshi walipanda jukwaani polepole. Kiongozi wao mrefu akawaashiria. Wakakaribia alipokuwa Mhila. Wakamnong'onezea kitu.

Askari mwembamba wa kike akaishika mikono yake Mhila. Ishara ya daraja lake la Koplo ilionekana vizuri kwenye shati lake. Mwenzake aliyekuwa mwanaume mnene akatoa pingu. Wakamtia. Wakamsukuma marshimarshi. Kiongozi yule wa askari alisahau walikuwa kwenye mazingira ya kanisani. Akatoa sigara na kuiwasha. Akaivuta huku akiwafuata askari wake. Wakaingia kwenye umati wa waumini wasionekane tena. Kumbe malipo ni papa hapa duniani? Watu wakabaki vinywa wazi.

www.ingramcontent.com/pod-product-compliance
Lightning Source LLC
Chambersburg PA
CBHW020841020726
47497CB00005B/1202